ഗ്രീൻ ബുക്സ്
സീത നൂറ്റാണ്ടുകളിലൂടെ
നിത്യചൈതന്യയതി

1924 നവംബർ 2ന് പത്തനംതിട്ട
താലൂക്കിലെ മുറിഞ്ഞകല്ലിൽ ജനനം.
ആത്മീയാചാര്യൻ, എഴുത്തുകാരൻ.
1952ൽ നടരാജഗുരുവിന്റെ ശിഷ്യനായി.
1984 മുതൽ 1999ൽ സമാധിയാകുന്നതുവരെ
ഊട്ടിയിലെ ഫേൺഹിൽ ഗുരുകുലത്തിൽ
നാരായണഗുരുകുലത്തിന്റെയും ഈസ്റ്റ്-വെസ്റ്റ്
യൂണിവേഴ്സിറ്റിയുടെയും അധിപനായിരുന്നു.
നളിനി എന്ന കാവ്യശില്പത്തിന് 1977ലെ
കേരളസാഹിത്യഅക്കാദമി അവാർഡ് ലഭിച്ചു.
ഗ്രീൻ ബുക്സ് പ്രസിദ്ധീകരിച്ച യതിയുടെ
ഇതര കൃതികൾ: *നെരൂദയുടെ ഓർമ്മക്കുറിപ്പുകൾ,*
സ്നേഹസംവാദം, മരണമെന്ന വാതിലിനപ്പുറം,
ഉള്ളിൽ കിന്നാരം പറയുന്നവർ.

സീത നൂറ്റാണ്ടുകളിലൂടെ

നിത്യചൈതന്യയതി

ഗ്രീൻ ബുക്സ്

green books private limited
little road, ayyanthole, thrissur- 680 003
ph: 0487-2361038
website: www.greenbooksindia.com
e-mail: info@greenbooksindia.com

seetha noottandukaliloode
(articles)
by
nithya chaithanya yathi

first published july 2013
copyright © swami muninarayana prasad

cover painting : raja ravivarma
cover design : rajesh chalode

branches:
thrissur 0487-2422515
palakkad 0491-2546162
kannur 0497-2763038

isbn : 978-81-8423-258-5

no part of this publication may be reproduced, or transmitted in any form or by any means, without prior written permission of the publisher

GBPL/504/2013

മുഖക്കുറി

നിഷാദന്റെ അമ്പിനാലുള്ള മൂർച്ചയിൽ
ഇണപിരിയേണ്ടിവന്ന ക്രൗഞ്ചമിഥുനങ്ങളുടെ
വിരഹദുഃഖത്തിൽ ചാലിച്ചെഴുതിയതാണ് ആദികാവ്യം.
ആദികാവ്യത്തിലെ ഏറ്റവും തിളക്കമേറിയ പാത്രം
സീത തന്നെയാണ്. ആ മണ്ണിന്റെ മകളുടെ വ്യക്തിത്വം
രാമന്റെ ജീവിതയാത്രയിലെ വ്യതിരിക്തമാർന്ന
അദ്ധ്യായമാണ്. സീതയുടെ പട്ടാഭിഷേകം
രണ്ടു സംസ്ക്കാരങ്ങളുടെ കൂടിച്ചേരലായിരുന്നു.
സീത പിന്നെയും തന്റെ സംസ്ക്കാരത്തിന്റെ തനിമയിൽ
അഭിരമിക്കുന്നു. സീതയുടെ മൗനത്തിന്റെ ഇടവേളകൾ
ആദ്യകാവ്യത്തിന്റെ ഗഹനമുഹൂർത്തങ്ങളാണ്.
വാല്മീകിയിലും കാളിദാസനിലും ഭവഭൂതിയിലും
തുളസീദാസിലും കമ്പരിലും എഴുത്തച്ഛനിലും
കുമാരനാശാനിലും നിറഞ്ഞൊഴുകുന്ന സീതായനത്തിന്റെ
സമഗ്രതയാണ് ഗുരു നിത്യചൈതന്യയതി ഈ ഗ്രന്ഥത്തിൽ
ഒരുക്കുന്നത്. സ്ത്രീയുടെ ചലനങ്ങൾക്കുവരെ
ധർമ്മകോശങ്ങൾ പടുത്തുയർത്തിയ പുരുഷമേധാവിത്തത്തിന്റെ
ധാർഷ്ട്യത്തിനെതിരെ എന്നും സീത പ്രതിഷേധത്തിന്റെ
മാറ്റൊലി ഉയർത്തുന്നുണ്ട്. സർവ്വകാല പ്രസക്തമായ
ചിന്താധാരകളുൾക്കൊള്ളുന്ന ഗുരുവിന്റെ ദീപ്തമായ കൃതി.

കൃഷ്ണദാസ്
മാനേജിങ് എഡിറ്റർ

ആമുഖം

ഒരു നിഷാദൻ ഒരിക്കൽ ആഹാരം തേടി കാട്ടിലലയുമ്പോൾ രണ്ടു ക്രൗഞ്ചങ്ങൾ പ്രേമലീലയിൽ മതി മറന്നു പറന്നു കളിക്കുന്നുണ്ടായിരുന്നു. അതിലൊന്നിനെ ലാക്കാക്കി നിഷാദൻ അമ്പെയ്തു. ലക്ഷ്യത്തിൽ തന്നെ അമ്പേറ്റ് ഇണപ്പക്ഷികളിൽ ഒന്ന് താഴെ വീണു ജീവൻ ഉപേക്ഷിച്ചു. തന്റെ ഇണയ്ക്കുണ്ടായ അത്യാഹിതത്തിൽ മനംനൊന്തു മറ്റേ ക്രൗഞ്ചം അതിനെ വട്ടമിട്ടു പറന്നു കരഞ്ഞു. ആ വനത്തിൽത്തന്നെ ധ്യാനലീനനായിരുന്ന വാല്മീകി മഹർഷി ആ ദാരുണമായ ശബ്ദം കേട്ട് കണ്ണു തുറന്നു നോക്കി. അദ്ദേഹം കണ്ടത് നിഷാദനെയും ക്രൗഞ്ചങ്ങളെയുമാണ്. ഒറ്റ നോട്ടത്തിൽത്തന്നെ മഹർഷീശ്വരന് കാര്യം മനസ്സിലായി. അദ്ദേഹത്തിന്റെ ഹൃദയം താപംകൊണ്ട് വിവശമായി. നിഷാദൻ ആ ക്രൗഞ്ചങ്ങളോട് കാണിച്ച അക്രമത്തെ അപലപിച്ചുകൊണ്ട് അദ്ദേഹം പറഞ്ഞു: 'ഹേ നിഷാദ, ക്രൗഞ്ചമിഥുനത്തിൽ നിന്ന് കാമത്താൽ മതമയങ്ങിയ ഒന്നിനെ നീ കൊന്നുവല്ലോ. അതിനാൽ നീ ശാശ്വതമായ ലോകത്തെ പൂകുകയില്ല.

മാനിഷാദ പ്രതിഷ്ഠാം ത്വ-
മഗമഃ ശാശ്വതീ സമാഃ
യത് ക്രൗഞ്ചമിഥുനാദേക-
മവധീഃ കാമമോഹിതം

വാല്മീകിയുടെ ഈ ശ്ലോകത്തിൽ രാമായണത്തിന്റെ നാന്ദി മാത്രമല്ല ഉള്ളത്, മനുഷ്യജീവിതത്തിന്റെ കഥയെക്കൂടി ഇതിൽ അനുഗാനം ചെയ്തിരിക്കുന്നു. ഇതുപോലെ ശാകുന്തളത്തിൽ ഒട്ടേറെ ജീവിതരഹസ്യങ്ങളെ നിറച്ചു വച്ചിരിക്കുന്ന വേറൊരു ശ്ലോകമുണ്ട്:

ഗ്രീവാഭംഗാഭിരാമം മുഹുരനുപതതി സ്യന്ദനേ ബദ്ധദൃഷ്ടിഃ
പശ്ചാർദ്ധേനപ്രവിഷ്ടം ശരപതനഭയാദ്ഭൂയസാ പൂർവകായം

ദർഭൈരർദ്ധാവലീഢൈഃ ശ്രമവിവൃതമുഖഭ്രംശിഭിഃ
കീർണ്ണവർത്മാ
പശ്യോദഗ്രപ്ളുതത്വാദ്വിയതിബഹുതരം സ്തോകമുർവ്യാം
പ്രയാതി.

മൂന്നാമത്തെ പ്രതീകം ശ്രീരാമചന്ദ്രന്റെ ധനുർഭഞ്ജനം തന്നെയാണ്. നിഷാദനും ദുഷ്യന്തനും ശ്രീരാമനും ധനുർദ്ധരന്മാരാണ്. മൂന്നുപേരും ദുരുപദിഷ്ടമായ വിധിയുടെ വാതായനത്തിൽ വന്നു നിൽക്കുന്നവർ. നിഷാദന്റെ ഇര ക്രൗഞ്ചം, ദുഷ്യന്തന്റെ ഇര ശകുന്തളയെ ഓർമ്മിപ്പിക്കുന്ന മാൻ. ശ്രീരാമചന്ദ്രന്റെ ഇര സീതാദേവി. ജീവന് ആമുഖം കുറിക്കുന്നത് ആലിംഗനമാണ് - മിഥുനങ്ങളുടെ ആലിംഗനം. ആലിംഗനം ചെയ്താലേ മിഥുനമാവുകയുള്ളൂ. ക്രൗഞ്ചങ്ങൾ മിഥുനമായിരുന്നു.

ഉപനിഷദൃഷിമാരുടെ അഭിപ്രായത്തിൽ ഈ പ്രപഞ്ചോല്പത്തിയുടെ ഒന്നാമദ്ധ്യായം തുടങ്ങുന്നത് വൈശ്വാനരന്റെ ആവിർഭാവത്തോടു കൂടിയാണ്. വൈശ്വാനരൻ വിശപ്പാണ്. വിശപ്പ് മൃത്യുവാണ്. ജീവനെക്കൊണ്ടേ ജീവനെ ധാരണം ചെയ്യുവാൻ ആവുകയുള്ളൂ. മൃത്യുവിന്റെ ഓദനം ജീവനാണ്. വിശക്കുന്ന വയറിന് അന്നം തേടിയാണ് നിഷാദൻ ക്രൗഞ്ചമിഥുനത്തിൽ ഒന്നിന്റെ നേർക്ക് അമ്പെയ്തത്. വിശപ്പിന്റെ വിളി ഏറ്റവും അടിസ്ഥാനപരമായ ആവശ്യമാണ്. ആവശ്യം ഔചിത്യത്തെ വിഴുങ്ങിക്കളയും. ആവശ്യങ്ങളുടെ നിറവേറലുകൾ ജീവിത സന്ദർഭത്തിൽ ഛേദ(Denominator)മായി വരുമ്പോൾ ഉന്നത മൂല്യങ്ങളുടെ പരിഗണന അംശ(Numerator)മായിട്ടേ വരുന്നുള്ളൂ. ഭൗതികമായ നിറവേറലുകളുടെ ആവനാഴിയാണ് നിഷാദന്റെ കൈയിലുള്ളത്. നിഷാദന്റെ പ്രതിയോഗിയായി നിൽക്കുന്നത് മനീഷിയും കവിയുമായ വാല്മീകി മഹർഷിയാണ്. ക്ഷുത്പിപാസാദികൾ മറന്ന് ദേഹബുദ്ധിയില്ലാതിരുന്ന ഋഷീശ്വരനെ ചിതൽപുറ്റ് മൂടുകയാലാണ് രത്നാകരന് വാല്മീകി എന്ന പേര് ലഭിച്ചത്. കരുണയറ്റ ഹിംസയാണ് നിഷാദന്റെ ബുദ്ധിക്ക് ആർജ്ജവം നൽകുന്നതെങ്കിൽ, കാരുണ്യംകൊണ്ട് ക്ഷുബ്ധമായ ഹൃദയമാണ് വാല്മീകിയിൽ കവിത പൂവണിയുവാൻ ഇടയാക്കിയത്. സ്നേഹഗായകനാണ് വാല്മീകി. ക്രൗഞ്ചത്തിനു വേണ്ടി കരഞ്ഞ വാല്മീകി, താരയ്ക്കും മണ്ഡോദരിക്കും സീതയ്ക്കും വേണ്ടി കരയുവാൻ തയ്യാറായവനാണ്. രാമായണത്തിലെ വാല്മീകി തന്നെയാണ് വേറൊരു രൂപത്തിൽ കാളിദാസന്റെ ശാകുന്തളത്തിൽ കണ്വനായി വരുന്നത്. വില്ല് കുലച്ച്, പറന്നു കളിക്കുന്ന ക്രൗഞ്ചത്തിലും ഓടി പോകുന്ന മാനിലും

അമ്പ് എയ്തുകൊള്ളിക്കുവാൻ കഴിയുന്ന നിഷാദനേക്കാളും ദുഷ്യന്തനേക്കാളും ഒരു പടികൂടി കടന്നുപോകുന്നു, വില്ലൊടിച്ച രാമൻ. വളയാത്ത വില്ലിൽ ഇണക്കിവെയ്ക്കുന്ന ശക്തിയേറിയ ഞാണാണ് വില്ലിന് പ്രയോഗക്ഷമതയുണ്ടാക്കുന്നത്.

ശിവശ്ശക്ത്യാ യുക്തോ യദി ഭവതി ശക്തഃ പ്രഭവിതും
നചേദേവം ദേവോ ന ഖലു കുശലഃ സ്പന്ദിതുമപി

ഈ നിയമം ദേവനും ദേവിക്കും മാത്രമല്ല, സകല ജീവജാലങ്ങൾക്കും ബാധകമാണ്. ഞാണേറ്റിയ വില്ലിലെ മുറുക്കം ആലിംഗനത്തിലമരുന്ന സകല ദമ്പതികളും അനുഭവിക്കുന്നതാണ്. ആ സന്ദർഭം പ്രക്ഷുബ്ധമാണെങ്കിലും പ്രേമാർദ്രതയാൽ ദ്വൈതം മറന്നുപോകുന്നതുകൊണ്ട് രതിക്രീഡയിലിരിക്കുമ്പോൾ ദുഃഖം അറിയുന്നില്ല. ഇവിടെയും ഭോഗലോലുപനായി വരുന്നത് വൈശ്വാനരൻ തന്നെയാണ്. പതിയുടെ കാമാഗ്നിയിൽ ഹോമിക്കപ്പെടുന്നത് പത്നിയും പത്നിയുടെ യാഗാഗ്നിയിൽ എരിഞ്ഞടങ്ങുന്നത് പതിയുമാണ്. ആലിംഗനംകൊണ്ട് ലിംഗസമന്വിതനായ പതി പത്നിയിൽ പ്രജാരൂപത്തിൽ ഗർഭിതനായി ഭവിക്കുന്നു. അത് പ്രകൃതിയുടെ ആവശ്യമാണ്. പുത്രസർജ്ജനത്തിൽക്കൂടി ജീവജാലങ്ങളുടെ ലോകവാഴ്വ് നിലനിൽക്കണം. പുത്രഗർഭാധാന കർമ്മം കഴിഞ്ഞാൽ പ്രകൃതിക്ക് ദേഹികളെ ആവശ്യമില്ല. ഉണ്ണാൻ ഉപയോഗിച്ച എച്ചിലിലപോലെ പിന്നെ വൃദ്ധദമ്പതികളെ വലിച്ചെറിയും. ഇങ്ങനെ തീരെ ഗൗരവമില്ലാത്ത വംശവർദ്ധനവിന്റെ സന്ദർഭത്തിലാണ്, ഈ ശരീരത്തിൽ ചേതനാരൂപത്തിലിരുന്ന് മിന്നിമറയുന്ന ആത്മപ്രകാശത്തിന്റെ മഹിമയിലേക്ക് ഉണർന്നു ചെന്ന വാല്മീകി നിഷാദന്റെ വിശപ്പിനെയും അതിന്റെ പൂരണത്തെയും ദുഷ്ടമായി കണ്ടത്. ഋഷിയെ വേദനിപ്പിക്കുന്നതെന്തെന്ന് നിഷാദനരിയുന്നില്ല. ഇന്നും ലോകത്തിലെ തൊണ്ണൂറ് ശതമാനം ജീവജാലങ്ങളും നിഷാദനെപ്പോലെ വൈശ്വാനരന്റെ ഒരിക്കലും ശമനമില്ലാത്ത വിശപ്പിന് ഇന്ധനം തേടി വലഞ്ഞുകൊണ്ടിരിക്കുന്നു. കൈവിരലിലെണ്ണുവാൻ പോരുന്ന സ്നേഹഗായകർ രാപ്പാടിയെപ്പോലെ നിഷാദബുദ്ധിയെ അപലപിച്ച് സ്നേഹ ഗരിമാവിനെ വാഴ്ത്തിപ്പാടുന്നു.

നിഷാദനും ക്രൗഞ്ചവും വാല്മീകി തന്നെയും ലൗകിക സത്യങ്ങളല്ലാതായിത്തീർന്നു. കാലത്തിന്റെ ഒഴുക്കിൽ അവരൊക്കെ ദേഹം വെടിഞ്ഞു. എന്നിട്ടും വൈദേഹിയെ അവതരിപ്പിച്ചു പാടിയ വാല്മീകിയുടെ നാമം ഓർമ്മിക്കപ്പെടുന്നു. എന്നല്ല, വൈദേഹിയായ സീത അനേകം കോടി ജനഹൃദയങ്ങളിൽ ഒരു

നിത്യസ്മരണയായി ജീവിക്കുന്നു. നശ്വരമായ ദേഹം, അനശ്വരമായ വിദേഹം (ആത്മാവ്). ഇതിനെ രണ്ടിനേയും ഓർമ്മിപ്പിക്കുന്നതാണ് ആദികവി എഴുതിയ ആദ്യത്തെ ശ്ലോകം. ആവശ്യങ്ങളിൽ കുടുങ്ങി കർമ്മഭാരത്തിൽ മുഴുകുന്നവന് ശാശ്വതമായ ഭൂമാവ് ലഭിക്കുകയില്ലെന്ന് വാല്മീകി നിഷാദനെ ഓർമ്മിപ്പിക്കുന്നു. ക്രൗഞ്ചങ്ങൾ രത്യാനന്ദത്തിൽ മോഹിതരായി ഇരിക്കുന്നതുകൊണ്ട് വിധിനിമിത്തം വരുന്ന അപകടം അറിയാതെ ക്രീഡിക്കുന്നു. നിഷാദന്റെ കൂരമ്പ് മിഥുനങ്ങളിൽ ഒന്നിന് മരണവും മറ്റേതിന് വിരഹദുഃഖവും ഒന്നിച്ചു കൊടുക്കുന്നു. അതിനേക്കാൾ ക്രൂരതരമായ ഒരു കഥയാണ് വാല്മീകിക്ക് എഴുതേണ്ടി വന്നത്. കോതണ്ഡപാണിയായ രാമന്റെ നേർക്ക് അജ്ഞനായ ഒരു പ്രജ അയച്ച അപവാദശരമേറ്റിട്ട് രാമന്റെ ഭർത്തൃസ്ഥാനം നിഹനിക്കപ്പെടുന്നു. സീതയും രാമനും ഒരുപോലെ വിരഹദുഃഖം അനുഭവിക്കുകയും ചെയ്യുന്നു. വിരഹാർത്തയായ സീതയുടെ കണ്ണീരൊപ്പുവാൻ, വാല്മീകി സവിധത്തിലുണ്ട്. എന്നല്ല ഗർഭവേദനകൊണ്ട് പിടയുന്ന ആ മകൾക്ക് ലവകുശന്മാരെ പ്രസവിച്ചുകൊള്ളുവാൻ തന്റെ തപോഗൃഹത്തെത്തന്നെ ഗർഭഗൃഹമാക്കി മാറ്റുവാനും വാത്സല്യധനനായ ആ മഹർഷിക്ക് ഒരു സങ്കോചവും തോന്നുന്നില്ല. ഭാരതചക്രവർത്തിയായിരുന്ന ശ്രീരാമചന്ദ്രന്റെ നിർദ്ദേശത്താൽ ബഹിഷ്കരിക്കപ്പെട്ട സ്ത്രീക്ക് അഭയം നൽകുവാൻ ഭീരുക്കളായ പ്രജകൾക്ക് കഴിയുകയില്ല. അവിടെയാണ് പുരവാസികളെ വിട്ട് കാനനത്തിൽ ജീവിക്കുന്ന ഒരു യതീന്ദ്രന്റെ ധീരമനസ്സ് അചഞ്ചലമായിരിക്കുന്നത്. നീതിക്കു വേണ്ടി രാജാവിനെയല്ല, ദൈവത്തെയും അവൻ നിഷേധിക്കും. വാല്മീകിയുടെ അറിവിൽ ഊടായിരിക്കുന്നത് ശാശ്വതികതയെ ലക്ഷ്യമാക്കുന്ന ആത്മതത്ത്വവും പാവായിരിക്കുന്നത് സകല ജീവജാലങ്ങളെയും ആനന്ദത്തിലാഴ്ത്തുന്ന സ്നേഹഗരിമാവുമാണ്. നിഷാദൻ കർമ്മബദ്ധനാണ്. വർത്തമാനത്തെപ്പറ്റിയാണ് അവന്റെ ചിന്ത.

ഇന്ന്, ഇപ്പോൾ, ഇവിടെ വിശപ്പു മാറണം. ക്രൗഞ്ചങ്ങളുടെ സ്ഥിതിയും അങ്ങനെ തന്നെ. അവർ കാമാർത്തരാണ്. ശരീരം തമ്മിൽ ഉരുമുമ്പോൾ, ചുണ്ടുകൾ പിണയുമ്പോൾ, കാമവിജൃംഭിതമായ ഹൃദയത്തിന്റെ അടക്കാനാവാത്ത സ്നേഹമഹിമാവ് കൂജനങ്ങളിൽ കലരുമ്പോൾ, മാത്രമേ അവർ നിർവൃതി അറിയുന്നുള്ളൂ. ഒരിടത്ത് ശരീരത്തിന്റെ വിശപ്പ്, ശരീരത്തിലോ മനസ്സിലോ അല്ല - ആത്മാവിലങ്കുരിക്കുന്ന സത്യവാഞ്ഛ. എല്ലാറ്റിനേയും എന്നേക്കുമായി പുൽകുന്ന പരമസ്നേഹത്തിനായുള്ള

ദാഹം. ഇവിടെ ദ്വന്ദ്വങ്ങളായിട്ടു വരുന്നത് നൈമിഷികതയും ശാശ്വതികതയുമാണ്. നിഷാദൻ ക്രൗഞ്ചത്തെ എയ്തു വീഴ്ത്തുന്നിടത്തു തന്നെയാണ് ഋഷി നിന്നിരുന്നതെങ്കിലും കർമ്മത്തെ തടയാൻ ഋഷിക്കു കഴിഞ്ഞില്ല. അതിനെ അപലപിക്കുവാനേ കഴിഞ്ഞുള്ളൂ. ഇങ്ങനെയുള്ളൊരു അനിവാര്യത സകല ജീവികളുടെയും ജീവിതപഥത്തെ പൊടുന്നനെ ബാധിച്ച്, അതിന്റെ ഒഴുക്കിന്റെ ഗതിയെ നൊടിയിടയിൽ മാറ്റുന്ന ഒരു യാദൃച്ഛികതയുണ്ട്. അതാണ് ദൈവം. അതാണ് വിധി. ശകുന്തളയെ ദുഷ്യന്തന്റെ കൈയിൽ ഏല്പിച്ചു കൊടുക്കുമ്പോഴും ആരുടെയും ജീവിതം മനുഷ്യഹസ്തത്തിലല്ല സുരക്ഷിതമായിരിക്കുന്നതെന്ന് കണ്വന് അറിയാമായിരുന്നു.

> അസ്മാൻ സാധുവിചിന്ത്യസംയമധനാനുച്ചൈഃ കുലം ചാത്മനാ
> ത്വയ്യസ്യാഃ കഥമപ്യബാന്ധവകൃതാം സ്നേഹപ്രവൃത്തിം ച താം
> സാമാന്യ പ്രതിപത്തി പൂർവകമിയം ദാരേഷു ദൃശ്യാ ത്വയാ
> ഭാഗ്യായത്തമതഃ പരം, ന ഖലു തദ്വാച്യം വധൂബന്ധുഭിഃ.

കാളിദാസന്റെ ജ്ഞാതിശബ്ദത്തെ രാജരാജവർമ്മ 'പിന്നത്തെ യോഗമെല്ലാം വിധിഗതം അതിലീജ്ഞാതികൾക്കില്ല ചോദ്യം' എന്നെഴുതിയിരിക്കുന്നതു കൂടുതൽ ഭംഗിയായി.

ഇത്രയും ഈ പുസ്തകത്തിന്റെ ഒന്നാം ഭാഗത്തിന്റെ ഒരു പൂർവാവലോകനമായി കാണുക.

ഗുരു നിത്യചൈതന്യയതി

ഭാഗം ഒന്ന്

സീതാ നൂറ്റാണ്ടുകളിലൂടെ

രാമായണത്തിലെ പ്രതീകാത്മകത

രാമായണത്തിലും മഹാഭാരതത്തിലും എന്നല്ല ആരുടെ ജീവിതത്തിലും കാണാവുന്നതാണ് അപ്രവചനീയമായി മനുഷ്യനെ തേടി വരുന്ന ഭാഗ്യവും നിർഭാഗ്യവും. ഭാഗ്യമായി വരുമ്പോൾ അതിനെ ദൈവ കാരുണ്യമെന്നു പ്രകീർത്തിക്കും. നിർഭാഗ്യമായി വരുമ്പോൾ അതിനെ വിധി എന്നു പറഞ്ഞു പഴിക്കും. ഒരേ സമയത്തുതന്നെ ഭാഗ്യവും നിർഭാഗ്യവും മുഖത്തോടുമുഖം നോക്കി നിൽക്കുന്നു. ഭാഗ്യവശാൽ, വിശന്നു നിന്ന നിഷാദന് ഒരു ക്രൗഞ്ചത്തെ കിട്ടി. നിർഭാഗ്യവശാൽ അതിനെ എയ്തു വീഴ്ത്തി ശാശ്വതങ്ങളായ ലോകങ്ങളെ അപ്രാപ്യമാക്കി. ഭാഗ്യ വശാൽ ക്രൗഞ്ചമിഥുനത്തിന് ഇണ ചേർന്നു രമിക്കുവാൻ സൗകര്യമുണ്ടായി. നിർഭാഗ്യവശാൽ അത് പൂർത്തിയാകുന്നതിനു മുമ്പ് ഒന്ന് കൂരമ്പിന് വിധേയമായി. നിർഭാഗ്യവശാൽ വാല്മീകിക്ക് നിഷാദന്റെ ക്രൂരത കണ്ട് ദുഃഖിക്കുവാനിടയായി. ലോകത്തിന്റെ ഭാഗ്യമെന്നു പറയണം, ആ ദുഃഖം വാഗ്‌രൂപത്തിൽ വന്നത് ആദ്യത്തെ കവിതയായിട്ടാണ്. ഭാഗ്യവും നിർഭാഗ്യവും ഈശ്വരേച്ഛയും വിധിയും ഗംഗയിൽ സംഗമിക്കുന്ന യമുനയെപ്പോലെ ജീവിതത്തെ വൈരുദ്ധ്യാധിഷ്ഠിതമാക്കുന്നു.

ശാകുന്തളത്തിന്റെ രഹസ്യത്തെ മുഴുവൻ ഒളിച്ചുവച്ചിരിക്കുന്ന ഒരു ശ്ലോകം നാം നേരത്തെ ഉദ്ധരിക്കുകയുണ്ടായല്ലോ. അതിൽ കുറെക്കൂടി നമുക്ക് ശ്രദ്ധവെച്ച് കാളിദാസൻ ഗുപ്തമാക്കി വെച്ചിരിക്കുന്ന പ്രതീകങ്ങളെ ഒന്നു മനസ്സിലാക്കാൻ ശ്രമിക്കാം:

'കണ്ഠനാളമഴകിൽ തിരിച്ചനുപദം രഥം പിറകിൽനോക്കിയും' എന്നു പറയുന്നിടത്ത്, തന്നെ വിടാതെ പിന്നാലെ കൂടുന്ന ദുഷ്യന്ത മഹാരാജാവിനെ പിന്നെയും പിന്നെയും തിരിഞ്ഞുനോക്കിപ്പോകുന്ന ശകുന്തളയെ മാനിനുപകരം സങ്കല്പിക്കുവാൻ ഒരു പ്രയാസവുമില്ല. ശകുന്തളയുടെ കാര്യത്തിൽ, തിരിഞ്ഞുനോക്കുന്നത് രഥത്തെയല്ല, രഥത്തിന്റെ സ്വാമിയെയാണ്. മാനിന് ശരഭയം എങ്ങനെയോ അങ്ങനെ തന്നെയാണ് കുലീനമായ സ്ത്രീക്ക് പുരുഷാഗമവും. മൃഗയാവിനോദത്താൽ മാനിന്റെ പട്ടൊത്ത മേനിയിൽ കൂർത്ത ശരത്തെ കയറ്റുന്നതും പ്രേമലീലയിൽ പുരുഷൻ സ്ത്രീയെ പ്രാപിക്കുന്നതും ലൈംഗികതയുടെ

അക്രമപ്രസക്തമായ പ്രക്രിയയെ പ്രദ്യോതിപ്പിക്കുന്നതാണ്. കാളിദാസൻ അതെത്ര ഭംഗിയായി വരച്ചു കാണിക്കുന്നു:-

'പശ്ചാർദ്ധേനപ്രവിഷ്ടഃ ശരപതനഭയാദ്ഭൂയസാ പൂർവ്വകായം.'

നിഷാദന്റെ ക്രൗഞ്ചത്തെപ്പോലെയാണ് രാജാവിന്റെ മുമ്പിൽ ഓടുന്ന മാൻ. അതിനെ മാൻപേടയാക്കാതിരുന്നത് കാളിദാസന്റെ ഔചിത്യ വിചാരത്താലാണ്. എന്നാലും മാൻപേടയായിരുന്നെങ്കിൽ ശകുന്തളയോട് ഉപമിക്കുന്നതിലുള്ള സാരസ്യം അധികമാകുമായിരുന്നു. സ്ത്രീയോട് ധാർഷ്ട്യം കാണിക്കുന്ന വീരബാഹുവായ രാജാവെന്നു പറയുന്നത് ഔചിത്യഭംഗം ഉണ്ടാകുമെന്നു കരുതിയിരിക്കണം. കാമബാധിതമായ മനസ്സിന് ചക്ഷുപ്രീതി, മനസ്സംഗം, ജാഗരം, നിർല്ലജ്ജ, അരതി, മൂർച്ഛ ഇതെല്ലാം വഴിക്കുവഴി വരുമെന്നുള്ളത് ശകുന്തളയുടെ സ്ഥിതി പിന്നീട് കാളിദാസൻ വിവരിക്കുന്നതിൽ നിന്ന് നമുക്ക് മനസ്സിലാക്കാം. കാളി ദാസന്റെ വാക്കുകൾ കേൾക്കുക:-

'ദർഭൈരർദ്ധാവലീഢൈഃ ശ്രമ
വിവൃതമുഖഭ്രംശിഭിഃ കീർണ്ണവർത്മാ
പശ്യോദഗ്രപ്ലുതത്വാദ്വിയതി ബഹുതരം
സ്തോകമുർവ്യാംപ്രയാതി'

വിധിയുടെ ക്രൂരഹസ്തത്തിൽ കിടന്നു പിടയുമ്പോൾ, ഭാഗ്യാതിരേകം കൊണ്ടു പുളകിതരാകുമ്പോൾ, അതുവരെ ജീവിതത്തിൽ മുഖ്യമെന്നു കരുതിയ എത്രയോ താത്പര്യങ്ങളാണ് മാനിന്റെ വായിൽ നിന്ന് പുല്ലു താഴെ പൊഴിഞ്ഞു വീഴുന്നതുപോലെ നമ്മളിൽ നിന്ന് വഴുതി വീഴുന്നത്. ക്രൗഞ്ചത്തെ എയ്യുന്ന നിഷാദൻ, മാനിന്റെ പിന്നാലെ ഓടുന്ന രാജാവ്, ശകുന്തളയെ പ്രാപിക്കാൻ വെമ്പൽകൊള്ളുന്ന ദുഷ്യന്തൻ, മൈഥിലിയെ സ്വന്തമാക്കുവാൻ കുതുകിയായി നിൽക്കുന്ന രാമൻ, അങ്ങനെ ഒരു കഥ തന്നെ എത്ര രൂപത്തിൽ വരുന്നു! നിഷാദനും രാജാവും ദുഷ്യന്തനും ശരമെയ്തു കൊള്ളിക്കുന്നതിലാണ് കുതുകിയായിരിക്കുന്നത്. അതിൽ ഒട്ടനേകം ചരിത്രരഹസ്യങ്ങൾ ഒളിഞ്ഞു കിടക്കുന്നു.

വിശ്വാമിത്ര മഹർഷിയോട് വിദേഹത്തിലെ രാജാവായ ജനകൻ പറയുന്നു:-

'അഥ മേ കൃഷതഃ ക്ഷേത്രം
ലാംഗലാദുത്ഥിതാ പുരാ
ക്ഷേത്രം ശോധയതാ ലബ്ധാ
നാമ്നാ സീതേതി വിശ്രുതാ
ഭൂതലാദുത്ഥിതാ സാ തു
വ്യവർദ്ധത മമാത്മജാ
വീര്യശുല്ക്കേതി മേ കന്യാ
സ്ഥാപിതേയമയോനിജാ.'

(പണ്ടൊരിക്കൽ യാഗഭൂമിയെ ഞാൻ ഉഴുതുകൊണ്ടിരിക്കുമ്പോൾ, ഉഴവു ചാലിൽ നിന്ന് ഒരു പെൺകുട്ടി പുറത്തു വന്നു, യാഗഭൂമിയെ ശുദ്ധി ചെയ്യുന്നവനായ എന്നാൽ എടുക്കപ്പെടുകയും ചെയ്തു. അതു മുതൽ അവൾ സീത എന്ന പേരിനാൽ പ്രസിദ്ധയായിത്തീർന്നു. ഗർഭവാസ മില്ലാത്തവളായി ഭൂമിയിൽ നിന്നും എനിക്ക് ലഭിച്ച, പ്രത്യക്ഷ മഹാലക്ഷ്മി യായ ഈ കന്യകയും എന്റെ പുത്രിയായി വളർന്നുവന്നു. ഇക്കാരണ ത്താൽ വീര്യത്തിന് സമ്മാനമായി നല്കപ്പെടേണ്ടവളായി നിശ്ചയിക്ക പ്പെട്ടിരിക്കുന്നു.)

മിഥിലാധിപനായ ജനകമഹാരാജാവ് സീതയുടെ ജനനകഥ ഇപ്രകാ രമാണ് വിശ്വാമിത്രന് പറഞ്ഞുകൊടുക്കുന്നത്. യേശുക്രിസ്തുവിന്റെ ജന നത്തെപ്പറ്റിയുള്ള കഥയിൽ യേശു കന്യകയിൽ നിന്നു ജനിച്ചു എന്നു പറയുന്നു. എന്നാൽ സീതയുടെ കഥ ഒരുപടികൂടി അതിശയം കലർന്ന താണ്. പിതാവിൽ നിന്നുള്ള ബീജാധാനം കൂടാതെയും മാതൃഗർഭത്തിൽ കിടക്കാതെയും സീത സ്വയമേ ഭവിച്ചു എന്നാണ് പറഞ്ഞിരിക്കുന്നത്. ഇത് അക്ഷരാർത്ഥത്തിൽ എടുക്കാവുന്ന ഒരു വിവരണമല്ല. സീതയുടെ അച്ഛനായി തീർന്നത് ജനകനാണ്. ജനകൻ വിദേഹനെന്ന കീർത്തിയോടു കൂടിയവനാണ്. വിദേഹനെ ബൃഹദാരണ്യകോപനിഷത്തിലും മറ്റും വിശോകനായ ആത്മവിത്തായിട്ടാണ് പറഞ്ഞിരിക്കുന്നത്. അതുകൊണ്ട് സീതോൽപ്പത്തിയെ പ്രതീകാത്മകമായിത്തന്നെ മനസ്സിലാക്കണം.

വൈദികസംസ്കാരം ഭാരതഭൂമിയിൽ വളരുന്ന കാലത്തു തന്നെ അതിനെക്കാളും പ്രാചീനമായ ഒരു സംസ്കാരം ഇവിടെ നിലനിന്നി രുന്നു. ഈ മണ്ണിന്റെ ഉടമകളായിരുന്ന പ്രാഗ്വൈദികരാജാക്കൻമാരാ യിരുന്നു ആ സംസ്കൃതിയുടെ ഉടമകൾ. വൈദിക ബ്രാഹ്മണർക്ക് അറി യാൻ പാടില്ലാതിരുന്ന അധ്യാത്മജ്ഞാനം ജനകൻ തുടങ്ങിയ രാജാക്ക ന്മാർക്ക് അറിയാമായിരുന്നു. പശുപതി ശിവനെ ആദ്യത്തെ യോഗമാതൃ കയാക്കിയത് മോഹൻജദാരോ ശില്പങ്ങളിൽ നിന്നും മറ്റും നമുക്ക് മന സ്സിലാക്കുവാൻ കഴിയുന്നു. ആ ശിവനോട് ബന്ധപ്പെട്ടു കിടക്കുന്നു. ജന കന്റെയും സീതയുടെയും കഥ. ഋഗ്സാമയജുർവേദങ്ങളിൽ വൈദിക ബ്രാഹ്മണൻ ആധിപത്യം സ്ഥാപിച്ചു കഴിയുമ്പോൾ ക്ഷത്രിയർ അഥർവ്വ ത്തെ അവരുടെ വേദമായി മാനിക്കുന്നു. ഈ വസ്തുത വാല്മീകിരാമാ യണത്തിലെ ബാലകാണ്ഡത്തിൽ അനുസ്മരിക്കുന്നുണ്ട്. മൂന്നു വേദ ങ്ങളെ അറിഞ്ഞവരിൽ അദ്വിതീയനായി പറയപ്പെടുന്നത് വസിഷ്ഠമ ഹർഷിയാണ്. വസിഷ്ഠന്റെ പ്രതിയോഗിയായിരുന്ന വിശ്വാമിത്രൻ ബ്രാഹ്മ ണനായിരുന്നില്ല. ക്ഷത്രിയനായിരുന്നു. ഉപനിഷത്തുക്കളുടെ വിഭജനം നോക്കുമ്പോൾ അഥർവ്വവേദത്തിന്റെ ഭാഗമായി വരുന്ന ഉപനിഷത്തുക്ക ളിലാണ് ശുദ്ധവേദാന്തം വളരുന്നതായി നാം കാണുന്നത്.

ദേഹബുദ്ധിയെ വെടിഞ്ഞ് ആത്മവിത്തുക്കളായിക്കഴിയുന്ന ജ്ഞാനി കൾക്ക് മുഖ്യാധാരമായിരിക്കുന്ന മുണ്ഡകം, പ്രശ്നം, മാണ്ഡൂക്യം, ഗർഭം,

പ്രാണാഗ്നിഹോത്രം തുടങ്ങി ഒട്ടനേകം ഉപനിഷത്തുകൾ വളർത്തിയെടുത്തത് പ്രാഗ്വൈദികരായ ഭാരതത്തിലെ ഭൂമിപുത്രൻമാർ തന്നെ ആയിരുന്നു. വിദേഹനായ ജനകനോടും മറ്റും ബൃഹദാരണ്യകത്തിലെ യാജ്ഞവല്ക്യാദികൾക്കു വേഴ്ചയുണ്ടായിരിക്കുന്നതു കാണുമ്പോൾ ഒരു ആര്യാനാര്യ സംവാദവും പുനഃപ്രവചനവും നടന്ന കാലഘട്ടമായിരുന്നു അതെന്ന് നാം മനസ്സിലാക്കണം. അദ്ധ്യാത്മപ്രധാനമായ ജ്ഞാനോപനിഷത്തുകൾ ബ്രാഹ്മണർക്കു ലഭിക്കുന്നതിനു മുമ്പുതന്നെ ഭൂമി പുത്രന്മാരായ ക്ഷത്രിയൻമാർക്ക് സുപരിചതമായിരുന്നുവെന്ന് പോൾഡോയ്സൺ അദ്ദേഹത്തിന്റെ “Philosophy of the Upanishads” (ഫിലോസഫി ഓഫ് ദി ഉപനിഷത്സ്) എന്ന വിശ്രുതമായ ഗ്രന്ഥത്തിൽ സമർപ്പിച്ചിട്ടുണ്ട്. (ബ്രഹ്മജ്ഞാനത്തിൽ ജനകൻ മഹാകുതുകിയായിരുന്നുവെന്ന് ബൃഹദാരണ്യകത്തിലെ രണ്ടാം അദ്ധ്യായം ഒന്നാം ബ്രാഹ്മണത്തിലെ ഒന്നാം മന്ത്രത്തിൽ നിന്നു തന്നെ തെളിയുന്നു. യാജ്ഞവല്ക്യനെ നാം കാണുന്നത് വിദേഹ ചക്രവർത്തിയായ ജനകന്റെ രാജസദസ്സിലാണ്. യാജ്ഞവല്ക്യനെ അന്വേഷിച്ച് വിദേഹൻ അങ്ങോട്ടു ചെല്ലുകയല്ല ചെയ്യുന്നത്. ചക്രവർത്തിയെ തേടി യാജ്ഞവല്ക്യൻ കൊട്ടാരത്തിലേക്ക് വരുകയാണ് ചെയ്യുന്നത്. യാജ്ഞവല്ക്യന്റെ ആഗമനത്തെപ്പറ്റി രാജാവ് ചോദിക്കുന്നത്.

‘കിമർത്ഥമചാരീഃ പശൂനിച്ഛൻ, അണ്വന്താനിതി’

(എന്തിനെ ഇച്ഛിച്ചാണ് ഭഗവാൻ വന്നത്? പശുക്കളെ ആഗ്രഹിച്ചോ അതോ ആദ്ധ്യാത്മിക പ്രശ്നങ്ങൾ ചോദിക്കുന്നതു കേൾക്കുന്നതിനോ?) അതിനു യാജ്ഞവല്ക്യൻ പറയുന്ന മറുപടി ‘ഉഭയമേവ’ (രണ്ടിനേയും ആഗ്രഹിച്ച്) എന്നാണ്. പിന്നീട് നാം ദീർഘമായ ജനകയാജ്ഞവല്ക്യ സംവാദം കേൾക്കുന്നു. സാധാരണ വൈദിക ബ്രാഹ്മണർ ഋഗ്യജുർസാമവേദങ്ങളെ മാത്രമേ കൈക്കൊള്ളാറുള്ളൂ. എന്നാൽ യാജ്ഞവല്ക്യൻ നാലാം അദ്ധ്യായം ഒന്നാം ബ്രാഹ്മണം രണ്ടാം മന്ത്രത്തിൽ അഥർവ്വവേദം ഉൾപ്പെടുത്തി സംസാരിക്കുന്നു. ബൃഹദാരണ്യകം 4-ാം അദ്ധ്യായം രണ്ടാം ബ്രാഹ്മണത്തിൽ യാജ്ഞവല്ക്യൻ ജനകന്റെ ബ്രഹ്മജ്ഞാനത്തെ പുകഴ്ത്തുന്നു. വിദേഹപ്രാപ്തിയെപ്പറ്റി സംസാരിക്കുകയും ചെയ്യുന്നു. നാലാമദ്ധ്യായം മൂന്നാം ബ്രാഹ്മണം രണ്ടാം മന്ത്രം വ്യാഖാനിക്കുമ്പോൾ ശങ്കരൻ തന്നെ സമ്മതിക്കുന്നുണ്ട്, ജനകന് ആത്മബോധം ഇല്ലാഞ്ഞിട്ടല്ല യാജ്ഞവല്ക്യനോട് ചോദ്യങ്ങൾ ചോദിക്കുന്നതെന്ന്. ഋഷിയും ആചാര്യനുമായിരിക്കുന്ന യാജ്ഞവല്ക്യനെ അങ്ങോട്ടു പഠിപ്പിക്കുന്നതിലും മര്യാദയായിട്ടുള്ളത് തനിക്കറിയാവുന്നത് ചോദ്യരൂപത്തിലങ്ങോട്ടു ചോദിക്കുകയാണ്. ഇവിടെ ജനകന്റെ പ്രശംസനീയമായ സ്വഭാവവൈശിഷ്ട്യമേ നാം കാണുന്നുള്ളൂ.

വീര്യശുല്ക്കയായ സീതയെ വേൾക്കുവാൻ കൊതിക്കുന്നവൻ ചെയ്യേണ്ടിയിരുന്നത് അസാധാരണമായ ഒരു വില്ലിനെ എടുത്തു

ഞാണേറ്റുക എന്നതാണ്. ആ വില്ലിന്റെ കഥകൂടി അല്പം മനസ്സിലാ യാൽ അദ്ധ്യാത്മരാമായണത്തിലെ അടിയും തിരിച്ചടിയും എത്ര സങ്കീർണ്ണമായിരുന്നുവെന്ന് നമുക്ക് അറിയാൻ കഴിയും.

ദേവരാതഃ ഇതി ഖ്യാതോ നിമേഃ ഷഷ്ഠോ മഹീവതിഃ
ന്യാസോऽയം തസ്യ ഭഗവൻ ഹസ്തേ ദത്തോ മഹാത്മനാ (8)

ദക്ഷയജ്ഞവധേപൂർവ്വം ധനുരായാമ്യ വീര്യവാൻ
സ്തുത്രിദശാൻ രോഷാത് സലീലമദിമബ്രവീത് (9)

യസ്മാദ് ഭാഗാർത്ഥിനോ ഭാഗാന്നാ കല്പയതമേ സുരാഃ
വരാംഗാനി മഹാർഹാണി ധനുഷാ ശാതയാമി വഃ (10)

അതേ വിമനസ്സർവ്വേ ദേവാവൈ മുനിപുംഗവ
പ്രസാദയന്തി ദേവേശം തേഷാം പ്രീതോऽഭവദ്ഭവഃ (11)

പ്രീതിയുക്തഃ സ സർവ്വേഷാം ദദൗ തേഷാം മഹാത്മനാം (12)

തദേതദ്ദേവ ദേവസ്യ ധനൂരത്നം മഹാത്മനാഃ
ന്യാസഭൂതം തദാന്യസ്തമസ്മാകം പൂർവ്വ കേവിദോ (13)

(ശ്രീമദ് വാല്മീകി രാമായണം - ബാലകാണ്ഡം - 66-ാം സർഗ്ഗം)

നിമിചക്രവർത്തിയിൽ നിന്ന് ആറാമത്തെ ചക്രവർത്തിയായി ദേവ രതൻ എന്നു പ്രസിദ്ധിയാർന്ന മഹാനുണ്ടായിരുന്നു. അദ്ദേഹത്തിന്റെ വശം സൂക്ഷിപ്പാനായി ഇത് മഹാത്മാവായ പരമേശ്വരനാൽ കൊടു ക്കപ്പെട്ടു. (8)

മഹാശക്തിമാനായ രുദ്രഭഗവാൻ, പണ്ട് കോപാവേശത്താൽ ദക്ഷന്റെ യാഗത്തെ മുടക്കം ചെയ്യുന്ന സമയം വില്ലിനെ കയ്യിലെടുത്തു കൊണ്ട്, ദേവന്മാരെ നോക്കി പരിഹാസമായി ഇപ്രകാരം അരുൾ ചെയ്തു: (9)

അല്ലയോ ദേവന്മാരെ, യാഗത്തിൽ ഹവിർഭാഗത്തെ ആവശ്യപ്പെട്ട എനിക്ക്, തക്കതായ ഓഹരികളെ നിങ്ങൾ നൽകിയില്ല. അതിനാൽ നിങ്ങളുടെ മേന്മയേറിയ അണികൾ പൂണ്ട ശിരസ്സുകളെ വില്ലുകൊണ്ട് കൊയ്തുകളയാം. (10)

ഹേ, മുനിവര്യാ! അപ്പോൾ ദേവന്മാർ എല്ലാവരും മനസ്സു കലങ്ങിയ വരായി പരമശിവനെ പുകഴ്ത്തി പ്രാർത്ഥന ചെയ്കയായി. ശിവനും അവരിൽ പ്രസാദിച്ചവനായി ഭവിച്ചു. (11)

ആ മഹാത്മാക്കളെല്ലാവരിലും പ്രസാദിച്ചവനായ അദ്ദേഹം ഈ വില്ലിനെ അവരുടെ പക്കൽ കൊടുത്തു. (12)

പ്രഭോ! മഹാത്മാവായ പരമശിവന്റെ ആ ശ്രേഷ്ഠധനുസ്സാകുന്നു ഇത്. നമ്മുടെ പൂർവ്വികന്റെ പക്കൽ അക്കാലം (ശിവാജ്ഞയാൽ, ദേവന്മാ രാൽ സൂക്ഷിപ്പാനായി പൂജിപ്പാനായി) കൊടുക്കപ്പെട്ടു. (13)

ഇവിടെ ഒരു ചോദ്യം ഉദിക്കുന്നു: എന്തുകൊണ്ടാണ് ദക്ഷയാഗത്തിൽ പരമേശ്വരനായ ശിവനെ, ദക്ഷൻ നിസ്സാരനാക്കി ഹവിസ്സ് നൽകാതിരുന്നത്? എന്നിട്ടും മറ്റു ദേവതകളെല്ലാം എന്തുകൊണ്ടാണ് ദക്ഷന്റെ പക്ഷത്ത് നിലയുറപ്പിച്ചത്? വിഷ്ണുവോ ബ്രഹ്മാവോ എന്തുകൊണ്ടാണ് ദക്ഷനെ തിരുത്താതിരുന്നത്? രാമായണത്തിലെ ഈ പുരാവൃത്തമോർക്കുമ്പോൾ, ശിവനെ എന്തുകൊണ്ടാണ് രുദ്രൻ എന്ന് വിളിച്ചിരിക്കുന്നത്? ശിവൻ രുദ്രനായിരുന്നോ? ആരാണ് രുദ്രൻ? രുദ്രശിവനും രാവണനും തമ്മിൽ എന്തു ബന്ധം? രാവണനെ ഹനിക്കുവാൻ എന്തുകൊണ്ട് രാമന് പാശുപതം ആവശ്യമായി വന്നു? പാശുപതം എന്ന അസ്ത്രത്തിനും പശുപതി എന്ന പേരിനും എന്തും ബന്ധം? രാമൻ എന്തിന് ശിവനെ രാമേശ്വരനാക്കി?

മണ്ണിന്റെ മകളായ സീതയെ ദശരഥപുത്രനായ രാമൻ വേട്ടു. രാമനെ എന്തിന് സീത 'ആര്യപുത്രാ' എന്നു വിളിക്കുന്നു? സീതയോട് അഗ്നിപ്രവേശം ചെയ്യുവാൻ രാമൻ ആവശ്യപ്പെട്ടതെന്തിന്? സതി എന്നാൽ എന്ത്? ഈ കുരുക്കുകളെല്ലാം തീർത്തെടുക്കണമെങ്കിൽ പ്രാഗ്വൈദിക - വൈദികചരിത്രത്തിന്റെ പല ചുരുളുകളും അഴിച്ചു നോക്കേണ്ടി വരും. കഥ തുടരേണ്ടത് പശുപതി ശിവന്റെ മോഹൻജദാരോവിൽ നിന്നാണ്. മോഹൻജദാരോ മുതൽ കാശ്മീരടക്കം തായ്‌ലാന്റ് വഴി കാംബോജവും ശാന്തസമുദ്രദ്വീപുകളും ഉൾപ്പെടുത്തി എടുക്കാവുന്ന ഒരു സംസ്കാരത്തിലെ ധ്യാനാത്മകതയിൽ നിന്നു തുടങ്ങി, സർവ ജീവജാലങ്ങളെയും തന്നിലേക്കാകർഷിച്ചുകൊണ്ട് മൗനമുദ്രയോടു കൂടിയിരിക്കുന്ന പശുപതി ശിവയോഗിയുടെ പ്രതീകത്തിൽ നിന്നുമാണ് ഭാരതചരിത്രം ആരംഭിക്കുന്നത്.

മദ്ധ്യേഷ്യയിൽ നിന്നും മഹാദ്രാവിഡത്തിൽ പ്രവേശിച്ച ആര്യന്മാർ സിന്ധു ഗംഗാ സമതലം ആര്യാവർത്തമാക്കുന്നത് റോമൻ അണികൾ ഗ്രീസിനെ അടിമപ്പെടുത്തിയ ചരിത്രത്തോട് കിടപിടിക്കുന്നതാണ്. ആശയങ്ങളുടെ ഉദാത്തത കൊണ്ടും, ചിന്തയുടെ ഔത്കൃഷ്ട്യം കൊണ്ടും, അറിവിന്റെ ആഴം കൊണ്ടും, ലാവണ്യബോധത്തിന്റെ സംഫുല്ലത കൊണ്ടും ഗ്രീക്കുകാരെ അദ്ഭുതാദരങ്ങളോടെയേ റോമൻ പട്ടാളശക്തിക്ക് കാണുവാൻ കഴിഞ്ഞിരുന്നുള്ളൂ. എന്നാലും കീഴടക്കിയവന്റെ മുഷ്കോടെ, അവർ ഗ്രീക്കുകാരെയും അവരുടെ ഭാഷയേയും അടിമത്തത്തിൽ തളച്ചിട്ടു. അതു തന്നെയാണ് പശുമേധവും സുരപാനവും സോമപൂജയും ഒക്കെയായി കുതിരപ്പുറത്ത് കയറിയും രഥം ഓടിച്ചും ഇവിടെ എത്തിയ ആര്യന്മാർ പ്രാഗ്വൈദികരായ കറുത്ത ഇന്ത്യാക്കാരുടെ കന്നുകാലികളെയും പെൺകുട്ടികളെയും തട്ടിയെടുത്ത് സുഖലോലുപരായി വർത്തിച്ച ആര്യന്മാരെ കൃഷ്ണവർണ്ണക്കാരായ ഭാരതീയ കൃഷിക്കാരന് എതിർക്കാതിരിക്കുവാൻ കഴിഞ്ഞില്ല. പിതൃക്കളെ പൂജിക്കുന്ന കറുത്ത ഇന്ത്യക്കാരനും ദേവഗണങ്ങളെ പൂജിക്കുന്ന വെളുത്ത ആര്യനും ശത്രു

മിത്രഭാവങ്ങളുടെ കയ്പും മധുരവും അനുഭവിച്ച് ഇന്ത്യക്ക് ഒരു പുതിയ ചരിത്രവും പുതിയ സംസ്കാരവും ഉണ്ടാക്കുന്ന കാലത്ത് രചിക്കപ്പെട്ട ഇതിഹാസങ്ങളാണ് രാമായണവും മഹാഭാരതവും. രാമായണം എഴുതിയത് ഇപ്പോഴത്തെ ഭാഷയിൽ പറഞ്ഞാൽ ഒരു ഗിരിജനായ (കാട്ടാളനായ) വാല്മീകി. മഹാഭാരതം എഴുതിയത് ഒരു മുക്കുവനായ വ്യാസൻ - അല്ല. കൃഷ്ണദ്വൈപായനൻ, ജംബുദ്വീപെന്ന ഇന്ത്യയിലെ ദേശീയ എഴുത്തുകാരനായ കറുത്തവൻ.

കൃഷ്ണ - കറുത്തവൻ

ദ്വൈപായന - ഇന്ത്യക്കാരൻ

വ്യാസൻ - എഴുത്തുകാരൻ

ആ കാലഘട്ടത്തിലെ അടി വന്നത് വൈദികനിൽ നിന്ന്, ആര്യനിൽ നിന്ന്, വൈഷ്ണവനിൽ നിന്ന്, വിദേശീയനിൽ നിന്ന്. തിരിച്ചടി വന്നത് പ്രാഗ്വൈദികനിൽ നിന്ന്. പ്രോട്ടോ ദ്രാവിഡനിൽ നിന്ന് (Proto - Dravidian), ശൈവനിൽ നിന്ന്, സ്വദേശീയരിൽ നിന്ന്, കറുത്തവരിൽ നിന്ന്. രണ്ടു സംഘമായി നിന്ന് പൊരുതുകയല്ല അവർ ചെയ്തത്. സ്വന്തം സ്ത്രീകളില്ലാതെ മദ്ധ്യേഷ്യയിൽ നിന്നും കടന്നു വന്ന വൈദേശികർ പല തന്ത്രങ്ങളിൽ കൂടിയും പെൺകുട്ടികളെ സ്വീകരിച്ചു. ബലം പ്രയോഗിച്ചു പെൺകുട്ടികളെ പിടിച്ചുകൊണ്ടുപോകുന്നത് ഒരു പരിഷ്കൃത സമ്പ്രദായമായിപ്പോലും അവർ എഴുതി വെച്ചു. രഹസ്യത്തിൽ പെൺകുട്ടിയെ വേൾക്കുന്നതിന് ഗാന്ധർവ്വം എന്ന ഓമനപ്പേരും അവരിട്ടു. അങ്ങനെ ആര്യന്മാരുടെ താവളത്തിൽ വന്നു ജീവിക്കുവാനിടയായ സ്ത്രീകൾ മടങ്ങിപ്പോകാതിരിക്കാൻ, അവർ ദാമ്പത്യത്തിന് പുതിയ കീഴ്വഴക്കങ്ങൾ ഉണ്ടാക്കി. സ്ത്രീ ആര്യ അല്ലാതിരുന്നതുകൊണ്ട് അവൾക്കു പാതിത്യം നൽകി. അവളെ വേദപഠനത്തിൽ നിന്നും മാറ്റി നിറുത്തി. ഭർത്താവിന്റെ മരണാനന്തരം ഭാരതീയ സ്ത്രീകൾ അവരുടെ സ്വന്തം ബന്ധുക്കളിലേക്കു മടങ്ങിപ്പോകുന്നതിനെ ഒഴിവാക്കാനായി ഉടന്തടിച്ചാട്ടം (സതി) ഏർപ്പെടുത്തി. വാസ്തവത്തിൽ സതി എന്നു പറയുന്നതു ചതിയാണ്.

ഋഗ്വേദത്തിൽ ഇല്ലാതിരുന്ന ശിവന് ത്രിമൂർത്തികളിൽ ഒന്നായി സ്ഥാനം നൽകി. സർവ്വഗുണോത്തമനായ പശുപതി ശിവനെ ആര്യന്മാർ തമസ്സിന്റെയും നാശത്തിന്റെയും ദേവതയായി തരം താഴ്ത്തി, വേദത്തിലെ രുദ്രന്റെ സ്ഥാനം കൊടുത്തു. രുദ്രൻ എന്നാൽ രോദിക്കുന്നവൻ. രാവണൻ എന്നാൽ കരയുന്നവൻ. അതുകൊണ്ട് മദിരയും സോമവും കുടിച്ചു പൊട്ടിച്ചിരിക്കുന്ന വൈഷ്ണവ ദേവതകൾക്കെതിരായി കരയുന്ന രുദ്രശിവനെയും കരയുന്ന രാവണനെയും ഒക്കെ അണിനിരത്തുവാൻ അവർ സാഹിത്യമുണ്ടാക്കി. ആര്യന്റെ ഈ മുഷ്ക്ക് തീർക്കുവാനായി ശിവൻ പാശുപതം കൊണ്ടുവന്നു. പിനാകിയായ ശിവന്റെ മഹാധനുസ്സ് കണ്ടു ഭയന്നു വിറച്ച ദേവന്മാർ സ്തുതിപാഠകരായി തീർന്ന കഥ

രാമായണത്തിൽ തന്നെ രേഖപ്പെടുത്തിയിരിക്കുന്നത് നാം കണ്ടുവല്ലോ. ആ വില്ല് ജനകന്റെ പുത്രിയെ വേൾക്കുവാൻ വരുന്ന ആര്യപുത്രന് വെല്ലു വിളിയായി വന്നതിന്റെ സാംഗത്യം ഇപ്പോൾ മനസ്സിലായിക്കാണുമല്ലോ. ശിവന്റെ വില്ലൊടിച്ച രാമന് പിന്നീട് ശിവപൂജ നടത്തി പാശുപതത്തി നായി അർത്ഥിക്കേണ്ടുന്ന കർമ്മപരിപാകം ഉണ്ടായത് ശ്രദ്ധേയമാണ്. ആര്യപുത്രനായ രാമനും മണ്ണിന്റെ മകളായ സീതയും (ജാനകിയും) തമ്മിലുള്ള വേഴ്ച ഭാരതത്തിലെ ആര്യദ്രാവിഡ സംസ്കാരങ്ങളുടെ വിവാഹം കൂടിയായിരുന്നു. ഉറപ്പില്ലാത്ത വിവാഹം. അടികളുടെയും തിരി ച്ചടികളുടെയും ഇടയിൽക്കൂടി ജീവിക്കേണ്ടി വന്ന വിവാഹം. ആര്യപുത്ര നിൽ നിന്നും അനാര്യരാജാവായ രാവണന്, ഭൂമിപുത്രിയെ അകറ്റേണ്ടി വന്നത് കാമപൂരണത്തിനായിരുന്നോ? ആര്യന്മാർ സ്ത്രീകളോട് കാണി ച്ചിരുന്ന ഏതെങ്കിലും ഒരു ധാർഷ്ട്യം രാവണൻ സീതയോട് കാണി ച്ചുവോ? മോസ്റ്റ് ജന്റിൽമാൻലി ബിഹേവിയർ (Most gentlemanly behaviour) എന്ന് ഇംഗ്ലീഷിൽ പറയാവുന്നതായിരുന്നില്ലേ രാവണന്റെ പെരുമാറ്റച്ചിട്ട! ആര്യന്മാരുടെ പെരുമാറ്റത്തിന്റെ ശൈലിയെ ചിത്രീകരി ക്കുന്നതല്ലേ മൂക്കും മുലയും അരിയപ്പെട്ട ശൂർപ്പണഖയുടെ ചിത്രം? വെറും ഒരു രജകന്റെ വൃഥാ ഭാഷണമാണോ രാമനെ ഭയപ്പെടുത്തിയത്? അതോ മഹാരാജാവിന്റെ പട്ടമഹിഷിയായിരിക്കാൻ ഒരു നാടൻ പെണ്ണിന് യോഗ്യത യില്ല എന്നുള്ള ബ്രാഹ്മണമതമോ? സഹസ്രാബ്ദങ്ങളായി ഒളിച്ചു വെച്ചി രിക്കുന്ന ഭാരത ചരിത്രത്തിലെ സാഹിത്യ നുണകൾ പുനഃപരിശോധന ചെയ്ത് സത്യമായ ഒരു സാംസ്കാരിക ചരിത്രം ഇനി ആദ്യം മുതൽ എഴുതേണ്ടുന്നത് ആവശ്യമായി തോന്നുന്നില്ലേ? അങ്ങനെ ഒരു ചരിത്ര മെഴുതണമെങ്കിൽ അതിന്റെ നാഭിസ്ഥാനമായിരിക്കുന്നത് സീതയാണ്.

സീതയെ ആദ്യംതന്നെ ജനകൻ അവതരിപ്പിച്ചിട്ടുള്ളതു വീര്യവാനു സമ്മാനിതയാകണമെന്നു പറഞ്ഞുകൊണ്ടാണ്. ആര്യന്മാർക്കു ആവശ്യം കന്യാദാനമാണ്. പ്രാഗ്വൈദികരായ ഇന്ത്യൻ രാജാക്കന്മാർ നിശ്ചയിച്ചി ട്ടുള്ളതു സ്വയംവരമാണ്. ആദ്യം പറഞ്ഞതിൽ, സ്ത്രീ കൊടുക്കൽ വാങ്ങ ലുകൾക്കുള്ള ഒരു സാധനമാണ്. വിലപ്പെട്ട സാധനം. സ്വയംവരത്തിൽ സ്ത്രീയുടേതാണു അന്ത്യ തീരുമാനം. അവൾക്കു വേണ്ടന്നു പറഞ്ഞാൽ വേണ്ട. അർജ്ജുനനെ കാത്തിരിക്കുന്ന ദ്രൗപതിയെ മോഹിച്ചു വില്ലു കൈയിലെടുത്ത കർണ്ണനോടു ദ്രൗപതി തീർത്തു പറഞ്ഞു അവൾക്കു കർണ്ണനെ വേണ്ടെന്ന്. കാരണം എന്തുമായിക്കൊള്ളട്ടെ. കർണ്ണൻ തന്റെ ആഗ്രഹത്തെ ഉപേക്ഷിക്കാൻ നിർബന്ധിതനായി. സീതാപരിഗ്രഹത്തിന്റെ ശൈലി സ്വയംവരത്തിന്റേതായിരുന്നു. എന്നാൽ വീര്യം കൊണ്ടുപിടിച്ചു പറ്റുന്ന ആര്യശൈലിയും കന്യാദാനം എന്ന മാന്യതയില്ലാത്ത (സ്ത്രീയെ സംബന്ധിച്ചിടത്തോളം) ഏർപ്പാടും കലർന്നു നില്ക്കുന്നു.

> ദർഭയൊപ്പം വിരിച്ചിട്ടു യഥാവിധി സമന്ത്രമായ്
> വേദിമേലഗ്നി കത്തിച്ചു വിധിമന്ത്ര പുരസ്സരം
> ഹോമിച്ചാതങ്ങു തേജസ്വി വസിഷ്ഠൻ ഭഗവാനൃഷി

എനിക്കു ഇവിടെ ഒരു വാദതടസ്സമുണ്ട്. മിഥിലാപുരിയിലേക്കു രാമലക്ഷ്മണന്മാരെ കൂട്ടിക്കൊണ്ടു വന്നതു വിശ്വാമിത്രനാണ്. വിശ്വാമിത്രൻ ജനനംകൊണ്ടു രാജകുമാരനായിരുന്നു. പിന്നീട് രാജാവായി രാജ്യം ഭരിച്ച ആളുമാണ്. അദ്ദേഹത്തിന്റെ ബ്രഹ്മർഷി പദം പ്രാപിക്കാൻ സാദ്ധ്യമല്ലെന്നു വീറോടെ വാദിച്ചതു വസിഷ്ഠനാണ്. വസിഷ്ഠനെ ബോദ്ധ്യപ്പെടുത്താനായി അസാദ്ധ്യമായ പല തപോനിഷ്ഠകളും വിശ്വാമിത്രന് സ്വീകരിക്കേണ്ടി വന്നു. ജനകനു വളരെ ഉപകാരം ചെയ്ത വിശ്വാമിത്രൻ അടുത്തുതന്നെ നിൽക്കുമ്പോൾ സീതാസ്വയംവരത്തിനു എന്തിനാണ് വസിഷ്ഠനെ കാർമ്മികനാക്കിയത്? രാമന്റെ കുലഗുരുവായിരുന്നതിനാൽ എന്നു പണ്ഡിതന്മാർ വേഗം ഉത്തരം പറയുമെന്ന് എനിക്കറിയാം. വിവാഹം നടന്നത് അയോദ്ധ്യയിലായിരുന്നില്ല, മിഥിലയിലായിരുന്നു. രാമൻ വില്ലൊടിച്ച സദസ്സിൽ വസിഷ്ഠൻ സന്നിധാനം ചെയ്തിരുന്നില്ല. പിന്നീട് വരുത്തിയതായിരുന്നു. സീതാ സ്വയംവരത്തിനു കാരണഭൂതനും സൂത്രധാരനുമായിരുന്ന വിശ്വാമിത്രനെ ഇവിടെ തഴയുന്നതിൽ കാണിച്ച ചാതുര്യത്തെയാണ് ഇപ്പോഴും ഹിന്ദുക്കളുടെ കീഴ്വഴക്കത്തെ സംശയിക്കാനും ഭയപ്പെടാനും ഹിന്ദുക്കളിലെ അധോവാസികളെ പ്രേരിപ്പിക്കുന്നത്.

ഒരിക്കൽ നാരായണഗുരു ഹിന്ദുക്കളുടെ ഈ പ്രവണതയെപ്പറ്റി ഇങ്ങനെ പറഞ്ഞു: ബ്രാഹ്മണനിൽ നിന്നും ക്ഷത്രിയനു ഒരടി അകന്നു നിന്നാൽ മതി. എന്നിട്ടുപോലും വിശ്വാമിത്രനു ബ്രഹ്മർഷിപദം നൽകാൻ വസിഷ്ഠൻ സമ്മതിച്ചില്ല. അക്കണക്കിന് 65 അടി ദൂരത്തു നിൽക്കുന്നവൻ ഋഷിപദം ആഗ്രഹിച്ചാൽ അവനു നേരിടേണ്ടി വരുന്ന ദുരിതം എത്രയായിരിക്കും?

> ഇതാ, എന്മകളാം സീതയങ്ങയ്ക്കു സഹധർമ്മിണി;
> വാങ്ങിക്കുകിവളെ ബ്ഭദ്രം, കൈപിടിക്കുക കയ്യിനാൽ
> നിഴൽപോലെ മഹാഭാഗസതിപിന്തുടരും സദാ

സീതാരാമന്മാരിൽ സീതയുടെ സ്ഥാനം നിഴലിന്റേതായിരുന്നോ? അവൾ ഉജ്ജ്വലകാന്തിയുള്ള ഒരു മഹാദീപമായിരുന്നില്ലേ? പോകട്ടെ കവിതയിൽ വരുന്ന ഒരു ഉപമ എന്നു കരുതി ആ പ്രയോഗത്തിനു മാപ്പുകൊടുത്തേക്കാം.

രാമനിൽ രണ്ടുപേരെ കാണാം. ഒന്നു സ്നേഹസമ്പന്നനും പരിശുദ്ധമാനസനുമായ മനുഷ്യൻ. പിന്നൊന്നു ആര്യസാമൂഹികതയുടെ കീഴ്വഴക്കങ്ങൾക്കു സർവ്വദാ വിധേയനായിരിക്കുന്ന 'മര്യാദ' രാമൻ. മര്യാദ രാമൻ എന്നു പറഞ്ഞാൽ Sophisticated and socialised രാമൻ എന്നർത്ഥം. ഈ രണ്ടു വ്യക്തിത്വങ്ങളും ചിലപ്പോഴെല്ലാം ഇണങ്ങി നിൽക്കാറുണ്ട്. പിണങ്ങുമ്പോൾ രാമൻ ഉന്മത്തരാമനാണ്. 'സ്കിസോഫ്രേനിയ' എന്ന് ആധുനിക മനഃശാസ്ത്ര വിശാരദന്മാർ പറയാറുള്ളതു

ഉന്മത്തരാമനെപ്പോലെയുള്ളവർക്കു ഉൾക്കാമ്പിലുണ്ടാകുന്ന ഇടർച്ചയേയാണ്. ഇവിടിതാ രാമന്റെ അകവും പുറവും ഇണങ്ങി നിൽക്കുന്ന ഒരവസരം:

അമ്മേ, എന്നെ പ്രജാരക്ഷയ്ക്കച്ഛനിങ്ങേർപ്പെടുത്തിനാൻ
അഭിഷേകമെനിക്കുണ്ടാം നാളെയച്ഛന്റെ യാജ്ഞയാൽ
ഞാനുമിസ്സീതയും കൂടിയീരാവുപവസിയ്ക്കണം
എന്നച്ഛനോതിനാനെന്നോടുപാധ്യായർത്തിഗമ്പിതൻ
നാളത്തെയഭിഷേകത്തിന്നെന്തെല്ലാമിങ്ങു വേണമോ
ആ മംഗളങ്ങൾ ചെയ്യിക്കിന്നെനിക്കു മൈഥിലിക്കുമേ

ദശരഥന്റെ ഉള്ളിൽ സീതയോടു തോന്നുന്ന കാരുണ്യം നിശ്ചയമായും ഔദാര്യം നിറഞ്ഞതാണ്. രാമായണത്തെ ഒരു മനുഷ്യകഥയാക്കുന്നതും വാല്മീകിയുടെ ഈ രചനാപാടവം തന്നെ.

അയോദ്ധ്യാകാണ്ഡത്തിൽ നാം കാണുന്ന സീത സർവ്വദാരണീയയാണ്. അവൾ ശ്രീരാമനെയും ശ്രീരാമൻ സീതയേയും അഗാധമായി സ്നേഹിക്കുന്നുണ്ട്. ശ്രീരാമപട്ടാഭിഷേകത്തെപ്പറ്റി അറിയുമ്പോൾ പുരവാസികളായ സ്ത്രീകൾ ചൊല്ലുന്ന പ്രിയോക്തികൾ സീതയ്ക്ക് അയോദ്ധ്യയിൽ ലഭിച്ചിരുന്ന അംഗീകാരത്തെ വ്യക്തമാക്കുന്നു.

ഹർമ്മ്യവാതായനസ്ഥാഭിർഭൂഷിതാഭിഃ സമന്തതഃ
കീര്യമാണഃ സുപുഷ്പീ ഘൈർയ്യയൌ സ്ത്രീഭിരരിന്ദമഃ (38)

രാമം സർവാനവദ്യാം ഗ്യോരാമപ്രിയ ചികീർഷവഃ
വചോഭിരഗ്ര്യൈർഹർമ്മസ്ഥാഃ ക്ഷിതിസ്ഥാശ്ച വവന്ദിരേ (39)

നൂനം നന്ദതി തേ മാതാ കൗസല്യാ മാതൃനന്ദന
പശ്യന്തീ സിദ്ധയാത്രം ത്വാം പിത്രം രാജ്യമവസ്ഥിതം (40)

സർവ്വ സീമന്തിനീഭ്യശ്ച സീതാം സീമന്തീ വരാം
അമന്യന്ത ഹിതാ നാര്യോ രാമസ്യ ഹൃദയപ്രിയാം (41)

തയാ സുചരിതം ദേവ്യപുരാ നൂനം മഹത്തപഃ
രോഹിണീവ ശശാങ്കേന രാമസംയോഗമാപയാ (42)

മാളികമുകളിൽ ജനലിന്നരികെ നിന്നിരുന്നവരും അലംകൃതകളുമായ സ്ത്രീകളാൽ, സുഗന്ധപുഷ്പങ്ങളാൽ എങ്ങും അഭിവർഷിക്കപ്പെട്ടവനായി ജയശാലിയായ അദ്ദേഹം പൊയ്ക്കൊണ്ടിരുന്നു. (38)

മേടയിലിരുന്നവരും ചുവട്ടിൽ നിലത്തു നിന്നിരുന്നവരും ശ്രീരാമപ്രസാദത്തെ കാംക്ഷിക്കുന്നവരും പരിശുദ്ധമായ അന്തഃകരണത്തോടുകൂടിയവരും ആയ സ്ത്രീകൾ ഉത്തമങ്ങളായ ഈ സ്ത്രോത്രങ്ങളെക്കൊണ്ട് ശ്രീരാമനെ സേവ ചെയ്തു. (39)

അല്ലയോ മാതൃപ്രീതികരനായുള്ളവനേ! നിന്തിരുവടിയുടെ മാതാവായ കൗസല്യാദേവി പൂർവികന്മാർ നടത്തിവരുന്നതായ രാജ്യാധികാരത്തിൽ

നിയമിക്കപ്പെട്ടവനായി പരിപാവനമായ മഹോത്സവയുക്തനായ നിന്തി രുവടിയെ ഈ ക്ഷണത്തിൽ കൺകുളിർക്കെ കണ്ട് ആനന്ദ സാഗര നിയമഗ്നയായിത്തീരും. (40)

അതിൽപ്പിന്നെ, ആ നാരിമാർ, ആ സമയം ശ്രീരാമന്റെ മനഃകാന്തയും സർവ്വസ്ത്രീജനങ്ങളിലും വെച്ച് ഉത്തമയുമായ സീതാദേവിയെപ്പറ്റിയും ഇപ്രകാരം പുകഴ്ത്തി: യാതൊരുവൾ ശ്രീരാമനുമായുള്ള ബന്ധത്തെ, രോഹിണീദേവി ചന്ദ്രനോടെന്നപോലെ പ്രാപിച്ചുവോ, അപ്രകാരമുള്ള ദേവിയാൽ പൂർവ്വജന്മത്തിൽ എത്രയോ തപസ്സ് ചെയ്യപ്പെട്ടിട്ടുണ്ടായി രിക്കണം.

(അയോദ്ധ്യാകാണ്ഡം, സർഗ്ഗം 16, ശ്ലോകം 38-42)

ഇങ്ങനെ എല്ലാവരും സീതാരാമന്മാരെ ആദരിക്കുകയും അനുമോദി ക്കുകയും ചെയ്യുന്ന അവസരത്തിലാണല്ലോ ശ്രീരാമനെ കൈകേയിയുടെ കൊട്ടാരത്തിലിരിക്കുന്ന ദശരഥന്റെ അടുത്തേക്ക് വനവാസനിമന്ത്രം അറിയിക്കുവാനായി സുമന്ത്രൻ കൂട്ടിക്കൊണ്ടു പോകുന്നത്. വാല്മീകി യെപ്പോലെയും വ്യാസനെപ്പോലെയുമുള്ള ഇതിഹാസകർത്താക്കൾ ലോകത്തൊരിടത്തും ഇന്നോളമുണ്ടായിട്ടില്ല എന്നത് നിസ്തർക്കമായ കാര്യമാണ്. പതിനെട്ടാം സർഗ്ഗത്തിൽ കൈകേയിയെക്കൊണ്ട് പറയിപ്പി ക്കുന്നതല്ലാതെ, ശ്രീരാമന്റെ വനവാസത്തിനായുള്ള നിയോഗത്തെപ്പറ്റി ദശരഥനെക്കൊണ്ട് ഒരു വാക്കുപോലും വാല്മീകി പറയിപ്പിക്കുന്നില്ല.

ഇവിടെ രാമന്റെ മഹാമനസ്കതക്ക് ഒരതിരുമില്ല. പിതാവിന് രാമൻ പൂർണ്ണമായും വിധേയനാണ്. എന്നാൽ ഈ കാണ്ഡംവായനക്കാരന് അഹിതമാകുന്ന ഒരു സത്യത്തെ ഗോപനം ചെയ്തിരിക്കുന്നു. അത്യന്തം ചപലമായ മനസ്സോടുകൂടി ലോഭത്തെയും ദുരയേയും മാത്രം അടിസ്ഥാന മാക്കി കൈകേയി പറയുന്ന വാക്കുകൾ തന്റെ അച്ഛന്റെ അഭിലാഷ മല്ലെന്ന് സകലർക്കും എളുപ്പത്തിൽ ബോദ്ധ്യമാകുമെന്നിരിക്കെ, രാമൻ ഇവിടെ സത്യാവസ്ഥയെ നിരൂപണം ചെയ്തു നോക്കാതെ പ്രതിജ്ഞ എന്ന വാക്കിന്റെ അക്ഷരാർത്ഥത്തിന് വശംവദനായിത്തീരുന്നു. ഇത് രാമന്റെ സ്വഭാവനിർണ്ണയത്തിന് ശരിക്കും ഉതകുന്ന ഒരു സന്ദർഭമാണ്. കൈകേയി വരം ചോദിക്കുന്നതിന് എത്രയും മുമ്പേ ആ വരം എന്തായി രിക്കും എന്ന് ഊഹിക്കാൻ വയ്യാതിരുന്ന ദശരഥൻ നൽകിയ പ്രതിജ്ഞ യുടെ നൈതികത ചിന്താവിഷയമാണ്. രാമായണത്തിലെന്നതുപോലെ മഹാഭാരതത്തിലും തികച്ചും നിന്ദിക്കാവുന്ന ഒട്ടേറെ പ്രതിജ്ഞകളുടെ കഥ വായിക്കാം. ദശരഥനെ മാപ്പുസാക്ഷിയാക്കിക്കൊണ്ട് കൈകേയി നിർലജ്ജം പറഞ്ഞ വാക്കുകളാണിവ:

പുരാ ദൈവാസുരേ യുദ്ധേ പിത്രാ തേ മമ രാഘവ
രക്ഷിതേന വരൗ ദത്തൗ സശല്യേന മഹാരണേ. (32)

തത്ര മേ യാചിതോ രാജാ ഭരതസ്യാഭിഷേചനം
ഗമനം ദണ്ഡകാരണ്യേ തവ ച ദ്യൈവ രാഘവ. (33)

യദി സത്യപ്രതിജ്ഞം ത്വം പിതരം കർത്തുമിച്ഛസി
ആത്മാനം ച നരശ്രേഷ്ഠ മമ വാക്യമിദം ശൃണു. (34)

സന്നിദേശ പിതുസ്തിഷ്ഠ യഥാനേന പ്രതിശ്രുതം
ത്വയാരണ്യ പ്രവേഷ്ടവ്യം നവ വർഷാണി പഞ്ച ച. (35)

ഭരതസ്ത്വഭിഷിച്യേത യദേതദഭിഷേചനം
ത്വദർത്ഥ വിഹിതം രാജ്ഞാ തേന സർവ്വേണ രാഘവ. (36)

സപ്ത സപ്ത ച വർഷാണി ദണ്ഡകാരണ്യമാശ്രിതഃ
അഭിഷേകമിമം ത്യക്ത്വാ ജടാജിധനരോ വസ. (37)

ഭരതഃ കോസലപുരേ പ്രശാസ്തു വസുധാമിമാം
നാനാരത്നസമാകീർണ്ണാം സവാജിരഥകുഞ്ജരാം. (38)

ഏതേന ത്വാം നരേന്ദ്രോഽയം കാരുണ്യേന സമാപ്ലുതഃ
ശോകസംക്ലിഷ്ടവദനോ ന ശക്നോതി നിരീക്ഷിതും (39)

ഏതത് കുരു നരേന്ദ്രസ്യ വചനം രഘുനന്ദന
സത്യേന മഹതാ രാമ താരയസ്വ നരേശ്വരം (40)

(ശ്രീ വാല്മീകി രാമായണം - അയോദ്ധ്യാകാണ്ഡം - 18-ാം സർഗം 32-40)

ശ്രീരാമ! പണ്ടൊരിക്കൽ ദേവന്മാരും അസുരന്മാരും തമ്മിൽ നടന്നതായ യുദ്ധത്തിൽ ബാണങ്ങളേറ്റ് (എന്നാൽ) ഉപചരിക്കപ്പെട്ട് രക്ഷപ്പെട്ടവനായ നിന്റെ പിതാവിനാൽ എനിക്ക് ആ വൻ പോർക്കളത്തിൽ വച്ച് രണ്ട് വരങ്ങൾ നല്കപ്പെട്ടു. (32)

ശ്രീരാമ! അവിടെ വച്ച് നീ ദണ്ഡകാരണ്യത്തിലേക്ക് ഇപ്പോൾ ത്തന്നെ പോകണമെന്നതും എന്റെ ഭരതന് പട്ടാഭിഷേകവും രാജാവ് പ്രാർത്ഥിക്കപ്പെട്ടു. (33)

പുരുഷോത്തമനായ നീ വിചാരപ്പെട്ടുകൊണ്ടിരിക്കുന്ന പിതാവിനെ സത്യസന്ധനാക്കി ചെയ്യാൻ ആഗ്രഹിക്കുന്നു എങ്കിൽ എന്റെ ഈ വാക്കിനെ അനുസരിക്കുക. (34)

പിതാവിന്റെ ആജ്ഞയിൽ ശ്രദ്ധയോടുകൂടി വർത്തിക്കുക; അദ്ദേഹത്താൽ വാഗ്ദത്തം ചെയ്യപ്പെട്ടത് എന്നുള്ള കാരണത്താൽ നിന്നാൽ ഒമ്പതോടുകൂടി അഞ്ച് സംവത്സരങ്ങൾ കാട് പൂകപ്പെടേണ്ടതാകുന്നു. (35)

ശ്രീരാമ! ഇപ്പറഞ്ഞ എല്ലാ കാരണത്താലും മഹാരാജാവിനാൽ നിനക്കായി നിയമിക്കപ്പെട്ടതായ യുവരാജപട്ടാഭിഷേകം എന്നുള്ള യാതൊരു ഇതുതന്നെ ഭരതൻ നിനക്കു പകരം അഭിഷേകം ചെയ്യപ്പെടട്ടെ. (36)

ഈ അഭിഷേകത്തെ വേണ്ടന്നുവച്ച് ജടയും മാൻതോലും ധരിച്ച വനായി ഏഴും ഏഴും സംവത്സരങ്ങൾ ദണ്ഡകാരണ്യത്തിൽ വാസം ചെയ്യുന്നവനായി കാലം കഴിക്കുക. (37)

അയോദ്ധ്യാപുരിയിൽ ഭരതൻ, സർവ വസ്തുക്കളിലും ഉത്തമങ്ങളായുള്ളവയാൽ നിറയപ്പെട്ടതും രഥഗജതുരഗയുക്തവുമായ ഈ ഭൂമിയിൽ ആണ്ടുവരട്ടെ. (38)

രഘുതിലകനായ ശ്രീരാമ! മഹാരാജാവിന്റെ ഈ ആജ്ഞ പ്രകാരം ചെയ്യുക; മഹത്തായ ധർമ്മാനുഷ്ഠാനത്താൽ മഹാരാജാവിനെ കഷ്ടത്തിൽ നിന്നും കരകയറ്റുക. (40)

(ശ്രീ വാല്മീകി രാമായണം - അയോദ്ധ്യാകാണ്ഡം - 18-ാം സർഗം - 32-40)

ഇവിടെ മുഴുവൻ തെറ്റും വാല്മീകി കൈകേയിയുടെ കൈയിൽത്തന്നെ ഏൽപിച്ചു കൊടുക്കുന്നതല്ലാതെ ഇപ്പറഞ്ഞതാണ് എന്റെ ഇംഗിതം എന്ന് രാമന് ബോദ്ധ്യപ്പെടുത്തുന്ന ഒരു ചെറു ശബ്ദംപോലും ദശരഥനിൽ നിന്ന് വരുന്നില്ല. സത്യധർമ്മപരായണനായി ഇരിക്കേണ്ടുന്ന രാമൻ അയോദ്ധ്യാപുരി വാസികളുടെയും തന്റെ സ്വന്തം മാതാവിന്റെയും പ്രിയഭാര്യയുടെയും സന്തോഷത്തെ വിഗണിച്ചുകൊണ്ട് കൈകേയിക്ക് ഉറപ്പു കൊടുക്കുന്നതിനു മുമ്പ് ഇതു തന്നെയാണോ അച്ഛന്റെ കല്പന എന്ന് ഒരു വാക്കു ചോദിക്കുന്നില്ല. രാമൻ ഈശ്വരൻ തന്നെയാണെന്ന് എപ്പോഴും പറയാറുണ്ടെങ്കിലും പലപ്പോഴും മന്ദബുദ്ധിയായി വസ്തുതയെ മാനിക്കാതെ, ബാഹ്യമായി കാണപ്പെടുന്ന അല്ലെങ്കിൽ കേൾക്കപ്പെടുന്ന വാക്കിന്റെ അക്ഷരാർത്ഥത്തിന് അതിശയോക്തകലർന്ന പ്രാധാന്യം കൊടുക്കുന്നതായി നാം കാണുന്നു. രാമായണത്തിലെ നായകനായ ശ്രീരാമനെ ഇടയ്ക്കിടയ്ക്ക് മന്ദബുദ്ധിയെപ്പോലെ വാല്മീകി പ്രദർശിപ്പിക്കുന്നതിന് സമാന്തരമായിട്ടുണ്ട് മഹാഭാരതത്തിലെ മുഖ്യ കഥാപാത്രമായ യുധിഷ്ഠിരനെ പലപ്പോഴും നിരർത്ഥകമായ ധർമ്മഭയംകൊണ്ട് വ്യാസൻ നഷ്ടപ്രജ്ഞനെപ്പോലെ അവതരിപ്പിച്ചിട്ടുള്ളത്. സീതാ രാമന്മാരുടെ കഥ ശോകാന്തമായിരിക്കുമെന്നുള്ളതിന് ഒരു സൂചന ഇവിടെത്തന്നെ വാല്മീകി നൽകിയിരിക്കുന്നത് നോക്കുക:

ഹിതേന ഗുരുണാ പിത്രാ കൃതജ്ഞേന നൃപേണ ച
നിയുജ്യമാനോ വിസ്രബ്ധഃ കിം ന കുര്യാമഹം പ്രിയം. (5)

അലീകം മാനസം ത്വേകം ഹൃദയം ദഹതീവ മേ
സ്വയം യന്നാഹ മാം രാജാ ഭരസ്യാഭിഷേചനം. (6)

അഹം ഹി സീതാം രാജ്യം ച പ്രാണാനിഷ്ടാൽ ധനാനി ച
ഹൃഷ്ടോ ഭ്രാത്രേ സ്വയം ദദ്യാം ഭരതായാപ്രചോദിതഃ. (7)

കിം പുനർ മനുജേന്ദ്രേണ സ്വയം പിത്രാ പ്രചോദിതഃ
തവ ച പ്രിയകാമാർത്ഥം പ്രതിജ്ഞാമനുപാലയൻ. (8)

തദാശ്വാസയ ഹ്രീമന്തം കിം സ്വിദംയൻ മഹീപതിഃ
വസുധാസക്തനയനോ മന്ദമശ്രുണി മുഞ്ചതി (9)

(വാല്മീകി രാമായണം, അയോദ്ധ്യാകാണ്ഡം, സർഗം 19-5-9)

എല്ലായ്പ്പോഴും ക്ഷേമത്തെ ഇച്ഛിക്കുന്നവനും അജ്ഞാനത്തെ നീക്കി ബ്രഹ്മോപദേശം ചെയ്തവനും ധർമ്മമാർഗങ്ങളറിഞ്ഞ വനും പിതാവുമായ മഹാരാജാവിനാൽ കല്പിക്കപ്പെടുന്നവനു മായ ഞാൻ കാര്യകാരണങ്ങളാലോചിക്കാതെ തന്നെ (അദ്ദേഹ ത്തിന്റെ) അഭീഷ്ടത്തെ എന്തായിരുന്നാലും ചെയ്യാതിരി ക്കുമോ? (5)

മഹാരാജാവ് തന്റെ മനസ്സിലുള്ളതായ 'ഭരതനെ പട്ടാഭിഷേകം ചെയ്യിക്കുക' എന്ന കാര്യത്തെ, യാതൊരു സംശയവും കൂടാതെ എന്നോട് കൽപിച്ചില്ലല്ലോ എന്ന ആ ഒരു സംഗതി മാത്രമാണ് എന്റെ ഹൃദയത്തെ സഹിപ്പാൻ കഴിയാത്ത വിധത്തിൽ ദുഃഖിപ്പി ക്കുന്നത്. (6)

അനുജനായ ഭരതനാണെന്നു വച്ചാൽ സീതയേയും രാജ്യ ത്തേയും ധനങ്ങളെയും അന്യനിർബന്ധമില്ലാതെ തന്നെ സംശ യലേശമെന്നിയേ സന്തോഷത്തോടു കൂടിയവനായി ഞാൻ പരി പാലിക്കുന്നതിനായി ഏൽപിച്ചുകൊടുക്കുന്നതാണ്. (7)

അപ്രകാരം ഇരിക്കേ, നിൻതിരുവടിയുടെ മനോരാംസിദ്ധിക്കായി പ്രതിജ്ഞയെ പരിപാലിച്ചുകൊണ്ട് പിതാവായ മഹാരാജാവി നാൽ ആജ്ഞാപിക്കപ്പെട്ടവനായ ഞാൻ തിരുവുള്ളപ്രകാരം നടക്കുമെന്നതിനെപ്പറ്റി പറയേണ്ടതുണ്ടോ? (8)

മഹാരാജാവ് നിലത്തെത്തന്നെ നോക്കിക്കൊണ്ട് അശ്രുക്കളെ ഇറ്റിറ്റു വീഴ്ത്തുന്നു. എന്നുള്ളതായ ഇത് എന്തിന് ? മനോവേദന യോടെ ഇരിക്കുന്ന അദ്ദേഹത്തെ നിൻതിരുവടി ഇനിമേലെങ്കിലും സമാശ്വസിപ്പിച്ചാലും. (9)

(വാല്മീകി രാമായണം, അയോദ്ധ്യാകാണ്ഡം, സർഗം (19-5-9)

രാമൻ നാടും ധനവും എല്ലാം ഭരതന് കൊടുക്കാമെന്ന് പറയുന്നത് ന്യായീകരിക്കാമെങ്കിലും സീതയേയും കൊടുത്തേക്കാമെന്നു പറയുന്നത് ഒരു ദുഃസൂചനയായി ഞാൻ കാണക്കാക്കുന്നു. നേരത്തേ സീതാസ്വയം വര സമയത്ത് എന്നും അവൾ രാമന്റെ പിരിയാത്ത നിഴലായിരിക്കുമെന്ന് പറഞ്ഞാണല്ലോ ജനകൻ അവളെ ഏൽപിച്ചു കൊടുത്തത്. കൈകേയി യോട് ദശരഥൻ സത്യവാനായിരിക്കേണ്ടതു പോലെതന്നെയല്ലേ രാമൻ

സീതയോട് സത്യവാനായിരിക്കേണ്ടുന്നത്? സ്വന്തമായ ഒരു ആത്മാവും മനസ്സും വിചാരവും വികാരവും ഉള്ള മറ്റൊരു വ്യക്തിയല്ലേ സീത? അടിമയൊന്നുമല്ലല്ലോ. പിന്നെ എങ്ങനെയാണ് മറ്റൊരാൾക്ക് കൊടുത്തിട്ടു പോവുക.

ജി.എസ്. ശ്രീനിവാസയ്യർ 'ദദ്യാം' എന്ന വാക്കിന് 'എന്നാൽ പരിപാലനം' എന്ന അർത്ഥം കൂടി കൊടുത്തിരിക്കുന്നു. അങ്ങനെ വളച്ചൊടിക്കാതെയാണ് വള്ളത്തോൾ എഴുതിയിരിക്കുന്നത്.

ഞാനോ, സീതയേയും നാടുമിഷ്ടപ്രാണധനങ്ങളും
ഭ്രാതാവാം ഭരതന്നേകും, നീ ചൊന്നാൽ തന്നെ ഇഷ്ടനായ്,
പിന്നെയുണ്ടോ, മനുഷ്യേന്ദ്രനച്ഛൻ താൻ തന്നെ ചൊല്ലിയാൽ.

മുകളിൽ കൊടുത്തിരിക്കുന്ന ശ്ലോകത്തിന് രാമനെ കുറച്ചൊന്നു രക്ഷിക്കാനെന്ന രീതിയിൽ അർത്ഥം പറഞ്ഞു കാണുന്നു. ഇവിടെ രാമൻ ധർമ്മനിർവ്വഹണമാണ് ചെയ്യുന്നതെന്ന് സ്വയമേ വിശ്വസിക്കുന്നു. കർമ്മത്തിന്റെ സ്വരൂപം അറിയാൻ വയ്യാതെ പണ്ഡിതന്മാർ പോലും മോഹിക്കുന്നു എന്ന് ഭഗവത്ഗീതയിൽ പറഞ്ഞിരിക്കുന്നു. രാമായണത്തിലും മഹാഭാരതത്തിലും പലയിടത്തും അധർമ്മത്തെ ധർമ്മത്തിന്റെ മുഖംമൂടി വച്ച് അലങ്കരിച്ചിരിക്കുന്നത് കാണുമ്പോൾ ധർമ്മാധർമ്മ വിവേചനം ചെയ്യുവാൻ ഈശ്വരന്മാർക്കുപോലും കഴിയുന്നില്ലെന്നു പറയുവാനാണ് തോന്നുന്നത്.

ശ്രീരാമനിൽ നിന്നും വനയാത്രയെപ്പറ്റി കേട്ട കൗസല്യ ഒരു അമ്മയുടെ മുഴുവൻ ദുഃഖത്തേയും രാമന്റെ മുമ്പിൽ തുറന്നു കാണിക്കുന്നു. രാമന്റെ പിരിയാത്ത സോദരനാണ് ലക്ഷ്മണൻ. രാമൻ മന്ദബുദ്ധിയായി പെരുമാറുമ്പോഴൊക്കെ വസ്തുതയെ വേണ്ടുംവണ്ണം കാണുവാൻ ലക്ഷ്മണനു കഴിയുന്നുണ്ട്. ശ്രീരാമ സ്തുതികൊണ്ട് ഹൃദയം നിറഞ്ഞുപോയിരിക്കുന്ന ആളുകൾക്ക് ലക്ഷ്മണനെ വിലയിരുത്തുവാൻ കഴിഞ്ഞിട്ടുണ്ടോയെന്ന് ഞാൻ സംശയിക്കുന്നു. ഇരുപത്തിയൊന്നാം സർഗത്തിൽ ഒന്നു മുതൽ പതിനെട്ടു വരെയുള്ള ശ്ലോകങ്ങൾ ശ്രദ്ധിച്ചു വായിക്കേണ്ടതാണ്.

രാമന്റെയമ്മ കൗസല്യയാംവിധം വിലപിക്കവേ,
ദീനനാം ലക്ഷ്മണൻ ചൊന്നാൽ തൽകാലോചിതമാംവിധം. (1)

രുചിയ്ക്കുന്നീലെനിയ്ക്കും, പെൺചൊല്ലിൽ കീഴ്പ്പെട്ട് രാഘവൻ
രാജ്യശ്രീയേയുപേക്ഷിച്ചു കാട്ടിൽപ്പോവുകയംബികേ. (2)

വിധം പകർന്ന കിഴവൻ വിഷയാക്രാന്തനൂഴി
നിർബന്ധമേറ്റാലെന്തൊന്നു ചൊല്ലുകില്ലതികാമുകൻ? (3)

ഈ രാഘവന് കുറ്റം താൻ കാൺമീല,ത്രയ്ക്കു ദോഷവും,
കാട്ടിൽ പാർപ്പതിനായ് നാട്ടിൽ നിന്നു തള്ളിയയയ്ക്കുവാൻ! (4)

പാരിൽക്കാൺമീല, രിപുവെന്നാലും, ധികൃതനാകിലും,
കേൾക്കാതെ കണ്ടുമിവനിൽദ്ദോഷം ചൊല്ലുമൊരാളെ ഞാൻ. (5)

ഋജുദാന്തൻ ദേവകല്പൻ മറ്റാർക്കും പ്രിയനുണ്ണിയെ
ധർമ്മം നിനച്ചീടുമെവൻ വെടിയാ ഹേതുവെന്നിയെ? (6)

വീണ്ടുമേ ബാലനായ്തീർന്ന് രാജാവിനുടെയീ മൊഴി,
രാജധർമ്മത്തെയോർക്കുന്നെരേതുണ്ണി വകവച്ചിടും? (7)

ആരാനുമിക്കാര്യമറിഞ്ഞീടുന്നതിന് മുമ്പു താൻ,
എന്നോടുകൂടിത്തങ്കക്കീഴിലാക്കിക്കൊള്ളുക നാടു നീ. (8)

വില്ലെടുത്തരികത്തായ് ഞാൻ കാക്കുമങ്ങയ്ക്കു രാഘവ
മീതെ നടപ്പാനൊരാളാം, നില്ക്കും കാലന്നുപോലവേ? (9)

ആളറ്റതാക്കി വെപ്പൻ ഞാൻ കൂരമ്പാലേ നരർഷഭ,
ഈ അയോദ്ധ്യയെ മുച്ചൂടും വേണ്ടാത്തതിനു നിൽക്കുകിൽ! (10)

(വാല്മീകി രാമായണം - അയോദ്ധ്യാകാണ്ഡം - സർഗം 21)

(വള്ളത്തോളിന്റെ ഭാഷാവിവർത്തനം)

ശ്രീരാമന്റെ പട്ടാഭിഷേക വിഘ്നത്തേയും ലക്ഷ്മണനോടും സീതയോടും കൂടി രാമൻ വനവാസത്തിന് പോകുന്നതുമെല്ലാംകൂടി കാളിദാസൻ മൂന്നു ശ്ലോകത്തിൽ ഒതുക്കി നിർത്തുന്നു.

സാകിലാശ്വാസിതാ ചണ്ഡീഭർത്ത്രാതസംശ്രുതൗ വരൗ
ഉദ്വവാ, മേന്ദ്രസിക്താ ഭൂർ ബിലമഗ്നാവിവോരഗൗ (5)

തയോശ്ചതുർദ്ദശൈങ്കേന രാമം പ്രവ്രാജയൽ സമാഃ
ദ്വിതീയേന സുതസ്യൈച്ഛ ദ്വൈധവ്യൈകഫലാം ശ്രയം. (6)

ദധതോമംഗലക്ഷൗമേ വസനസ്യ ച വല്ക്കലേ
ദദൃശുവിസ്മി താസ്തസ്യ മുഖരാഗം സമം ജനാഃ (7)

(രഘുവംശം 12-ാം സർഗ്ഗം)

ഭർത്താവിനാൽ ആശ്വസിക്കപ്പെട്ട ആ ശാഠ്യക്കാരി അദ്ദേഹം വാഗ്ദാനം ചെയ്തിരുന്ന രണ്ടു വരങ്ങളെ, ഇന്ദ്രനാൽ നനയ്ക്കപ്പെട്ട (മഴ പെയ്ത) ഭൂമി മാളത്തിൽ പതുങ്ങിയിരുന്ന രണ്ടു പാമ്പുകളെ എന്ന പോലെ പുറത്തു ചാടിച്ചുപോൽ (5)

അവയിൽ ഒന്നുകൊണ്ട് പതിനാലു കൊല്ലത്തേക്ക് രാമനെ നാടു കടത്തിച്ചു. രണ്ടാമത്തേതുകൊണ്ട് തനിയ്ക്കു വൈധവ്യം മാത്രം ഫലിക്കുമാറ് മകന് ശ്രീ കിട്ടണമെന്ന് ആഗ്രഹിച്ചു. (6)

പള്ളിപ്പട്ടങ്ങൾ (അഭിഷേകത്തിനുള്ള) ധരിച്ചപ്പോഴും (വനവാസ

ത്തിനുള്ള) മരവുരികളടുത്തപ്പോഴും അദ്ദേഹത്തിന് തുല്യമായിരുന്ന മുഖ ഭാവത്തെ ആളുകൾ വിസ്മയത്തോടെ നോക്കിക്കണ്ടു. (7)

(രഘുവംശം - കാളിദാസൻ - ഗദ്യപരിഭാഷ - കുട്ടിക്കൃഷ്ണമാരാർ പേജ് 336)

കാളിദാസൻ ഈ കുറുക്കുവഴിയെടുത്തതുകൊണ്ട് പട്ടാഭിഷേക വിഘ്നം കേട്ടപ്പോൾ സീതയ്ക്കുണ്ടായ പ്രതികരണമെന്തെന്ന് കാളി ദാസനിൽ നിന്നും അറിയാൻ കഴിയാതെ പോകുന്നു. എന്നിരുന്നാലും ആദിരൂപങ്ങളിൽ ഒളിഞ്ഞിരിക്കുന്ന പരമാർത്ഥങ്ങളെ ഉപമാനോപമേയ ങ്ങളാക്കുവാൻ വിരുതുള്ള കാളിദാസൻ പുരാണേതിഹാസങ്ങൾ പഠി ക്കുമ്പോൾ ശ്രദ്ധിച്ചു മനസ്സിലാക്കേണ്ടുന്ന ഒരു പ്രതീകത്തിലേക്കാണ് ഇവിടെ വിരൽ ചൂണ്ടുന്നത്. ഇന്ദ്രൻ പെയ്യിക്കുന്ന മഴക്ക് തുല്യമാണ് കൈകേയിയുടെ ശാഠ്യം കലർന്ന കണ്ണുനീരെന്ന് പറഞ്ഞുകൊണ്ട് കാരണഭാഗത്ത് ഇന്ദ്രനെക്കൊണ്ട് നിർത്തുന്നു. കാര്യഭാഗത്ത് വരുന്നത് വരപ്രാർത്ഥനാ രൂപത്തിലുള്ള രണ്ടു പാമ്പുകളാണ്. മഹാഭാരതത്തിലെ സർപ്പയജ്ഞത്തിൽ സഹസ്രഭഗനായ ഇന്ദ്രനും പരീക്ഷത്തിന്റെ അന്ത കനായ തക്ഷകനും തമ്മിലുള്ള രഹസ്യമായ സഖ്യം പരാമർശിക്ക പ്പെടുന്നു. ഒരിക്കലും ശമിക്കാത്ത കാമാഗ്നിയുടെയും രതിവൈകൃതത്തി ന്റെയും പ്രതീകമാണ് തക്ഷകൻ. ഇന്ദ്രിയജയം വരുത്തി ദേവരാജാവായി കഴിയുന്ന ഇന്ദ്രൻ കാമംകൊണ്ട് കണ്ണു കലങ്ങി ന്യായാന്യായങ്ങളോർ ക്കാതെ ഗൗതമന്റെ ഭാര്യയായ അഹല്യയെ പ്രാപിച്ചതും ഒരു പ്രതീക പഠനത്തിനായി ഇവിടെ സ്മരിക്കേണ്ടതാണ്. അതികാമംകൊണ്ട് കണ്ണു കലങ്ങിപോയവനാണ് ദശരഥനെന്ന് ലക്ഷ്മണനും പിതാവിനെ പഴിക്കു ന്നുണ്ടല്ലോ.

കാളിദാസൻ വരുത്തുന്ന ലോഭത്തിന് പരിഹാരമായി എഴുത്തച്ഛൻ, വാല്മീകിയെക്കാൾ വിസ്തരിച്ച് അതെല്ലാം പറയുന്നുണ്ട്. ദൃഢവ്രതയായ സീതയുടെ നിർമ്മലമായ ഹൃദയവും സ്വഭാവകാന്തിയും വ്യക്തമായി എടുത്തു കാട്ടുവാനുള്ള നല്ല അവസരമാണ്, സീത രാമനോട് തന്റെ അഭിപ്രായം തുറന്നു പറയുന്ന ഈ സന്ദർഭം. അത് വാല്മീകി സമർത്ഥ മായി ഉപയോഗിച്ചിരിക്കുന്നു. സീത രാമനോട് സംസാരിക്കുന്നത് അപക്വ മതിയായിട്ടല്ല, ഭീരുവായിട്ടുമല്ല. സീതയുടെ അത്യന്തം ന്യായയുക്തവും സ്നേഹമസൃണവും സാന്ത്വന പ്രധാനവുമായ വാക്കുകൾ വാല്മീകി പറഞ്ഞമാതിരി തന്നെ ഇവിടെ എഴുതുവാൻ ഞാൻ ആഗ്രഹിക്കുന്നു.

ഏവ മുക്ത്വാ തു വൈദേഹീ പ്രിയാർഹാ പ്രിയവാദിനീ
പ്രണയാദേവ സംക്രുദ്ധാ ഭർത്താരമിദമബ്രവീത്. (1)

കിമിദം ഭാഷസേ രാമ വാക്യം ലഘുതയാ ധ്രുവം.
ത്വയാ യദപഹാസ്യം മേ ശ്രുത്വാ നരവരോത്തമ. (2)

ആര്യപുത്രാ പിതാ മാതാ ഭ്രാതാ പുത്രസ്തഥാ സ്നുഷാ
സ്വാനി പുണ്യാനി ഭുംജാനാ സ്വം ഭാഗ്യമുപാസതേ. (3)

ഭർത്തുർഭാഗ്യം തു ഭാർയ്യേകാ പ്രാപ്നോതി പുരുഷർഷഭ
അതശ്ചൈവാഹമാദിഷ്ടാ വനേ വസ്തവ്യമിത്യപി. (4)

ന പിതാ നാത്മജോ നാത്മാ ന മാതാ ന സഖീജനഃ
ഇഹ പ്രേത്യ ച നാരീണം പതിരേകോ ഗതിഃ സദാ. (5)

യദി ത്വം പ്രസ്ഥിതോ ദുർഗം വനമദ്യൈവ രാഘവ
അഗ്രതസ്തേ ഗമിഷ്യാമി മൃദ്നതീ കുശകണ്ടകാൻ (6)

ഈർഷ്യാ രോഷൌ ബഹിഷ്കൃത്യ പീതശേഷമിവോദകം
നയ മാം വീര വിസ്രബ്ധഃ പാപം മയിന വിദ്യതേ. (7)

പ്രസാദാഗ്രൈർ വിമാനൈർവാ വൈഹായസഗതേന വാ
സർവ്വാവസ്ഥാ ഗതാ ഭർത്തുഃ പാദച്ഛായാ വിശിഷ്യതേ. (8)

അനുശിഷ്ടാഽസ്മി മാത്രാ ച പിത്രാ ച വിവിധാശ്രയം
നാസ്മി സംപ്രതി വക്തവ്യാ വർത്തിതവ്യം യഥാ മയാ. (9)

അഹം ദുർഗ്ഗം ഗമിഷ്യാമി വനം പുരുഷവർജ്ജിതം
നാനാമൃഗഗണാകീർണ്ണം ശാർദൂലവൃകസേവിതം. (10)

സുഖം വനേ വിവത്സ്യാമി യഥൈവ ഭവനേ പിതുഃ
അചിന്തയന്തീ ത്രീൻ ലോകാൻ ചിന്തയന്തീ പതിവ്രതം (11)

ശുശ്രൂഷമാണാ തേ നിത്യം നിയതാ ബ്രഹ്മചാരിണീ
സഹ രംസ്യേ ത്വയാ വീര വനേഷു മധുഗന്ധിഷ്ഠ (12)

ത്വം ഹി കർത്തും വനേ ശക്തോ രാമ സംപരിപാലനം
അന്യസ്യാപി ജനസ്യേഹ കിം പുനർമ്മമ മാനദ (13)

സഹ ത്വയാ ഗമിഷ്യാമി വനമദ്യ ന സംശയഃ
നാഹം ശക്യാ മഹാഭാഗ നിവർത്തയിതുമുദ്യമാത് (14)

ഫല മൂലാശനാ നിത്യം ഭവിഷ്യാമി ന സംശയഃ
ന തേ ദുഃഖം കരിഷ്യാമി നിവസന്തീ സഹ ത്വയാ. (15)

അഗ്രതസ്തേ ഗമിഷ്യാമി ഭോക്ഷ്യേ ഭുക്തവതീ ത്വ യീ
ഇച്ഛാമി സരിതഃ ശൈലാൻ പല്വലാനി വനാനി ച. (16)

ദ്രഷ്ടും സർവ്വത്ര നിർഭീതാ ത്വയാ നാഥേന ധീമതാ
ഹംസകാരണ്ഡവാകീർണ്ണാഃ പത്മിനീഃ സാധുപുഷ്പിതാഃ (17)

ഇച്ഛേയം സുഖിനീ ദ്രഷ്ടും ത്വയാ വീരേമ സംഗതാ.
അഭിഷേകം കരിഷ്യാമി താസു നിത്യം യതവ്രതാ (18)

സഹ ത്വയാ വിശാലാക്ഷ രംസ്യേ പരമനന്ദിനീ.
ഏവം വർഷസഹസ്രാണാം ശതം വാഽഹംത്വയാ സഹ. (19)

വ്യതിക്രമം ന വേത്സ്യാമി സ്വർഗ്ഗോ/പി നഹി മേ മതഃ
സ്വർഗ്ഗോ/പി ച നിവാ വാസോ ഭവിതാ യദി രാഘവ. (20)

ത്വയാ മമ നരവ്യാഘ്ര നാഹം തമപി രോചയേ
അഹം ഗമിഷ്യാമി വനം സുദുർഗ്ഗമം
മൃഗായുതം വാനര വാരണൈർയുതം
വനേ വിവത്സ്യാമി യഥാ പിതുർഗൃഹേ
തവൈവ പാദാവുപഗൃഹ്യ സർവ്വദാ. (21)

അനന്യഭാവാമനുരക്തചേതസം
ത്വയാ വിയുക്താം മരണായ നിശ്ചിതാം
നയസ്വ മാം സാധു കുരുഷ്വ യാചനാം
ന തേ മായാ/തോ ഗുരുതാ ഭവിഷ്യതി. (22)

തഥാ ബ്രുവാണാമപി ധർമ്മ വത്സലോ
ന ചസ്മാ സീതാം നൃവരോ നിനീഷതി
ഉവാച ചൈനാം ബഹു സംനിവർത്തനേ
വനേ നിവാസസ്യച ദുഃഖിതാം പ്രതി. (23)

ഇപ്രകാരം ഉരചെയ്യപ്പെട്ടവളും സ്വഗുണങ്ങൾക്കൊണ്ട്, പ്രിയമാംവണ്ണം അനുവർത്തിക്കപ്പെട്ടവളും പ്രിയത്തെത്തന്നെ ഉരചെയ്യുന്നവളും ആയ സീതാദേവി ഭർത്താവെന്ന് സ്നേഹത്താലും മറ്റാരുമില്ലെന്നുള്ള കാരണത്താലും, ഇക്കാര്യത്തിൽ ഏറ്റവും കോപം പൂണ്ടവളായി ഭർത്താവിനോടായി ഇപ്രകാരം അരുളിച്ചെയ്തു. (1)

'മഹാരാജകുമാര! ലോകാഭിരാമ! യാതൊരു ആജ്ഞയെ, നിന്തിരുവടി ഒരുവനാൽ എളുപ്പത്തിൽ നിശ്ചയിക്കപ്പെട്ടിരിക്കുന്നതായി അരുളിച്ചെയ്യുന്നുവോ, എന്നാൽ ശ്രവിക്കപ്പെട്ടതായ അത് എനിക്ക് അപഹസിക്കത്തക്കതായി തോന്നുന്നു. ഇപ്രകാരം ശിക്ഷിപ്പാൻ ഞാൻ എന്തു കുറ്റം ചെയ്തു? (2)

'ആര്യപുത്ര! ഒരു പിതാവാകട്ടെ മാതാവാകട്ടെ ഭ്രാതാവാകട്ടെ പുത്രനാകട്ടെ മരുമകളാകട്ടെ, ഇപ്രകാരമുള്ള എല്ലാവരും അവരവരുടെ പുണ്യഫലങ്ങളെ അനുഭവിക്കുന്നു. കർമ്മത്തിന്നേറ്റ ഫലത്തെ അവനവന് വിധിച്ചപ്രകാരം പ്രാപിക്കുന്നു. (3)

'പുരുഷോത്തമ! എന്നാൽ ഭാര്യ ഒരുവൾ മാത്രം ഭർത്താവിന്റെ ശുഭാശുഭകർമ്മ ഫലത്തിൽ പങ്കുകൊള്ളുന്നു. ഇക്കാരണത്താൽ തന്നെ ഞാനും കാട്ടിൽ വസിക്കപ്പെടണം എന്നുതന്നെ നിയമിക്കപ്പെട്ടിരിക്കുന്നു. (4)

'സ്ത്രീകൾക്ക് ഭർത്താവ് ഒരുവൻ തന്നെയാണ് ഇഹത്തിലും പരത്തിലും ഏതു കാലത്തിലും ഗതി; പിതാവല്ല, പുത്രനല്ല, മാതാവല്ല, സഖിമാരല്ല, ദൈവമല്ല. (5)

'ശ്രീരാഘവ! നിന്തിരുവടി ദുഷ്പ്രവേശ്യമായ വനത്തിലേക്ക് പോകുന്നുവെങ്കിൽ, നിന്തിരുവടിയുടെ മുമ്പിൽ ഈ സമയത്തിലും നല്ല പോലെ പുല്ലുകളും മുള്ളുകളും ചവിട്ടി മൃദുവാക്കിക്കൊണ്ട് ഞാൻ പോകുന്നുണ്ട്. (6)

'പ്രാണനാഥ! ഞാൻ കൂടെ വരുമെന്ന് പറയുന്നതുകൊണ്ടുള്ള അക്ഷമയേയും, പറഞ്ഞതിനെ അനുസരിക്കാതിരിക്കുന്നതിനാലുള്ള കോപത്തേയും, കുടിച്ചു ബാക്കിയായ വെള്ളത്തെ എന്നപോലെ തൂത്തുകളഞ്ഞ് നിർവിചാരനായി എന്നെ കൂടെ കൊണ്ടുപോയാലും, എന്നിൽ കഷ്ടപ്പെടുത്തുന്ന യാതൊരു സ്വഭാവവും ഇല്ല. (7)

'സർവ്വഭൗമന്റെ കോവിലകത്തിൽ ഏഴുനില മാളികകളെക്കാളും, എന്നല്ല സ്വർഗ്ഗലോക വിമാനങ്ങളെക്കാളും, അണിമാദിസിദ്ധികൾകൊണ്ട് യോഗികൾക്ക് സിദ്ധിക്കുന്നതായ ആകാശാദി ഗമനത്തെക്കാളും, ഭർത്താവിന്റെ സർവാവസ്ഥകളിലും ഇടവിടാതെയുള്ള പാദമൂലാശ്രയം തന്നെയാണ് ശ്രേഷ്ഠമായുള്ളത്. (8)

'എപ്രകാരവും, എന്നാൽ അനുഷ്ഠിക്കപ്പെടേണ്ടതായ മുറയെപ്പറ്റി മാതാവിനാലും പിതാവിനാലും പല പ്രകാരത്തിൽ ഞാൻ ഉപദേശിക്കപ്പെട്ടിരിക്കുന്നു. ഇപ്പോൾ പുതിയതായി ഉപദേശിക്കപ്പെടേണ്ടവളല്ല. (9)

'ഞാൻ മനുഷ്യസഞ്ചാരഹീനവും പല മൃഗഗണങ്ങൾ നിറഞ്ഞതും വ്യാഘ്രാതതികൾ സഞ്ചരിക്കുന്നതുമായ ഗഹനമായ വനത്തിലേക്ക് കൂടെ വരും. (10)

'മൂന്നു ലോകങ്ങളെപ്പറ്റിയും ഗണിക്കാത്തവളായി, പതിശുശ്രൂഷയെ മാത്രം സർവോത്തമമായി കൈയ്ക്കൊണ്ടവളായി, വനത്തിൽ, പിറന്ന വീട്ടിൽ എന്നപോലെ, അതിലും അധികം സന്തുഷ്ട ചിത്തയായി ഞാൻ വസിക്കും. (11)

'നാഥ! മനോഹരങ്ങളായ സുഗന്ധങ്ങളാർന്നവയായ വനങ്ങളിൽ നിയമത്തോടുകൂടിയവളായി ജിതേന്ദ്രിയയായി നിന്തിരുവടിക്ക് സർവദാ ശുശ്രൂഷ ചെയ്യുന്നവളായി, നിന്തിരുവടിയോട് ഒരുമിച്ച് ഇരുന്നുകൊണ്ടു തന്നെ ഞാൻ സുഖമായി കാലം കഴിക്കും. (12)

'ലോകാഭിരാമ! കാട്ടിൽ നിന്തിരുവടി ഞാൻ മാത്രമല്ലാതെ വേറെ യാതൊരു ബന്ധവുമില്ലാത്ത ജനത്തിന്റെയും കൂടി പരിപാലനത്തെ ചെയ്യാൻ ശക്തമനാകുന്നു. എന്റെ സർവത്തിനും ഹേതുഭൂതനായുള്ളോവേ! പിന്നെ എന്റെ സംരക്ഷണ വിഷയത്തിൽ ചോദിപ്പാനുണ്ടോ? (13)

'പുണ്യാത്മാവായുള്ളോവേ! നിന്തിരുവടിയോടുകൂടെ ഇപ്പോൾ കാട്ടിലേക്ക് ഞാൻ വരും, സംശയമില്ല. അതിനായി തുനിഞ്ഞിരിക്കുന്ന ഞാൻ തടഞ്ഞു നിറുത്തപ്പെടുവാൻ ശക്തയല്ല. (14)

'കായ്കനികൾ തിന്നുന്നവളായി നിന്തിരുവടിയോടും കൂടി സദാ വർത്തിക്കുന്നവളായി ഞാൻ ഇരിക്കുന്നുണ്ട്. നിന്തിരുവടിക്ക് യാതൊരു

ബുദ്ധിമുട്ടും ഞാൻ ഉണ്ടാക്കുകയില്ല. നിന്തിരുവടിക്ക് യാതൊരു സംശ യവും വേണ്ടതില്ല. (15)

'ബുദ്ധിമാനും പ്രാണനാഥനും ആയ നിന്തിരുവടിയോടുകൂടി ഭയരഹിത യായി അവിടവിടെയുള്ള നദികളെയും മലകളെയും പൊയ്കകളെയും കാടുകളേയും കണ്ടാനന്ദിപ്പാൻ ഞാൻ ആഗ്രഹിക്കുന്നു. (16)

'ഭർത്താവായ നിന്തിരുവടിയോട് ഒന്നിച്ച് സുഖിതയായി ഹംസ ങ്ങളും കുളക്കോഴികളും നിറഞ്ഞവയും ഭംഗിയിൽ പൂത്തു നിൽക്കു ന്നവയും ആയ താമരപൊയ്കകളെ കണ്ടാനന്ദിപ്പാൻ ഞാൻ ആശി ക്കുന്നു. (17)

'സർവ്വജ്ഞനായുള്ളോവേ! നിന്തിരുവടിയോടുകൂടി എല്ലായ്പ്പോഴും വർത്തിക്കുന്നവളായി മോക്ഷത്തെ നൽകുന്നതായ ധർമ്മാനുഷ്ഠാന ത്തോടു കൂടിയവളായി, പരമസംതൃപ്തയായി, അവയിൽ ഞാൻ നീരാടും. ഉത്സാഹത്തോടെ കാലം കഴിയും. (18)

'ഇപ്രകാരം നിന്തിരുവടിയോടുകൂടി ഞാൻ, അനേകായിരം സംവ ത്സരങ്ങളെന്നാലും കഴിഞ്ഞുപോകുന്നത് അറിയാതെ തന്നെ കഴിച്ചു കൂട്ടും, സ്വർഗ്ഗമെന്നിരുന്നാലും എനിക്ക് വലുതല്ല, നിശ്ചയം. (19)

'പുരുഷോത്തമ! ശ്രീരാഘവ! സ്വർഗ്ഗത്തിലും കൂടി നിന്തിരുവടിയെ വിട്ട് എനിക്ക് വാസം എന്നുള്ളത് ഉണ്ടാകുന്നതായാൽ അതിനെയും ഞാൻ ആഗ്രഹിക്കുന്നില്ല. (20)

'മൃഗങ്ങൾ നിറഞ്ഞതും കപികൾ, ആനകൾ എന്നിവയോടു കൂടി യതും, ഗഹനവുമായ വനത്തിലേക്ക് ഞാൻ കൂടെ വരും. കാട്ടിലും എപ്പോഴും നിന്തിരുവടിയുടെ തൃപ്പാദയുഗളത്തെത്തന്നെ ആശ്രയിച്ച് പിതാവിന്റെ ഗൃഹത്തിലെന്നവണ്ണം സുഖമായി കഴിച്ചുകൂട്ടും. (21)

'ചിത്തത്തിൽ ഭക്തിയോടുകൂടി മറ്റൊന്നിനെയും ധ്യാനിക്കാത്തവളും, നിന്തിരുവടിയെ പിരിഞ്ഞിരിക്കുക എന്നു വന്നാൽ മരിപ്പാൻ തീർച്ച യാക്കിയിരിക്കുന്നവളുമായ എന്നെ കൂട്ടിക്കൊണ്ടുപോയാലും. പ്രാർ ത്ഥനയെ ധർമ്മാനുസൃതമായി നിറവേറ്റിയാലും, അതിനാൽ നിന്തി രുവടിക്ക് എന്നെക്കൊണ്ട് ബുദ്ധിമുട്ടെന്നുള്ളത് ഉണ്ടാവുകയില്ല. (22)

'ധർമ്മവത്സലനും പുരുഷോത്തമനും ആയ അദ്ദേഹം, ദുഃഖിച്ചവളായി ഇപ്രകാരം യാചിക്കുന്നവളായ ഈ സീതാദേവിയെ എന്തായാലും കൂടെ കൊണ്ടുപോകാൻ ആഗ്രഹിച്ചില്ല. കാട്ടിൽ കൂടെ വസിപ്പാനുള്ള വിചാരത്തെ മാറ്റുന്ന സംഗതിയിൽ പലവാറായി ആലോചിച്ചു. (23)

(വാല്മീകി രാമായണം അയോദ്ധ്യാകാണ്ഡം 27-ാം സർഗ്ഗം ശ്ലോകം (1-23)

വാല്മീകി ഇങ്ങനെയൊക്കെ പറയുന്നു എങ്കിലും തുഞ്ചത്തെഴുത്ത ച്ഛൻ സീതാസംഭാഷണത്തെ വെറും നാലുവരികളിൽ മാത്രം ഒതുക്കി നിറുത്തിയിരിക്കുന്നു:

മുന്നിൽ നടപ്പേൻ വനത്തിന്നു ഞാൻ, മമ
പിന്നാലെ വേണമെഴുന്നള്ളുവാൻ ഭവാൻ.
എന്നെപ്പിരിഞ്ഞു പോകുന്നതുചിതമ-
ല്ലൊന്നു കൊണ്ടും ഭവാനെന്നു ധരിക്കണം.

ദശരഥന്റെ ഭാര്യയായ കൈകേയിയുടെ സ്വാർത്ഥതയ്ക്ക് ധർമ്മത്തിന്റെ പരിവേഷം കൊടുക്കുവാൻ കഴിയുന്നുവെങ്കിൽ, സീതയെ അഗ്നി സാക്ഷിയായി നടത്തിയ സ്വയംവരത്താൽ പ്രതിജ്ഞാബദ്ധനായി ത്തീർന്ന രാമനോട്, സീതയ്ക്കും കാട്ടിൽ പോകാൻ പാടില്ലെന്ന് ശഠിക്കാമായിരുന്നു. എന്നാൽ അതല്ല സീത ചെയ്തത്. പ്രാഗ്‌വൈദിക കാലം മുതലുള്ള അത്യന്തം ഋജുവായ ഭാരതീയ സംസ്കാരത്തിന്റെ ഏറ്റവും പൂജാർഹമായ ഒരു മനോഭാവമാണ് സീത കാണിക്കുന്നത്. അത് തികച്ചും ത്യാഗസുന്ദരമാണ്. ധർമ്മത്തിന്റെ മുഖംമൂടിയണിഞ്ഞ ഒരു കുടിലതയും സീതയുടെ ചിന്താധാരയിൽ നമുക്ക് കാണുവാൻ കഴിയുന്നതല്ല. ഭാരതീയ സാഹിത്യത്തിലാകട്ടെ ആദിരൂപ രചനകളിലാകട്ടെ സീതയെ അതിശയിക്കുന്ന ഒരു സ്ത്രീ വിവക്ഷയില്ലതന്നെ.

ഒരു കാര്യത്തിൽ അന്നത്തെ സീതയും ഇന്നത്തെ സീതയും തമ്മിൽ സാമ്യതയുണ്ട്. അവർ ഭീഷണിക്കായി ഉപയോഗിക്കുന്നത് എപ്പോഴും ആത്മഹത്യയെപ്പറ്റിയുള്ള പരാമർശമാണ്.

യദി മാം ദുഃഖിതാമേവം വനം നേതും ന ചേച്ഛസി
വിഷമഗ്നിം ജലം വാഹമാ സ്ഥാസ്യേ മൃത്യുകാരണാത്.

(ഇപ്രകാരം ദുഃഖിതയായ എന്നെ വനത്തിലേക്ക് കൂടെ കൊണ്ടു പോകാൻ ഇനിയും ഇഷ്ടപ്പെടാത്ത പക്ഷം ഞാൻ മരിക്കുന്നതിനായി വിഷത്തിനോ, അഗ്നിക്കോ, ജലത്തിനോ വല്ലതിനും ഇരയാകുന്നതാണ്.)

(വാല്മീകി രാമായണം, അയോദ്ധ്യാകാണ്ഡം. 29-ാം സർഗം 21-ാം ശ്ലോകം)

രാമൻ ഈശ്വരൻ തന്നെയായാലും മണ്ണിന്റെ മകളെ ജയിക്കുവാൻ കരുത്തുള്ളവനല്ല. ശ്രീരാമൻ തന്നോടൊപ്പം സീതയെ വനത്തിൽ കൊണ്ടുപോകുകയില്ലെന്നു പറഞ്ഞപ്പോൾ സീത വരുന്നതു വരട്ടെ എന്നു കരുതി പിന്നെയും പറഞ്ഞു:

എന്തോർത്തു രാമാ, വൈദേഹനച്ഛൻ മിഥിലാധിപൻ,
ആണിൻ മെയ്പൂണ്ട പെണ്ണാം നീ ജാമാതാവായി വന്നതിൽ

ഈ ലോകം ഹന്ത, മൗഢ്യത്താൽ ചൊല്ലാറുള്ളതസത്യമാം
വന്തേജസ്സിൻ ചൂടേകും സൂര്യനിൽപ്പോലെ രാമനിൽ!

എന്തോർത്തിട്ടാർത്തനായ്പോയ് നീ, യാരിൽ നിന്നു ഭയം തവ
അനന്യാശ്രയയാമെന്നെ ത്യജിക്കാമെന്ന് തോന്നുവാൻ?

സീത വാല്മീകിയുടെ മാനസപുത്രിയാണ്. കാളിദാസനും ഭവ ഭൂതിക്കും തുളസീദാസനും കമ്പനും എഴുത്തച്ഛനും എല്ലാം അവൾ, വാല്മീകിയിൽ നിന്നും ഏറ്റുവാങ്ങിയിട്ടുള്ള വളർത്തുപുത്രി മാത്രമാണ്. അതുകൊണ്ട് വാല്മീകി അവതരിപ്പിക്കുന്ന സീതയെ നല്ലതുപോലെ അടുത്തറിഞ്ഞാലേ മറ്റു രാമായണ കർത്താക്കൾ അവതരിപ്പിക്കുന്ന സീതയിൽ അവർ ചേർത്തിട്ടുള്ള നിറം പിടിപ്പിക്കൽ നമുക്ക് തിരിച്ചറി യാൻ ആവുകയുള്ളൂ. കുമാരനാശാന്റെ ചിന്താവിഷ്ടയായ സീതയ്ക്ക് ആറ്റൂർ കൃഷ്ണ പിഷാരടി എഴുതിയിരിക്കുന്ന അവതാരികയിൽ ഇങ്ങനെ പറഞ്ഞു കാണുന്നു:

'ആശാൻ അവർകൾ പ്രകൃത ഗ്രന്ഥത്തിൽ കാണിച്ചു തരുന്ന സീത യാകട്ടെ ഇവയിൽ നിന്നെല്ലാം വ്യത്യസ്തമായ ലൗകീക രീതിയിലാണ് പ്രത്യക്ഷപ്പെടുന്നത്. വാല്മീകി - കാളിദാസന്മാർ കാണിച്ചു തന്നിരിക്കുന്ന സീതയെപ്പോലെ പാതിവ്രത്യ ധർമ്മത്തിന്റെ പരമകാഷ്ഠയിലുള്ള നിഷ്ഠ കൊണ്ടും മറ്റും ഭർത്താവിന്റെ അപരാധത്തെപ്പറ്റി അധികമൊന്നും ആക്ഷേപിക്കാതിരിക്കത്തക്ക വിധം അലൗകികമായ സഹനശക്തിയോ മറ്റോ പ്രത്യുത സീതയ്ക്കില്ല. ഭവഭൂതിയുടെ സീതയെപ്പോലെ അത്ര ത്തോളം ശുദ്ധഗതിയും കാണുന്നതല്ല. ഏറ്റവും മാനവതിയായ ഒരു ഖണ്ഡിത നായികയും മാനാധിക്യം നിമിത്തംതന്നെ ലോകത്തോടു നീരസം തോന്നി വെറുത്തിരിക്കുന്ന വിരഹിണിയുമായിട്ടുള്ള മാതിരി യിലാണ് പ്രധാനമായും അക്കാലത്ത് സീതയുടെ മനോവൃത്തി വ്യാപരി ച്ചിരുന്നതെന്ന സംഗതിയാണ് പ്രസ്തുത ഗ്രന്ഥം സാമാന്യമായി നമുക്ക് അനുഭവപ്പെടുത്തിത്തരുന്നത്."

ആറ്റൂരിന്റെ ഈ അഭിപ്രായം കാളിദാസന്റെയും ഭവഭൂതിയുടെയും സീതയെ സംബന്ധിച്ചിടത്തോളം വാസ്തവമാണെങ്കിലും വാല്മീകി യുടെ സീത, പറയേണ്ടത് പറയേണ്ടുന്ന സമയത്ത് ധീരമായി പറയുന്ന വൾ തന്നെയാണ്. ഷേക്സ്പിയർ സ്ത്രീയെപ്പറ്റി 'ചാപല്യമേ നിന്റെ പേരാണ് സ്ത്രീ' (frailty thy name is women) എന്നു പറയുമ്പോൾ ഭാരതത്തിലെ കവികൾ ഭാരത സ്ത്രീകളുടെ ഭാവശുദ്ധിയെ വിലമതിച്ചി രുന്നത് സാവിത്രിയെ മുമ്പിൽ നിറുത്തിക്കൊണ്ടാണ്. സാവിത്രിയുടെ സ്ഥൈര്യത്തിൽ നിന്ന് അണുവിട പോലും പിന്നാക്കം പോകുന്നവളല്ല സീത എന്ന് ഉറപ്പിച്ചുകൊണ്ടാണ് വാല്മീകി 27-ാം സർഗ്ഗത്തിൽ സീതയെ ക്കൊണ്ട് പറയിപ്പിച്ച വാക്കുകളെ 30-ാം സർഗ്ഗത്തിൽ ആവർത്തിച്ച് പറ യിപ്പിക്കുന്നത്.

ദ്യുമത്സേനസുതം വീര സത്യവന്തമനുവ്രതാം
സാവിത്രീമിവ മാം വിദ്ധി ത്വമാത്മവശവർത്തിനീം (6)

ന ത്വഹം മനസാ*f* പ്യന്യം ദ്രഷ്ടാസ്മി ത്വദൃതേ*f* നഘ
ത്വയാ രാഘവ ഗച്ഛേയം യഥാന്യാ കുലപാംസിനീ. (7)

സ്വയം തു ഭാര്യാം കൗമാരീം ചിരമദ്ധ്യുഷിതാം സതീം
ശൈലൂഷ ഇവ മാം രാമ പരേഭ്യോ ദാതു മിച്ഛസി.

ഈ ശ്ലോകങ്ങളെ വള്ളത്തോൾ ഇങ്ങനെ തർജ്ജമ ചെയ്യുന്നു:

ദ്യുമത്സേനജനാം സത്യവാനെയാർ പിന്തുടർന്നുവോ,
അസ്സാവിത്രി, കണക്കേ, ഞാൻ വീര, നിങ്കീഴിൽ നില്പവൾ.

നോക്കില്ലേതോ കുലടപോല,ങ്ങുന്നല്ലാതൊരുത്തനെ
ഹൃത്താലും ഞാനനഘ; നിൻകൂടെപ്പോരട്ടെ രാഘവ!

ബാല്യേവേട്ടു ചിരം പാർത്ത സതിയാം ഭാര്യയെ സ്വയം,
നട്ടുവൻ പോലെയന്യർക്ക് നൽകുവാൻ നോക്കുന്നു രാമ നീ.

രാമായണത്തിൽ രാമന്റെ ഏകപത്നീവ്രതത്തെ എല്ലാവരും കൊണ്ടാടുന്നുവെങ്കിലും ആ പത്നിയോട് നീതി കാണിക്കുന്നതായിരുന്നോ രാമന്റെ മനോഭാവമെന്ന് ആരും നിരൂപണം ചെയ്യാത്തത് ആശ്ചര്യകരമായിരിക്കുന്നു. സതിയായ ഭാര്യയെ 'നട്ടുവൻ പോലെ അന്യർക്കു നൽകാൻ നോക്കുന്ന രാമ നീ' എന്നു പറയുവാൻ സീതയ്ക്ക് ഒരു മടിയുമില്ല. അത് ഓർക്കുമ്പോൾ ചിന്താവിഷ്ടയായ സീതയിൽ ആശാൻ സീതയെക്കൊണ്ട് പറയിപ്പിക്കുന്ന വാക്കുകൾ ഒട്ടും അസ്ഥാനത്തല്ല എന്നുതന്നെ പറയണം. സീതയുടെയോ, ജനങ്ങളുടെയോ, രാജാവിന്റെ തന്നെയോ ഹിതമറിയാതെ ശ്രീരാമൻ വനവാസത്തിന് തീരുമാനിച്ചത് രാമന്റെ സത്യപരായണത വെളിപ്പെടുത്തുന്നു എന്നു രാമഭക്തന്മാർ ഘോഷിക്കുന്നു. സതിയും സത്യവതിയുമായ സീതയെ ഗർഭിണിയായിരുന്നപ്പോൾ കാട്ടിലെറിഞ്ഞുകളഞ്ഞത് ധർമ്മ വ്യസനിത്വം ആണെന്ന് രാമഭക്തന്മാർ അതിനെയും ന്യായീകരിക്കുന്നു. അതോർത്തിട്ട് സഹിക്കാനാവാത്ത സീത പറയുന്നു:

അതു സത്യപരായണത്വമാ-
മിതു ധർമ്മവ്യസനിത്വമെന്നുമാം
പൊതുവിൽ ഗുണമാക്കിടാം ജനം
ചതുരന്മാരുടെ ചാപലങ്ങളും. (95)

(ചിന്താവിഷ്ടയായ സീത - കുമാരനാശാൻ)

സീത രാമനോട് ചെയ്യുന്ന പ്രതിജ്ഞ അവൾ ആദ്യം മുതൽ അവസാനം വരെ കൃത്യമായിത്തന്നെ നിറവേറ്റുന്നു. വനയാത്രക്ക് മുമ്പ് ശ്രീരാമൻ ബ്രഹ്മർഷി വസിഷ്ഠന്റെ പുത്രനായ സുയജ്ഞനെ വരുത്തി, തന്റെ തങ്കത്തോൾവളകളും കുണ്ഡലങ്ങളും രത്നങ്ങൾ കോർത്ത പൊൻനൂലും കേയൂര കടകങ്ങളും കൊടുക്കുമ്പോൾ സീത തന്റെ കർത്തവ്യം മറന്നു പോകുന്നില്ല. സീത ആവശ്യപ്പെട്ടതനുസരിച്ച് രാമൻ തന്നെ സുയജ്ഞനോട് പറയുന്നു:

ഭാര്യക്കായസ്സൗമ്യ, മേടിയ്ക്കു: പൊൻനൂലും മുത്തുമാലയും
അരഞ്ഞാണുമിതാ നൽകാനിച്ഛിപ്പൂ സീത തോഴരേ;

വിചിത്രത്തോൾവളകളും നല്ല കേയൂരങ്ങളും
തരുന്നു തവ ഭാര്യയ്ക്കായ്സ്സഖേ, കാട്ടിൽ ഗമിപ്പവൾ;

നാനാർതനമണിഞ്ഞഗ്ര്യ മേൽ വിരപ്പൊത്ത കട്ടിലും
ഭഗവാനു തരുവാനുണ്ട് വിചാരിക്കുന്നു മൈഥിലി.

(ശ്രീവാല്മീകി രാമായണം, 7,8,9 - 32-ാം സർഗ്ഗം)

ലക്ഷ്മണനെ വിളിച്ച് ശ്രീരാമചന്ദ്രൻ തന്നെ പല ബ്രഹ്മർഷികൾക്കും ദ്വിജോത്തമന്മാർക്കും ദാനങ്ങൾ കൊടുക്കുവാൻ ഏർപ്പാട് ചെയ്യുമ്പോൾ എന്തേ വിശ്വാമിത്രനെ ഓർക്കാതിരുന്നതെന്നതിൽ ഞാൻ അദ്ഭുതപ്പെടുന്നു.

ദശരഥന്റേതെന്നു പറഞ്ഞു കൈകേയി രാമനെ ഏൽപിച്ച തീരുമാനത്തെപ്പറ്റി വാല്മീകിക്കുള്ള അഭിപ്രായമാണ്, അയോദ്ധ്യയിലെ ജനങ്ങളെക്കൊണ്ട് വാല്മീകി പറയിപ്പിക്കുന്നത്.

പിശാചേറ്റിട്ടരുൾകയാണിപ്പോൾ ദശരഥൻ ദൃഢം
പോക്കുവാൻ തോന്നുകില്ലല്ലോ തമ്പുരാന്നോമലുണ്ണിയെ! (10)

ഗുണമില്ലാത്ത മകനെപ്പോലുമെങ്ങിനെ പോക്കിടും?
പിന്നെയുണ്ടോ നടപ്പാൽ,ത്താനീ ലോകംവെന്ന പുത്രനെ? (11)

അഹിംസ ദയമര്യാദ നൽപഠിപ്പു ദമം ശമം
ഇഷ്ഷഡ്ഗുണം വിളങ്ങിപ്പൂ പുരുഷോത്തമ രാമനെ. (12)

അതുകൊണ്ട,വനെ ദ്രോഹിക്കയാൽ നാട്ടാർ വലഞ്ഞുപോയ്
വേനല്ക്കു നീർവറ്റുകയാൽജ്ജലജന്തുക്കൾ പോലവേ. (13)

പീഡിപ്പൂ ലോകമെല്ലാമീ ലോകനാഥന്റെ പീഡയാൽ,
വേരറുക്കുകയാൽ പൂത്തു കായ്ചവൃക്ഷം കണക്കിനെ; (14)

ഇവൻ നരർക്കു വേരല്ലോ ധർമ്മസാരൻ മഹാദ്യുതി;
പൂകായുമിലയും കൊമ്പുമാണിവന്നന്യരൊക്കെയും. (15)

അതിനാൽ ലക്ഷ്മണൻപോലെ പത്നീബന്ധുക്കളൊത്തുടൻ,
പോകുമ്പോൾ പിന്തുടരുക, രാഘവൻ പോമിടത്തു നാം; (16)

പൂംകാവും ക്ഷേത്രവും വീടുവിട്ടു ധാർമ്മിക രാമനെ
സമാന ദുഃഖ സുഖരായ്പ്പിന്തുടർന്നീടുകിന്നു നാം. (17)

നിധി മാന്തിയെടുക്കപ്പെട്ടവ, മുറ്റം തകർന്നവ,
ധനധാന്യാദി സമ്പത്തൊട്ടുക്കെടുത്തു കഴിഞ്ഞവ, (18)

പൊടിപാടേ പാറിയവ, ദൈവതങ്ങൾ വെടിഞ്ഞവ,
മടതീർത്തു കിടന്നോടുമെലിക്കൂട്ടം ചുഴന്നവ. (19)

വെള്ളവും പുകയും തൂത്തുതളിയും വേർപിരിഞ്ഞവ,
ബലികർമ്മേഷ്ടിയും മന്ത്രം ഹോമം ജപവുമറ്റവ (20)

ദുഷ്കാല ഭഗ്നതുല്യങ്ങൾ, ഭാജനങ്ങളുടഞ്ഞവ,
നമ്മൾ കൈവിട്ട ഗേഹങ്ങൾ നേടിക്കൊള്ളട്ടെ കൈകേയി! (21)

കാടോ നഗരമാവട്ടേ രാഘവൻ ചെല്കകാരണം;
നമ്മൾ കെവിട്ടിടുകയാൽ ക്കാടായ്ത്തീരട്ടെ പട്ടണം; (22)

(ശ്രീ വാല്മീകിരാമായണം - അയോദ്ധ്യാകാണ്ഡം 33-ാം സർഗ്ഗം: വള്ളത്തോൾ)

ഇതേ രീതിയിൽത്തന്നെ കമ്പർ അയോദ്ധ്യയിലെ പ്രജകളെകൊണ്ട് പറയിപ്പിക്കുന്നതിൽ ശ്രദ്ധാർഹമായ ഒരു ആശയം വരുന്നുണ്ട്.

“രാജാക്കന്മാരുടെ ചെയ്തികൾ വിചിത്രം തന്നെ. നിർദ്ദോഷിയായ രാജകുമാരനെ, തന്റെ സീമന്തപുത്രനെ, രാജാവായി അഭിഷേകം ചെയ്യുമെന്ന് പ്രതിജ്ഞ ചെയ്ത രാജാവ് ആ പ്രതിജ്ഞ ഇതാ കാറ്റത്തെറിഞ്ഞിരിക്കുന്നു. എന്നിട്ട് ഇളയ പുത്രന് അഭിഷേകമാകാമെന്ന് കല്പിക്കുന്നു.” കൈകേയിയോടുള്ള വാക്കു പാലിച്ചില്ലെങ്കിൽ രാജധർമ്മത്തിന് യോജിക്കാത്ത സത്യലംഘനം ഉണ്ടാകുമെങ്കിൽ, ജനത്തോടുള്ള പ്രതിജ്ഞ ലംഘിക്കുന്നത് രാജധർമ്മമാകുന്നതെങ്ങനെ എന്നതിലേക്കാണ് കമ്പർ ഇവിടെ വിരൽ ചൂണ്ടുന്നത്.

(കമ്പരാമായണം പേര് 57 ശ്രീ രാജഗോപാലാചാരിയുടെ തർജ്ജമ)

രാമൻ യാത്ര ചോദിക്കുമ്പോൾ ശുദ്ധഗതിക്കാരനായ ദശരഥമഹാരാജാവ് പറയുന്ന വാക്കുകൾ വാല്മീകിയുടെ ആത്മാവിൽ നിന്നും ഉതിർന്നു വന്നതായിരിക്കണം.

കൈകേയീ വരദാനത്താൽ മറവിൽ പെട്ടു പോയി ഞാൻ;
എന്നെ ബന്ധിച്ചയോധ്യേശനാക നീ തന്നെ രാഘവ. (26)

ഏവം നൃപന്റെ ചൊൽ കേട്ടു രാമൻ പെരിയ ധാർമ്മികൻ
കൈകൂപ്പിയുത്തരം ചൊന്നാനച്ഛനോടുക്തികോവിദൻ. (27)

ആയിരത്താണ്ടിനുർവ്വീശനിവിടുന്നു നരാധിപ;
ഞാനോ വനത്തിൽപ്പാർക്കുന്നുണ്ട;നൃതം പറ്റിടൊല്ല തേ. (28)

അഞ്ചുമെമ്പതുമാമാണ്ടു കാട്ടിൽപ്പാർത്തു രമിച്ചു ഞാൻ
തൃക്കാൽ പിടിക്കുവൻ വീണ്ടും, പ്രതിജ്ഞാന്തത്തിൽ മന്നവ. (29)

വശം കെട്ടു കരഞ്ഞും കൊണ്ടപ്പൊന്മകനൊടോതിനാൻ
കൈകേയി ഗൂഢം ചെയ്യിയ്ക്കും തമ്പുരാൻ സത്യസായനൻ (30)

കുഞ്ഞേ നന്മയ്ക്കു മേന്മയ്ക്കും തിരിയേ വരുവാനുമായി
പോക മാഴ്കാതഭയമാം ശുഭമാർഗ്ഗത്തിലൂടെ നീ. (31)

കുഞ്ഞേ ധർമ്മിഷ്ഠവും സത്യാത്മകവുമാം നിന്റെ നിശ്ചയം
പിൻവലിപ്പിയ്ക്കുവാനാവതല്ലല്ലോ രഘുനന്ദന. (32)

എന്നാലീ രാവിൽ മകനേ, പോകല്ലേതാകിലും ഭവാൻ,
ഒരു നാൾ കൂടിയും കണ്ട് നന്മയിൽ കഴിയട്ടെ ഞാൻ! (33)

എന്നെയമ്മയേയും പാർത്തു; സർവകാമാഭിതൃപ്തനായ്
പാർക്കുകിന്നത്തെയീ രാവിൽ; നാളെ കാലത്തു പോയിടാം. (34)

സർവ്വഥാ ദുഷ്കരം കുഞ്ഞേ, നീ ചെയ്യുന്നത് രാഘവ
ഇഷ്ടങ്ങൾ വിട്ടെന്നിഷ്ടാർത്ഥം പാഴ്കാട്ടിൽ പോകയല്ലി നീ. (35)

പ്രിയമല്ലിതെനിയ്ക്കുണ്ണീ, സത്യത്താണയി രാഘവ;
ഒളിതീപോലെയാം കള്ളപ്പെണ്ണിനാൽ വീഴ്ചപ്പെട്ടു പോയ്! (36)

എനിയ്ക്കു പെട്ട ചതിയും കടപ്പാൻ മുതിരുന്നു നീ,
ഈത്തരം കെട്ട കൈകേയി കേറി പ്രേരണ ചെയ്കയാൽ! (37)

എന്നാലാശ്ചര്യമല്ലൊട്ടുമെൻ മൂത്തമകനായ നീ
അച്ഛന്റെ വാക്കു ഭോഷ്കല്ലാതാക്കാനോർപ്പതു നന്ദന. (38)

(ശ്രീ വാല്മീകി രാമായണം - അയോദ്ധ്യാകാണ്ഡം - വള്ളത്തോൾ)

മനുഷ്യചരിത്രത്തിൽ അവിസ്മരണീയങ്ങളായ ഒട്ടേറെ ദുഃഖ സന്ദർഭങ്ങളുണ്ടായിട്ടുണ്ട്. അതിലൊന്നാണ് സിദ്ധാർത്ഥ രാജകുമാരൻ ഗർഭവതിയായ തന്റെ പ്രിയപത്നി യശോധരയെ വിട്ട് തപസ്സിനായി പോകുന്നതിനു മുമ്പ് അതിന്റെ മുന്നോടിപോലെ യശോധരയ്ക്കുണ്ടായ സ്വപ്നവും ആ സ്വപ്നം കണ്ട് ഭയവിഹ്വലയായ യശോധരയോട് സിദ്ധാർത്ഥകുമാരൻ പറയുന്ന സമാശ്വാസ വചനങ്ങളും. നിരപരാധിയായ യശോധരയുടെ ആശ്വസിക്കപ്പെടുത്തുവാനാകാത്ത ദുഃഖത്തിന് തുല്യമാണ് വഞ്ചിതനായിത്തീർന്ന ദശരഥമഹാരാജാവിന്റെ ദുഃഖവും അവർ രണ്ടുപേരും വിധിയാൽ വഞ്ചിക്കപ്പെട്ടിരിക്കുന്നു.

'നോവുന്നിതയ്യോ മനക്കൊമ്പെനിക്കെന്റെ
ജീവാധിക പ്രിയനങ്ങുറങ്ങുന്നുവോ
നോക്കുകയെന്നെക്കനിഞ്ഞു സുധാമൃദുഃ
വാക്കുകളാൽ തണുപ്പിക്കെന്നെഴൽ വിഭോ!
ഈ വിധം കാന്തതൻ ദീനസ്വരം കേട്ടു
ദേവനലിഞ്ഞു ചോദിച്ചിതു സത്വരം:
'എന്തെൻ പ്രിയതമേ! കേഴുന്നു നീയഴ-
ലെന്തുകൊണ്ടേലുന്നു ചൊല്ലുക വല്ലഭേ!

അമ്പൊടിതോതുമിടയ്ക്കു വീണ്ടും ദേവി -
തൻപരിദേവനം താനേ തുടർന്നിതു:
'എൻ പ്രാണസാരമേ! യെൻസുഖമോയെന്റെ
തമ്പുരാനേ! കഷ്ടമെന്തുര ചെയ്വ ഞാൻ
നിന്തിരുമേനിതൻ ഗർഭമെൻ കുക്ഷിയി-
ലന്തിനേരത്തിന്നിളകീ ദയാനിധേ!
സ്വന്തമാം ജീവനും സൗഖ്യവും സ്നേഹവും
ഹന്ത! രണ്ടായെന്നു തോന്നിയെനിക്കുടൻ,
ഗർഭസ്ഥനായ ഭവൽ പ്രതിരൂപനാ-
മർഭകനെക്കണ്ടു കൊൾവാൻ കൊതിയൊടും.
നിർഭരാനന്ദരസം പൂണ്ടുറങ്ങവേ
ദുർഭഗമായ് കണ്ടു മൂന്നു കിനാവു ഞാൻ.
അബ്ഭയഹേതുവാം സ്വപ്നങ്ങളോർക്കുകി-
ലിപ്പോഴുമുള്ളം ഞടുങ്ങുന്നിതു വിഭോ!
ഏറ്റം വെളുത്തു തടിച്ചു കൊഴുത്തൊരു
കൂറ്റനെയാദ്യമായ് കണ്ടു ഞാൻ നിദ്രയിൽ.
അഗ്രങ്ങൾ കൂർത്തു വളഞ്ഞു വിശാലമാ-
യുഗ്രമാം കൊമ്പുകളാൽ ഭീകരനവൻ
നെറ്റിത്തടത്തിൽ ധരിച്ചിരിക്കുന്നതു
മുറ്റും വിലപേറുന്നോരു മഹാരത്നം.
ശിക്ഷയിൽ വിൺവിട്ടു വീണങ്ങു തങ്ങുന്ന
നക്ഷത്രമോയെന്നു തോന്നുമാറുജ്ജ്വലം
തുന്ദിലനാമവൻ ധാടിയിൽ കാൽ വച്ചു
മന്ദം തെരുവുകളൂടെ നടന്നുപോയ്
ചെന്നു പുരദ്വാരമെത്തീ ഭയം കൊണ്ടു
സന്നദ്ധരായില്ലയാരും തടുക്കുവാൻ.
വൃന്ദാരകേശ്വര ക്ഷേത്രത്തിൽ നിന്നുടൻ
മന്ദേതരമൊരശരീരി കേട്ടിതു
ചെന്നിവനെത്തടുത്തീടുവിനല്ലായ്കി-
ലിന്നഗരത്തിന്റെ മഹാത്മ്യമിന്നു പോം.
ചെന്നു തടുത്തുകൊൾവിൻ ഹാ! ജനങ്ങളേ!-
യെന്നമ്മൊഴി കേട്ടടുത്ത ഭടന്മാരിൽ
ആർക്കും തടുത്തു നിർത്താൻ കഴിഞ്ഞില്ല ചെ-
ന്നേല്ക്കാൻ ഭയമായ് മടങ്ങിയെല്ലാവരും.
എന്നതു കണ്ടുടൻ പാരം വിവശയായ്
വന്ന താപത്തോടെ വാവിട്ടു കേണു ഞാൻ.
എന്നല്ലയക്കൂറ്റനെക്കൈലതകളാൽ
ചെന്നു കടന്നു പിടിക്കയും ചെയ്തു ഞാൻ.

മല്ക്കരപാശം കഴുത്തിൽ പിണഞ്ഞതി-
മുഷ്ക്കരനാമവൻ കൊമ്പുകുലുക്കിനാൻ.
വാതിലയ്ക്കുവാൻ കല്പിച്ചുകൊണ്ടു ഞാ-
നേതും കുലുങ്ങാതമർത്തിയെൻ കൈകളാൽ
തമ്മിലീവണ്ണമിടഞ്ഞു പിടയുമാ-
വന്മഹോക്ഷപ്രഭു തൽക്ഷണം തൻ തല
പൊക്കിക്കുലുക്കി ഞാൻ വീഴുമാറുഗ്രമായ്
മുക്കറയിട്ടു മുമ്പോട്ടു നടന്നുപോയ്
സത്വരം ചെന്നഴിവാതിൽ തള്ളിത്തകർ-
ത്തെത്തും ഭടരെച്ചവിട്ടി മെതിച്ചുടൻ
പാഞ്ഞു പെരുവഴിയൂടെ ദൂരത്തുപോയ്
മാഞ്ഞെൻ മിഴികളിൽ നിന്നു മറഞ്ഞിതേ.
പിന്നെബ്ഭൂവനപതികളാം നാലുപേർ
മിന്നുന്ന ദിവ്യനേത്രപ്രഭ പൂണ്ടവർ
ഉന്നതമേരു ശിഖരതടം വിട്ടു
മന്നിൽ പരിവാരമൊടുമെഴുന്നള്ളി-
യിന്നമ്മുടെ നഗരത്തിലെത്തുന്നതു-
മന്നേരമിന്ദ്രദ്ധ്വജത്തിൻ കൊടിക്കൂറ-
യൊന്നിളകി ബ്ഭുവിലറ്റു വീഴുന്നതും
എന്നല്ലുടനേ പകരമസ്ഥാനത്തിൽ
മറ്റൊരു ദിവ്യപതാകയുയർന്നുടൻ
തെറ്റെന്നു വിണ്ണിൽ പറന്നു നിൽക്കുന്നതും
കണ്ടിതു ഞാനക്കൊടിക്കൂറയിൽ പല-
തുണ്ടു ഞൊറിയവയിൽ പൊൻകസവിനാൽ
ചേണുറ്റ ചെങ്കനലിൻ കാന്തി ചിന്തുന്ന
മാണിക്യഖണ്ഡങ്ങൾ ചേർത്തക്ഷരം തുന്നി
തത്കിരണാവലിയിൽ തിളങ്ങിച്ചില
മുഖ്യപ്രമാണവാക്യങ്ങൾ മിന്നീടുന്നു.
നല്ല പുലർകാലവായു വീശിച്ചുരു-
ക്കെല്ലാം നിവർന്നു പാറും കൊടിക്കൂറയിൽ
ക്ഷിപ്രം സ്ഫുടതയാർന്നക്ഷരവൃന്ദങ്ങ-
ളുൾപ്രമോദം തരും വായിപ്പവർക്കഹോ!
എന്നല്ലുടനെയവിടെയാകാശത്തിൽ
നിന്നൊരു പൂമഴ പെയ്തു വിചിത്രമായ്
അപ്പൂക്കളാർന്ന നിറങ്ങൾ നാം കാണ്മതി-
ലിപ്പാരിലുള്ള പുഷ്പങ്ങളിലൊന്നിലും:'
'ശോഭനമല്ലോ പ്രിയേയിതെല്ലാം പിന്നെ
നീ ഭയമേലുന്നതെന്തിനാരോമലേ!'

എന്നു ഭഗവാനിടയിൽ ജിജ്ഞാസിച്ചി-
തന്നാരിമാർമണി ചൊല്ലിനാൾ പിന്നെയും,
'അപ്രിയമല്ലിവിടം വരെ സ്വപ്നമി-
തപ്പുറമല്ലോ ഭയങ്കരം കേൾക്കുക.
കോലാഹരത്തോടുടനങ്ങു കേൾക്കായി
'കാലമായ്' 'കാലമായ്' എന്നുള്ള വാക്കുകൾ
പിന്നെ മൂന്നാമതായ് നിന്തിരുമേനിയെ-
യുന്നിത്തിരിഞ്ഞു ഞാൻ ശയ്യയിൽ നോക്കവേ
കാണായി കേവലം പട്ടുകിടക്കയും
ചേണാർന്ന വസ്ത്രവും മാത്രമീ മെത്തമേൽ
കണ്ടീല നിൻ തിരുമേനിയെയപ്പോഴുൾ-
ത്തണ്ടിലുണ്ടായ രുജയെന്തു ചൊൽവു ഞാൻ
പ്രാണപ്രഭോ! നിർമുഖാംബുജം കാണാതെ
കാണിനേരം പൊറുപ്പാൻ ശക്തയോയിവൾ?
നിന്തിരുമേനിയല്ലോ എന്റെ ജീവിതം
നിന്തിരുമേനിതാനെന്റെ ഹൃദയവും.
സ്വന്തമാം സർവ്വമങ്ങല്ലോയെനിക്കെന്റെ
ബന്ധുക്കളുമെന്റെ രാജാവുമങ്ങല്ലോ.
നിന്തിരുമേനിയെക്കാണാതുഴന്നെന്റെ-
യന്തരംഗം പിന്നെയുമാണ്ടു നിദ്രയിൽ
പിന്നെയും ഞെട്ടിയുണർന്നിതവശ ഞാൻ
പിന്നെയുമക്കിനാവയ്യോ! തുടർന്നിതു
സത്വരം കാണായിതങ്ങണിഞ്ഞീടുന്ന
മുത്തണിക്കച്ചപുറമെന്റെ മാറുകൾ-
ക്കിത്തിരി താഴെയായെങ്ങനെയോ മേനി
മദ്ധ്യത്തു ചുറ്റിപ്പിണവതും പിന്നഹോ!
പത്തിവിതിർത്തൊരു പാമ്പായതു തന്നെ
കൊത്തുവാൻ ചീറിനിൽക്കുന്നതും കണ്ടു ഞാൻ
പിന്നെയെൻ പാദസരങ്ങൾ താനേയൂരി
മന്നിലടിവതും കൈവള രണ്ടുമേ
ഛിന്നമായ് താഴെ വീഴുന്നതും പൂമാല-
യെന്നണിക്കൂന്തൽ മേൽ വാടിക്കരിവതും
കാണായി പിന്നതുമല്ല കഷ്ടം! പ്രിയ-
പ്രാണേശ്വര! കണ്ടു നമ്മൾ ശയിക്കുമാ
ചേണാർന്നൊരു മണിക്കട്ടിൽതാൻ ഭൂമിയിൽ
താണുമറഞ്ഞു പോകുന്നതുമാശു ഞാൻ
അപ്പോഴിപ്പട്ടു തിരശ്ശീലയും സ്വയം
ക്ഷിപ്രം ചരടറ്റു താഴത്തു വീണിതു

മുല്പാടു ചൊന്ന വൻകുറ്റനുമൊന്നുടൻ
കെല്പോടു ദൂരത്തു നിന്നു ശബ്ദിച്ചിതു
ഏറ്റമകലെ മുൻചൊന്ന കൊടിക്കൂറ
കാറ്റിൽ പതിക്കയും ചെയ്തിതു തത്ക്ഷണം.
പിന്നെയും കേൾക്കുമാറായിതങ്ങാലയ-
സന്നിധിയിൽ 'കാലമായെ' ന്ന ശബ്ദവും.
സ്പഷ്ടമതു കേട്ടുണർന്നു ഞാനമ്മൊഴി
കഷ്ടം! ചെവിയിൽ മുഴങ്ങുന്നിതിപ്പൊഴും.
എന്തായിരിക്കുമിതിൻ പൊരുളെന്നുറ്റ-
ചിന്തയാലെൻ കരൾക്കാമ്പു കായുന്നിതു.
എന്തിനല്ലെങ്കിലിസ്സംശയമിന്നായു-
രന്തമടുത്തിനിക്കെന്നാമിതിൻ പൊരുൾ
അല്ലെങ്കിലായതിലും കഷ്ടമായെന്റെ
വല്ലഭനെന്നെ വെടിഞ്ഞു പോമെന്നതാം.
ആഹായിതല്ലെങ്കിലെൻപ്രഭോ! താവക-
ദേഹവിയോഗമാസന്നമായെന്നതാം.'
എന്നഴലാൽ കരഞ്ഞോതും പ്രിയയയുടെ
ഖിന്നമാമാനനം പാർത്തു കൃപാനിധി

(ശ്രീബുദ്ധചരിതം - നാലാംകാണ്ഡം - കുമാരനാശാൻ)

യശോധരയുടെ വാക്കുകൾ കേട്ടിട്ട് ദുഃഖാർത്തനെങ്കിലും രാമനെപ്പോലെ മാറാത്ത തീരുമാനമെടുത്ത തഥാഗതൻ എല്ലാമോർത്തു ഉറപ്പിച്ച മനസ്സോടുകൂടി യശോധരയോട് ഇങ്ങനെ പറയുന്നു:

മംഗലമാനസേ! നിൻ കിനാവിൽ ഭാവി-
സംഗതി വല്ലതും താൻ നിഴലിക്കയാം
ദേവാധിപന്മാർ സ്വയമപായം ഭയ-
ന്നാവില മാനസരായി നടക്കയാം
ഭൂവിൽ ജനിമൃതി ദുഃഖമകലുവാൻ
പാവനമായൊരു മാർഗ്ഗം തെളികയാം.
വല്ലവിശേഷവുമുണ്ടാകയാമതു
നല്ലതെന്നാകിലും തിയതെന്നാകിലും
വല്ലഭേ! ധൈര്യമിയന്നു വസിക്ക നാ-
മല്ലൽ തേടീടരുതിങ്ങനെയേതുമേ.
ചിത്തതാരിൽ സ്നേഹഭംഗം ഭയന്നു നീ-
യിത്താപമേലുന്നതായ് വാരാമിന്നഹോ!
നിത്യമാം പ്രേമത്തിലെന്റെ യശോധരേ!
പ്രത്യയമുണ്ട് നിനക്കെങ്കിലോതുവൻ

സത്യമായ് സ്നേഹിച്ചു നിന്നെ ഞാനുണ്ടെനി-
ക്കത്യന്തമാം സ്നേഹമിന്നും ഭവതിയിൽ.
ലോകദുഃഖത്തെയോർത്തൊട്ടു നാളായതി-
വ്യാകുലമാനസനായി ഞാൻ വാഴ്വതും
ഏകാന്തദുഃഖനിവൃത്തിമാർഗ്ഗം തേടി
മാഴ്കുന്നതും പ്രിയേ! നീയറിയുന്നതാം.
അന്യരായജ്ഞാതരാമസംഖ്യം കോടി
ദീനജന്തുക്കളെച്ചൊല്ലി ഞാൻ ദുഃഖിപ്പൂ.
പിന്നെ പ്രിയതമേ! മൽപ്രാണനോടൊത്ത
നിന്നെയോ നിസ്നേഹനായി മറപ്പു ഞാൻ!
ഇപ്പോഴതുമല്ല വല്ലഭേയോർക്ക നിൻ-
ഗർഭസ്ഥനാമെൻ ശിശുവിന്റെയമ്മ നീ
ഒപ്പം ഹൃദയമലിഞ്ഞതുണ്ടായിനി-
യൊപ്പം പരസ്പരാശയ്ക്കതു ഹേതുവാം
മുട്ടയിരിക്കുന്ന കൂടിനെയംബരം-
മുട്ടിപ്പറക്കിലും പക്ഷി മറക്കുമോ?

(ശ്രീബുദ്ധചരിതം: കുമാരനാശാൻ)

ഇനിയും വിധിയാൽ വഞ്ചിതനായ വേറൊരു ഹതഭാഗ്യന്റെ കഥ കേൾക്കുക:

പരിശുദ്ധമാനസനും സത്യവാഗ്പടുവും സമദൃഷ്ടിയും ശാന്തഗംഭീരനുമായ സോക്രട്ടീസ് തന്റെ രാജ്യത്തെ ജനഹിതം എന്ന പേരിൽ അഥീനിയൻ കോടതി സമ്മാനിച്ച മരണത്തെ ഹെംലക്ക് കഴിച്ച് സ്വീകരിക്കുന്ന അവസരത്തിൽ തന്നെ കാണുവാൻ വന്ന ഭാര്യയുടെയും കുഞ്ഞുങ്ങളുടെയും ഹൃദയവ്യഥയെ മാനിച്ചുകൊണ്ട് അവരെയെല്ലാം നേരത്തേതന്നെ യാത്ര പറഞ്ഞയച്ചു. പ്ളേറ്റോ എഴുതിയിട്ടുള്ള അപ്പോളജിയിലും ക്രൈറ്റോയിലും വരുന്ന രംഗങ്ങൾ വ്യഥിത മാനസരായിട്ടല്ലാതെ ഒരാൾക്കും വായിക്കുവാൻ കഴിയുന്നതല്ല. രാമന്റെ കാര്യത്തിൽ ദുർവാശിക്കാരിയായി നിൽക്കുന്നത് കൈകേയിയാണെങ്കിൽ സോക്രട്ടീസിന്റെ മരണം കൊതിച്ചത് മെലിറ്റസ് ആണ്. മെലിറ്റസിന് കൂട്ടു നിന്നവർ അനിക്കസും ലൈക്കോണുമാണ്. അവരുടെ ഉദ്ദേശ്യം അവരുടെ ദുരഭിമാനത്തിനു ക്ഷതം വരുത്തിയ സത്യസന്ധനായ സോക്രട്ടീസിനെ എങ്ങനെയും ഇല്ലാതാക്കണമെന്നു മാത്രമായിരുന്നു. അനേകം ബുദ്ധിമാന്മാരും ദാർശനികന്മാരും പിറന്ന ഗ്രീസിൽ സോക്രട്ടീസിനെ രക്ഷിക്കാൻ ഒരാളുടെയും നാവ് ഉയർന്നില്ലല്ലോ എന്ന അത്ഭുതം തന്നെയാണ് നാം അയോദ്ധ്യാരാജധാനിയിലെ ദശരഥന്റെ കൊട്ടാരത്തിലും കാണുന്നത്. കുലഗുരുവായ വസിഷ്ഠനും പ്രിയമിത്രമായ വിശ്വാമിത്രനും സുയജ്ഞനും അഗസ്ത്യനും കൗശികനും തൈത്തിരീയന്മാരുടെ ഗുരുവര്യനും ആര്യ

ചിത്രരഥനും എന്നല്ല സുമന്ത്രനുപോലും ഈ ദുര്യോഗം തടയുവാൻ കഴിഞ്ഞില്ല. ലോകോത്തരമായ സംസ്കാരങ്ങളുടെ വിളഭൂമിയെന്ന് അറി യപ്പെടുന്ന ഭാരതവും ഗ്രീസും ഈ കാര്യത്തിൽ ഒരുപോലെ ദരിദ്രമായി രുന്നു.

സോക്രട്ടീസിനെ വധിക്കുവാൻ തീരുമാനെടുത്തതിനു ശേഷം ഒരു മാസത്തേക്ക് ആ വിധി നടപ്പിൽ വരുത്തുവാൻ കഴിഞ്ഞില്ല. ഏഥൻസിൽ നിന്നും ഒരു കപ്പൽ നിറയെ ആളുകൾ ദൈവീകപ്രാധാന്യമുള്ള ഒരു പൂജയ്ക്കായി പോയിരുന്നു. അങ്ങനെ ഒരു സംഘം രാജ്യത്തു നിന്ന് പുറത്തുപോയിരിക്കുന്ന സമയത്ത് ഏഥൻസിൽ ആരെയും കൊല്ലുവാൻ പാടില്ല. പോയവർ മടങ്ങി വരാതെ ഒരു മാസത്തോളം പോയപ്പോൾ സോക്രട്ടീസിന്റെ ഉത്തമ സുഹൃത്തായ ക്രൈറ്റോയും മറ്റും സോക്രട്ടീ സിനെ എങ്ങനെയെങ്കിലും ജയിലിൽ നിന്നും ഓടി രക്ഷപ്പെടുവാൻ നിർബന്ധിച്ചുകൊണ്ടിരുന്നു. ജയിലധികൃതർക്ക് കോഴ കൊടുക്കുവാൻ വളരെ എളുപ്പമായിരുന്നു. അതിനാവശ്യമായ പണം ക്രൈറ്റോയുടെ കൈയിലുണ്ടായിരുന്നു താനും. മറ്റു പലരും സോക്രട്ടീസിനെ രക്ഷി ക്കുവാൻ ജാഗരൂകരായിരുന്നു. ഏഥൻസ് ഒരു ചെറിയ രാജ്യം. അതിനു പുറത്തു പോയി ഗ്രീസിൽ എവിടെ വേണമെങ്കിലും സോക്രട്ടീസിന് സന്തോഷമായി ജീവിക്കാമായിരുന്നു. സുഹൃദ് വലയങ്ങളെ ഉണ്ടാക്കാൻ സോക്രട്ടീസിന് ഒരു പ്രയാസവും ഉണ്ടായിരുന്നില്ല. എന്നാൽ ഏഥൻ സിലെ നിയമം ഇപ്രകാരം ഉദ്ഘോഷിക്കുന്നതായി സോക്രട്ടീസ് കേട്ടു:

'അല്ലയോ സോക്രട്ടീസ്, നിങ്ങൾ നഗരം വിട്ടു പോയാൽ തിന്മയെ തിന്മകൊണ്ടും തെറ്റിനെ തെറ്റുകൊണ്ടും നേരിടുകയായിരിക്കും. നിങ്ങൾ അതുമൂലം ഞങ്ങളിൽ അർപ്പിച്ചിട്ടുള്ള വിശ്വാസത്തെയും നാം തമ്മിൽ ഉണ്ടാക്കിയിട്ടുള്ള ഉഭയസമ്മതത്തെയും ലംഘിക്കുകയായിരിക്കും. നിങ്ങൾക്കൊരിക്കലും വേദനിപ്പിക്കുവാൻ ഇഷ്ടമില്ലാത്ത നിങ്ങളെയും നിങ്ങളുടെ സ്നേഹിതരെയും നിങ്ങളുടെ രാജ്യത്തെയും ഞങ്ങളെയും പീഡിപ്പിക്കുകയായിരിക്കും.'

നിയമത്തിന്റെ അനുശാസനത്തെ തന്റെ ഉള്ളിൽ വ്യക്തമായും ശക്ത മായും കേൾക്കുന്നതുകൊണ്ട് വേറെ ഒന്നും തന്നെ തനിക്ക് കേൾക്കു വാൻ കഴിയുന്നില്ല എന്ന് സോക്രട്ടീസ് ഉറപ്പിച്ചു പറഞ്ഞു. അദ്ദേഹം ഒരു പ്രലോഭനത്തിനും വഴങ്ങുകയില്ലെന്ന് കണ്ടപ്പോൾ ക്രൈറ്റോ പറഞ്ഞു: "എന്നാൽ ദൈവം നിശ്ചയിച്ചതുപോലെയാകട്ടെ."

ശ്രീരാമചന്ദ്രനായാലും സിദ്ധാർത്ഥ രാജകുമാരനായാലും സോക്ര ട്ടീസായാലും വിധി തെളിച്ച വഴിയേ തന്നെ പോകേണ്ടി വരുന്നത് അനി വാര്യമായിരുന്നു. ഈ അനിവാര്യതയെയാണ് ഈശ്വരേച്ഛ എന്നും വിധി എന്നുമെല്ലാം മനുഷ്യർ ഏക്കാലവും പറഞ്ഞു പോന്നിട്ടുള്ളത്. സോക്ര ട്ടീസിനോട് ക്രൈറ്റോ രക്ഷാമാർഗ്ഗം ഉണ്ടെന്നു പറഞ്ഞതുപോലെയാണ്

ലക്ഷ്മണൻ, ഭരതനെ തോല്പ്പിച്ചിട്ട് രാമനെ രാജാവാക്കണമെന്ന് പറഞ്ഞത്. തന്റെ അവസാന നിമിഷത്തിൽ ക്രൈറ്റോയോട് സോക്രട്ടീസ് പറഞ്ഞ ചില വാക്കുകൾ ഇവിടെ ഉദ്ധരിക്കേണ്ടി വരുന്നത് ആവശ്യമായി വരുന്നു.

സോക്രട്ടീസ് : ഇപ്പോൾ സമയമെന്തായി?

ക്രൈറ്റോ : നേരം വെളുക്കാറായി.

സോക്രട്ടീസ് : ഇപ്പോൾ വന്നതേയുള്ളോ?

ക്രൈറ്റോ : അല്ല, അധികനേരമായി

സോ : വെറുതെ കിടക്കയുടെ അടുത്ത് കുത്തിയിരുന്നോ? എന്നിട്ടെന്താണ് എന്നെ വിളിക്കാത്തത്?

ക്രൈ : അതെനിക്ക് സ്വപ്നം കാണുവാൻ കൂടി കഴിയുമായിരുന്നില്ല. ഇത്ര ഉറക്കമില്ലാത്തവനായി നിരാശനായി കഴിയുവാൻ എനിക്കിടവന്നില്ലായിരുന്നെങ്കിൽ എന്നു ഞാൻ ആശിക്കുന്നു. എനിക്കദ്ഭുതം തോന്നിപ്പോയി, എത്ര പ്രശാന്തനായിട്ടാണ് അങ്ങ് ഉറങ്ങിക്കിടന്നത്. അങ്ങയുടെ ശാന്തിയെ ഭഞ്ജിക്കുവാൻ എനിക്ക് കഴിയുമായിരുന്നില്ല. ഞാനെപ്പോഴും അങ്ങയുടെ ധന്യ ജീവിതത്തെ മനസാ വാഴ്ത്തിപ്പോന്നിരുന്നു. അങ്ങ് എത്ര ഭാഗ്യവാൻ! ഈ നിർഭാഗ്യദശയിൽ എനിക്ക് അത് ഒരിക്കൽകൂടി ബോദ്ധ്യമായിരിക്കുന്നു. എത്ര സമചിത്തതയോടെ പ്രശാന്തനായിട്ടാണ് അങ്ങ് ഈ ദാരുണ നിമിഷങ്ങളെ നേരിടുന്നത്!

സോ : ക്രൈറ്റോ, എന്റെ ഈ വാർദ്ധക്യദശയിൽ ഞാൻ മരണത്തെ വെറുക്കുന്നത് ഒരിക്കലും സമുചിതമായിരിക്കുകയില്ല. പറയൂ, എന്തിനാണിത്ര നേരത്തേ വന്നത്?

ക്രൈ : എനിക്ക് ദുഃഖകരമായൊരു വാർത്ത് കൊണ്ടുവരുവാനുണ്ടായിരുന്നു. അങ്ങയ്ക്കത് ദുഃഖകരം ആയിരിക്കുകയില്ലെന്ന് എനിക്ക് അറിയാം. എന്നാൽ എനിക്കാകട്ടെ, അങ്ങയുടെ മറ്റു സുഹൃത്തുകൾക്കാകട്ടെ ഇത് അല്പം പോലും സഹിക്കുവാനുള്ള കരുത്തില്ല.

സോ : എന്താണ് സംഭവിച്ചത്? ഡിലോസിൽ നിന്നും കപ്പൽ മടങ്ങി എത്തിയോ? അതിന്റെ ആഗമനമാണല്ലോ എന്റെ തിരോധാനത്തെ കുറിക്കേണ്ടത്.

ക്രൈ : ഇനിയും അത് വന്നിട്ടില്ല. എന്നാൽ ഇന്ന് വരുമെന്ന് പ്രതീക്ഷിക്കപ്പെടുന്നു. അത് ഇന്നു വന്നാൽ, സോക്രട്ടീസ്, അങ്ങയ്ക്ക്.....?

സോ : അത് നല്ലതിനായിരിക്കുമെന്ന് ഞാൻ ആശിക്കുന്നു. ദൈവങ്ങളുടെ ഇച്ഛ നടക്കട്ടെ. എന്നാൽ കപ്പൽ ഇന്നു വരില്ലെന്ന് എനിക്കു തോന്നുന്നു.

ക്രൈ : അങ്ങ് എന്തുകൊണ്ടാണ് അങ്ങനെ ശങ്കിക്കുന്നത്?

സോ : ഞാൻ രാത്രിയിൽ ഒരു സ്വപ്നം കണ്ടുകൊണ്ട് കിടക്കുകയായിരുന്നു. എന്നെ ഉണർത്താതിരുന്നത് നന്നായി.

ക്രൈ : എന്തായിരുന്നു, ആ സ്വപ്നം?

സോ : ദിവ്യപരിവേഷമുള്ള സുന്ദരിയായ ഒരു മഹിളാരത്നം ശുദ്ധധവളമായ വസ്ത്രം ധരിച്ചുകൊണ്ട് എന്റെ അടുത്തു വന്നു പറഞ്ഞു: 'സോക്രട്ടീസ്, ഹൃദ്യവും രമ്യവുമായ ഫ്സ്ത്യ രാജ്യത്ത് ഇന്ന് കഴിഞ്ഞ് മൂന്നാം ദിവസം നീ വന്നു ചേരും' എന്ന്.

ക്രൈ : സോക്രട്ടീസ്, ഇത് നിരർത്ഥകമായ ഒരു സ്വപ്നമാണ്.

സോ : ക്രൈറ്റോ, എന്റെ മനസ്സിൽ ഇതിന്റെ അർത്ഥം തികച്ചും സ്പഷ്ടമാണ്.

ക്രൈ : അങ്ങയ്ക്ക് സ്പഷ്ടമായിരിക്കാം. എന്റെ സോക്രട്ടീസ്, ഇനിയും ഈ തടവറയിൽ നിന്ന് രക്ഷപ്പെടാൻ ധാരാളം സമയമുണ്ട്. അങ്ങയുടെ മരണം എന്നെ സംബന്ധിച്ചിടത്തോളം ഇരട്ട ദുരന്തത്തെ ഉണ്ടാക്കുന്നതാണ്. അങ്ങയെപ്പോലെ ഒരു സുഹൃത്തിനെ എനിക്ക് ഇനിയും ഒരിക്കലും കിട്ടില്ല എന്നത് ഒരു സത്യം. എന്നാൽ അങ്ങയെ രക്ഷിക്കാൻ പ്രാപ്തനായ ഞാൻ അപ്രകാരം ചെയ്തില്ലെന്നാൽ അങ്ങയേയും എന്നെയും നല്ലതുപോലെ അറിയാത്തവരെല്ലാം എന്നേയ്ക്കുമായി എന്നെ പഴിക്കും. ഞാൻ അങ്ങയേക്കാൾ എന്റെ പണത്തെ സ്നേഹിച്ചവനാണെന്ന് ആരെങ്കിലും കരുതുന്നുണ്ടെങ്കിൽ എനിക്ക് അതിനേക്കാൾ നിന്ദ്യമായി മറ്റെന്തുണ്ട്? ആരും വിശ്വസിക്കില്ല, അങ്ങയുടെ ദുശ്ശാഠ്യം കൊണ്ടാണ് അങ്ങ് രക്ഷപ്പെടാത്തതെന്ന്.

സോ : എന്റെ പ്രിയപ്പെട്ട ക്രൈറ്റോ, മറ്റുള്ളവർ എന്ത് ചിന്തിക്കുമെന്ന് കരുതി അതിൽ വേവലാതിപ്പെടുന്നതെന്തിന്? യഥാർത്ഥത്തിൽ സത്യസന്ധമായി ചിന്തിക്കാൻ കഴിയുന്നവർക്കെ സംഭവത്തിന്റെ ഗതി നല്ലതുപോലെ അറിയാം.

ക്രൈ : അങ്ങയ്ക്കറിയാമല്ലോ പൊതുജനാഭിപ്രായത്തിൽ ഒരു ചീത്തപ്പേരുണ്ടാകുന്നത് എത്ര കഷ്ടമാണെന്ന്. സാധാരണക്കാരന് ഒരു ദുഷ്പേരുണ്ടാകുന്നതുകൊണ്ട് വലിയ ദോഷമൊന്നുമുണ്ടാകുകയില്ല. എന്നാൽ അങ്ങയെപ്പോലെയുള്ള ഒരു മഹാന് അപകീർത്തി ഉണ്ടായാലോ?

സോ : ഞാൻ വിചാരിക്കുന്നത് സാധാരണക്കാരന് തിന്മ ചെയ്യാനുള്ള കഴിവുണ്ടായിരുന്നെങ്കിൽ എന്നാണ്. എന്നാൽ ആ കഴിവുള്ളവന് അതുകൊണ്ടു തന്നെ നന്മയും ചെയ്യാൻ കഴിയുമായിരുന്നു. എന്നാൽ വാസ്തവമെന്താണ്? അവർക്ക് രണ്ടിനും

കഴിവില്ല. ഒരാളെ വിജ്ഞനാക്കാനോ മടയനാക്കാനോ അവർക്ക് കഴിയുകയില്ല. സദുപദേശം തരുന്ന ഒരാളുടെ വാക്കിനെ നാം ധിക്കരിക്കുകയും നന്മ തിന്മകൾ തിരിച്ചറിയാൻ കഴിയാത്ത ഒരു ജനക്കൂട്ടത്തിന്റെ ഉപദേശം സ്വീകരിക്കുകയും ചെയ്താൽ അത് ശുഭകരമായി വരുമോ? അതുകൊണ്ട് തിന്മയല്ലേ ഉണ്ടാവുകയുള്ളൂ.

ക്രൈ : തീർച്ചയായും.

സോ : എന്തായിരിക്കും ആ തിന്മ? അത് എവിടെനിന്ന് ഉണ്ടാകുന്നു? അതായത് സദുപദേശത്തെ ധിക്കരിക്കുന്ന ഒരുവന്റെ ഏതംശത്തിലായിരിക്കും തിന്മ അനുഭവപ്പെടുന്നത്?

ക്രൈ : അതുകൊണ്ട് അവന് വേദനിക്കേണ്ടി വരുന്നത് അവന്റെ ശരീരത്തിലായിരിക്കും.

സോ : ക്രൈറ്റോ, നന്മതിന്മകളും ന്യായാന്യായങ്ങളും വ്യക്തമായറിയാവുന്ന ഒരു ഉപദേശകനുണ്ടെന്നിരിക്കട്ടെ. അങ്ങനെ ഒരാളുടെ ഉപദേശം നാം സ്വീകരിക്കണമോ, അതോ അനേകരുടെ സമ്മർദ്ദത്തിനു നാം വിധേയരാകണോ? വിജ്ഞനായ ആ ഒരു മനുഷ്യനെ നാം ബഹുമാനിക്കുകയും അനുസരിക്കുകയും ചെയ്യണമോ? അതോ മറ്റുള്ളവരെയെല്ലാം ചേർത്തുവെച്ച് അവരോട് കടപ്പാടുള്ളവനായിത്തീരണമോ? വിവേകത്തെ ത്യജിക്കുന്നതുകൊണ്ട് നമ്മിൽ നാശഗ്രസ്തമാകുന്നതെന്താണ്? അതോ ഞാൻ പറയുന്നത് സർവ്വാബദ്ധമാണോ?

ക്രൈ : അല്ല, അങ്ങു പറയുന്നത് സത്യമാണ്.

സോ : എന്നാൽ അടുത്ത പടി ആലോചിക്കുക. സത്പ്രവൃത്തികൊണ്ട് നമ്മിൽ ശ്രേയസ്സുണ്ടാക്കുന്ന ഒരംശമുണ്ട്. ദുഷ്പ്രവൃത്തികൊണ്ട് നഷ്ടമായിപ്പോകുന്നിടവുമുണ്ട്. നാം നമ്മുടെ സദ്ഭാവനയെ നശിപ്പിച്ചിട്ട് ദുർവൃത്തരായാൽ ധർമ്മക്ഷയയുണ്ടായ ആ ജീവിതംകൊണ്ട് പിന്നെ എന്താണ് പ്രയോജനം? എന്നിൽ ഇപ്പോൾ ക്ഷയിച്ചിരിക്കുന്ന ഭാഗം ശരീരമാണ്. അത് സമ്മതിക്കുന്നുണ്ടോ?

ക്രൈ : സമ്മതിക്കുന്നു.

സോ : അനാരോഗ്യംകൊണ്ട് ആകെപ്പാടെ ക്ഷയിച്ചിരിക്കുന്ന ഒരു ശരീരത്തിൽ ജീവിച്ചിരിക്കണമോ?

ക്രൈ : വേണ്ട.

സോ : നമ്മിലെ യാതൊന്നുകൊണ്ടാണോ നന്മയേയും തിന്മയേയും ചെയ്യുവാൻ നാം നിർബന്ധിതരായിരിക്കുന്നത് അത്, ഈ ശരീരത്തേക്കാൾ അപ്രധാനമാണെന്ന് വരുമോ?

ക്രൈ : ഒരിക്കലുമില്ല.

സോ : എന്നു മാത്രമല്ല ആ ഭാഗം അനർഘമല്ലേ?

ക്രൈ : വളരെ

സോ : അങ്ങനെയാണെങ്കിൽ എന്റെ പ്രിയസ്നേഹിതാ, പൊതു ജനങ്ങൾ എന്തു ചിന്തിക്കുന്നു എന്നല്ല നാം ആലോചി ക്കേണ്ടത്. നന്മതിന്മകളെ അറിഞ്ഞ് സദുപദേശം നല്കുന്ന പ്രമാണികതയുടെ ശബ്ദത്തെ നാം സത്യമായി എണ്ണണം. അതാലോചിക്കുമ്പോൾ, നിങ്ങൾ എനിക്കു നൽകുന്ന ഉപദേശം പൊതുജനശബ്ദത്തെ മാനിക്കുന്നതാണ്. അല്ലാതെ നന്മയെ പ്രതിനിധാനം ചെയ്യുന്നതല്ല. പൊതുജനശബ്ദം തെറ്റാണെന്ന് നമുക്ക് വാദിക്കാം. എന്നാലും അവർക്ക് നമ്മെ കൊല്ലുവാൻ കഴിയും. എനിക്ക് അതുകൊണ്ട് പറയുവാനുള്ളത്, സുപ്രധാ നമായിട്ടുള്ള നാം ജീവിക്കുന്നു എന്നുള്ളതല്ല; നന്മയിൽ ജീവി ക്കുന്നു എന്നുള്ളതാണ്.

ക്രൈ : നിശ്ചയമായും.

സോ : നന്മയിൽ ജീവിക്കുക എന്നു പറഞ്ഞാൽ ബഹുമാന്യനായി ജീവിക്കുക എന്നല്ല അർത്ഥം. സത്യസന്ധമായി ജീവിക്കുക എന്നാണ്.

(PLATO - THE COLLECTED DIALOGUES BOLLINGE SERIES)

ശ്രീരാമചന്ദ്രൻ കാട്ടിലേക്കു പോകുകതന്നെ വേണമെന്ന് ദശരഥൻ നിർബന്ധിച്ചില്ല. താൻ ചെയ്യുന്നത് തികഞ്ഞ അനീതിയാണെന്ന് കണ്ണു നീരോടെ ഏറ്റു പറയുന്നു. എന്നല്ല, തന്നെ ധിക്കരിച്ചുകൊണ്ട് രാമന് പോകാതിരിക്കാം. എന്നിട്ടും രാമന് അപ്രകാരം ചെയ്യാൻ കഴിയുന്നില്ല. ദശരഥന്റെ കൊട്ടാരത്തിൽ കൈകേയി ഒരൊറ്റ സ്ത്രീ മാത്രമേ രാമന്റെ വനയാത്ര കാണാൻ ആഗ്രഹിച്ചുള്ളൂ. ബാക്കി എല്ലാവരും ആവുന്നത്ര ശ്രമിച്ചിട്ടും രാമന്റെ മനസ്സു മാറ്റുവാൻ കഴിഞ്ഞില്ല.

തപോവനത്തിൽ മാൻപേടകളോടൊത്ത് കാപട്യമറിയാതെ വളർന്ന ശകുന്തളയ്ക്ക് ഗാന്ധർവ്വം എന്ന സ്വയം കൃതാനർത്ഥത്തിൽ ചെന്നു വീഴേണ്ട കാര്യമില്ലായിരുന്നു. സിദ്ധാർത്ഥരാജകുമാരനെ ആരും സ്ഥാന ഭ്രഷ്ടനാക്കിയില്ല. രാജാവായി കൊട്ടാരത്തിൽ തന്നെ തളച്ചു നിറുത്തു വാൻ വേണ്ടുന്നതൊക്കെ ശുദ്ധോദനമഹാരാജാവ് ചെയ്തിരുന്നു. ആ ബന്ധനത്തിന് വിധിതന്നെ ഏർപ്പെടുത്തിക്കൊടുത്ത ശുദ്ധരാഗമായി രുന്നു യശോധരയുടേത്. എന്നിട്ടും തഥാഗതൻ രാത്രിയുടെ മൂന്നാം യാമത്തിൽ എല്ലാം ഉപേക്ഷിച്ചു കടന്നുപോയി. സോക്രട്ടീസിനെ രക്ഷി ക്കാൻ ക്രൈറ്റോ ഉൾപ്പെടെ ഒട്ടേറെ സുഹൃത്തുക്കൾ വേണ്ടുന്നതെല്ലാം ചെയ്തു. ജയിലിൽ നിന്നും വേണമെങ്കിൽ ഒളിച്ചുപോകാം. എന്നാൽ സോക്രട്ടീസിന് തന്റെ മനഃസാക്ഷിയിൽ നിന്ന് ഒളിച്ചുപോകാനാവില്ല.

51

ഇനിയും ഇതാ; ഇപ്രകാരം ക്രൂശിൽ തറയ്ക്കപ്പെടേണ്ടുന്നതിനായി ദൈവം തന്നെ തിരഞ്ഞെടുത്ത പുത്രൻ യേശുക്രിസ്തു.

(മത്തായിയുടെ സുവിശേഷം 26-ാം അദ്ധ്യായം ഒന്നു മുതൽ അമ്പത്താറു വരെ വായിക്കുക)

ശ്രീവാല്മീകിരാമായണം സുമന്ത്രകോപവാക്യത്തിൽ ഇങ്ങനെ പറഞ്ഞിരിക്കുന്നു:

അരമന മുഴുവൻ ആർത്തനാദം കൊണ്ട് മുഖരിതമായപ്പോൾ, സുമന്ത്രൻ ക്രമത്തിൽ ഉണർന്നു. മഹാരാജഹൃദയം വ്യക്തമായറിയുന്ന ആ സൂതൻ, ശക്തിയിൽ ശിരസ്സ് കുടഞ്ഞ്, കനത്ത നെടുവീർപ്പിട്ടു. 'കട് കട' ശബ്ദത്തിൽ പല്ലുകടിച്ച്, കൈകൾ തമ്മിൽ ബലത്തിൽ കൂട്ടിത്തിരുമ്മി, കൺകലങ്ങി, അഴലാർന്ന് ക്രമത്തിൽ കോപത്തിനടിപ്പെട്ട്, കൈകേയിയുടെ ഹൃദയം അതുല്യങ്ങളായ വാക്ശരങ്ങളാൽ പിളരത്തക്കവിധം ഇങ്ങനെ പറഞ്ഞു:

"ഈ വൻ രാജ്യത്തിലുള്ള ചരങ്ങളെയും അചരങ്ങളെയും മുഴുവൻ കാത്തു സൂക്ഷിക്കുന്ന മഹാപ്രഭു ദശരഥനൃപേന്ദ്രനെ നിഷ്കരുണം ഉപേക്ഷിച്ചുവല്ലോ. ദേവിക്ക് ചെയ്യുവാൻ വയ്യാത്തത് ഈ ലോകത്തിൽ യാതൊന്നുമില്ല. ഇപ്പോൾ ഭർതൃഘാതകിയായ ഭവതി, അവസാനത്തിൽ വംശനാശിനി കൂടിയായിത്തീരും. ദേവേന്ദ്രനെപ്പോലെ ഏതൊരാൾക്കും അജയ്യനും, അദ്രിയെപ്പോലെ സുസ്ഥിരനും, സമുദ്രംപോലെ അക്ഷോഭ്യനുമായ ഭൂപാലസിംഹത്തിന് ദുഃഖമേറ്റുവാൻ ദേവിക്ക് സാധിച്ചുവല്ലോ. പതിവ്രതാരത്നമായൊരു നാരീരത്നം, പതിപ്രീതിയാണ് ആഗ്രഹിക്കുക. വയസ്സിന്റെ ക്രമത്തിലാണ് രാജവാഴ്ച. പരിപാവനമായ ഇക്ഷ്വാകുവംശത്തിൽ ഈ ഗതിക്ക് വിരോധം അവിടുന്നുണ്ടാക്കരുത്. ഭരതകുമാരൻ രാജാവായി അയോദ്ധ്യയെ ഭരിക്കട്ടെ. ഞങ്ങളെല്ലാവരും ശ്രീരാമചന്ദ്രൻ പോകുന്നിടത്തേക്ക് പോകാം. നീതിയുടെ കണിക പോലുമില്ലാത്ത ഭവതിയുടെ നാട്ടിൽ ഒരൊറ്റ ബ്രാഹ്മണനു പോലും വസിക്കുവാൻ അർഹതയില്ല. അതിഘോരമായ അനീതി ഇങ്ങനെ ചെയ്യുമ്പോൾ ഈ ഭൂമി തന്നെ പിളരാതിരിക്കുന്നതിലാണ് എനിക്കു അദ്ഭുതം തോന്നുന്നത്.

"അയോദ്ധ്യാരാജ്യത്തിലെ നഗരവാസികളും നാട്ടിൻപുറവാസികളും ശ്രീരാമദേവന്റെ മാർഗത്തെ അനുസരിക്കുന്നവരാണ്. തീർച്ച. സജ്ജനങ്ങളും സദ്ബ്രാഹ്മണരും ബന്ധുക്കളോടുകൂടി ത്യജിച്ച ഈ രാജ്യത്തെ സ്വാധീനമാക്കിയാൽ അതിൽ എന്താണൊരു സംതൃപ്തി ഉണ്ടാവുക? മഹാത്മാക്കളും അതിതേജസ്വികളുമായ ബ്രഹ്മർഷിവര്യന്മാരുടെ വാക്കുകളാകുന്ന ദണ്ഡുകൾ, ശ്രീരാമകുമാരനെ നാട്ടിൽ നിന്നയക്കുന്ന ആളെ വേദനിപ്പിക്കുന്നുമില്ലല്ലോ.

"തേന്മാവിനെ കോടാലികൊണ്ട് മുറിച്ചു കളഞ്ഞ്, തൽസ്ഥാനത്ത് വേപ്പിൻ തൈ നട്ട് പാലുകൊണ്ട് നനച്ചു വളർത്തിയാൽക്കൂടി മധുരിക്കുക പതിവില്ലല്ലോ. 'വേപ്പിൽ നിന്ന് തേൻ ഒഴുകാ' എന്നല്ലേ പഴഞ്ചൊല്ല്.

"ദേവിയുടെ അമ്മ ദുർവാശിയുടെ കൂടായിരുന്നുവെന്ന് പണ്ടു തന്നെ കേട്ടിട്ടുണ്ട്. മഹാത്മാവായൊരു ദിവ്യൻ, കേകയ മഹാരാജാവിന് ശ്രേഷ്ഠ മായൊരു വരം കൊടുത്തിരുന്നു - സർവ ജീവികളുടേയും ഭാഷ മനസ്സി ലാക്കുന്നതിനുള്ള കഴിവ്. ഒരു ദിവസം പള്ളിക്കുറുപ്പിന് കിടക്കുമ്പോൾ, ഒരുറുമ്പിന്റെ വിചാരം അതിന്റെ ശബ്ദത്തിൽ നിന്നും മനസ്സിലാക്കിയ പിതാവ് ചിരിച്ചു. അത് കാരണമൊന്നും കാണാതെ മഹാറാണി പ്രണയ കുപിതയായി ചോദിച്ചു. 'എന്തിനാണിങ്ങനെ പൊട്ടിച്ചിരിക്കുന്നത്?' ദേവി യുടെ അച്ഛൻ അല്പം ഗൗരവത്തോടെ പറഞ്ഞു: 'റാണീ ഇതിന്റെ കാരണം പറഞ്ഞാൽ ഞാൻ ഉടനെ മരിക്കും.'

'ജീവിച്ചാലും മരിച്ചാലും വേണ്ടില്ല. കാരണം എനിക്ക് കേൾക്കണം;' അമ്മ നിർബന്ധിച്ചു. മഹാരാജാവ് ഏറ്റവും വിഷണ്ണനായി വരദനായ ആ ദിവ്യനോട് വിവരം പറഞ്ഞു. ഗതിമുട്ടിയ രാജാവിനോട് ആ മഹാത്മാവ്: 'അവൾ ചാകട്ടെ അല്ലെങ്കിൽ പോകട്ടെ. അങ്ങയിൽ അല്പമെങ്കിലും സ്നേഹമില്ലാത്ത അവളോട് യാതൊന്നും മിണ്ടരുത്.'

"ഈ നിർദ്ദേശം ശിരസാവഹിച്ച പിതാവ് അമ്മയുടെ അപേക്ഷ നിസ്സാരമായി തള്ളി. അമ്മയെപ്പോലെ തന്നെ ദേവിയും നരേന്ദ്രനെ ദുഷ്കൃത്യത്തിലേക്ക് പ്രേരിപ്പിക്കുകയാണ്, ചാടിക്കുകയാണ്. 'ആൺ മക്കൾ പിതാവിനെപ്പോലെയും പെൺമക്കൾ മാതാവിനെപ്പോലെയും ആകും' എന്നൊരു നാട്ടുചൊല്ലുണ്ട്. അത് സത്യമാണെന്നാണ് എനിക്കി പ്പോൾ തോന്നുന്നത്. ദേവി, അധഃപതിക്കാതെ ഭൂപാലേന്ദ്രന്റെ വാക്ക് സ്വീകരിക്കൂ. ഭർത്തൃ വാക്യം അനുസരിച്ച് ഞങ്ങളെ മുഴുവൻ അനുഗ്ര ഹിക്കൂ. ദുർജ്ജന പ്രോത്സാഹനത്താൽ ദുശ്ചരിതയാകാതിരിക്കൂ. ദേവേന്ദ്ര തുല്യനായ നരപാലകനെക്കൊണ്ട് അധർമ്മം ചെയ്യിക്കാതിരിക്കൂ. അപരിമിത പുണ്യവാനായ മഹാരാജാവ് ആലോചിക്കാതെ പറഞ്ഞ വാക്ക് സത്യമാണെന്ന് ഭ്രമിക്കരുതേ. ഉത്തമോത്തമനായ ദശരഥമന്നന്റെ അഭീഷ്ടമനുസരിച്ച് ദാനതത്പരനും സത്ചിന്തകനും സത്ചരിതനും ധർമ്മസംരക്ഷകനും സീമന്തപുത്രനുമായ ശ്രീരാമന് ദേവി തന്നെ അഭി ഷേകം നടത്തണം. രാജകുമാരൻ വനത്തിലേക്ക് എഴുന്നള്ളുന്നതു കൊണ്ട്, എന്നും നശിക്കാത്ത ദുഷ്കീർത്തി ദേവിക്കുണ്ടാകും. അതു കൊണ്ട് അവിടുന്നു തന്നെ നാടുവാഴട്ടെ. മാത്രമല്ല ശ്രീരാമചന്ദ്രകുമാര നല്ലാതെ മറ്റാർക്ക്, വിസ്തൃതമായ ഈ അയോദ്ധ്യാരാജ്യം പരിപാലി ക്കുവാൻ സാധിക്കും? ഈ വംശത്തിന്റെ കീഴ്വഴക്കമനുസരിച്ച്, രാജ്യം മൂത്തപുത്രനെ ഏല്പ്പിച്ചിട്ടു വേണം ദശരഥനരേന്ദ്രന് 'വാനപ്രസ്ഥമാരം ഭിക്കുവാൻ".

രാജസമീപത്ത് നിൽക്കുന്ന സുമന്ത്രൻ, കൈകേയിയെ തൊഴുതു കൊണ്ട് സാന്ത്വനരൂപത്തിൽ ഉഗ്രവാക്കുകൾ പറഞ്ഞിട്ടും, ദേവിയുടെ മന സ്സിന് അല്പവും ചാഞ്ചല്യമുണ്ടായില്ല, ആ മുഖത്തിന് അല്പമെങ്കിലും മാറ്റം വന്നതുമില്ല.

മനുഷ്യജീവിതത്തിൽ അത്യാപത്തിന്റെ മഹാശൂന്യത ഒരു പെരുമ്പാമ്പിനെപ്പോലെ വാ പിളർന്നു വരുന്ന സമയങ്ങളുണ്ട്. ആ സമയത്ത് ഒരു ചുഴിയിൽ അകപ്പെട്ടവനെപ്പോലെ മനുഷ്യൻ ആപൽഗർത്തത്തിലേക്ക് ആവേശത്തോടുകൂടി കടന്നുപോകുന്നു. അവൻ പൂർണ്ണനായി നാശത്തിന്നിരയാവുകയും ചെയ്യുന്നു. ഈ സാഹസികരായ സ്വാർത്ഥന്മാരുടെ സ്വാർത്ഥത പരമമായ ഒരു ത്യാഗത്തിൽ അധിഷ്ഠിതമാണ്. അതുകൊണ്ട് അവരെ സ്വാർത്ഥർ എന്ന് ആരും എണ്ണുന്നില്ല. ശ്രീരാമചന്ദ്രനും, ദുഷ്യന്ത മഹാരാജാവും, സോക്രട്ടീസും, സിദ്ധാർത്ഥരാജകുമാരനും, യേശുവും എല്ലാം ഇത്തരത്തിലുള്ള സ്വാർത്ഥമതികളായിരുന്നു. അവരവർ മാനിച്ചിരുന്നതായ വലിയ ആദർശത്തിന് വേണ്ടി കടുത്ത സാഹസം കാണിക്കുന്നവർ. എന്നാൽ അവർക്ക് കടന്നു പോകേണ്ടിവന്ന അതിദാരുണമായ ദുഃഖവഹ്നിയിലേക്ക് അവരെ സ്നേഹിച്ചവരെയും അകാരണമായി വലിച്ചിഴച്ച് കൊണ്ടുപോകുന്നതിന്റെ ദാരുണത ആരും അറിയുന്നില്ലെന്ന് തോന്നുന്നു. ഇവിടെ സ്വാർത്ഥത എന്നു പറഞ്ഞത് ആദർശത്തിനോടുള്ള സ്വാർത്ഥതയാണ്. എന്റെ വിശ്വാസം എന്നതിന് പ്രാധ്യാന്യം കൊടുക്കുന്നു.

താൻ ഒരിക്കൽ പറഞ്ഞ വാക്ക് ലംഘിക്കയില്ല എന്ന ആദർശാഭിമാനം ശ്രീരാമനും, താൻ പരസ്ത്രീഗമനം ചെയ്യുകയില്ല എന്ന ആദർശാഭിമാനം ദുഷ്യന്തനും, ലോകനന്മയ്ക്ക് സമർപ്പിതമായിരിക്കുന്ന തന്റെ ജീവിതത്തെ സ്വകാര്യ നന്മയ്ക്കായി ആഹൂതി ചെയ്യുകയില്ലെന്ന് സിദ്ധാർത്ഥരാജകുമാരനും, സത്യവിവേചനം ചെയ്യുന്ന തന്റെ മനഃസാക്ഷിയോട് താൻ കപടം കാണിക്കുകയില്ലെന്ന് സോക്രട്ടീസും, ദൈവേച്ഛക്കെതിരായി താൻ പോവുകയില്ലെന്ന് യേശുവും വാശിപിടിക്കുന്നു. ഭോജരാജാവ് ഇതിനെ 'അഹങ്കാരോത്ക്കർഷാഭിമാനം' എന്ന് പറയുന്നു. അതായത്, തന്റെ സ്വത്വബോധത്തെ ഉത്കൃഷ്ടമായ ഒരു പദവിയിൽ ആരോപിച്ചിട്ട് അതിൽ അസാധാരണമായ സത്യാഭിവാഞ്ഛ ഉയർത്തിപ്പിടിക്കുന്നു. ഈ സത്യാഭിവാഞ്ഛകൊണ്ട് സീതയും ലക്ഷ്മണനും ഊർമ്മിളയും കൗസല്യയും സുമിത്രയും എന്നല്ല ഭരത ശത്രുഘ്നന്മാർപോലും ദീർഘകാലത്തെ ദുഃഖം അനുഭവിക്കേണ്ടിവരുന്നു. കൂടാതെ ഖരൻ, ബാലി, രാവണൻ, ശൂർപ്പണഖ തുടങ്ങിയവരും മഹാനാശത്തിന്റെ ആഴത്തിൽ നിപതിക്കുന്നു. ലോകസാഹിത്യത്തിൽ ശകുന്തളയേക്കാൾ വലിയ സരളചിത്തതയുടെയും നിരപാധിത്വത്തിന്റെയും പ്രതീകമില്ല. എന്നാലും തമോമാന്ദ്യം ബാധിച്ചിരുന്ന ദുഷ്യന്തന്റെ ഓർമ്മക്കുറവിൽ നിന്നുണ്ടായ ദുരഭിമാനത്തിന്റെ പേരിൽ നിർദോഷിയായ ശകുന്തള വഞ്ചിതയായി, അപമാനിതയായി, പരിത്യക്തയായി. നിർവാണത്തെച്ചൊല്ലി സിദ്ധാർത്ഥ രാജകുമാരൻ കാണിച്ച സാഹസംകൊണ്ട് യശോധര അവളുടെ ഭർത്താവ് ജീവിച്ചിരിക്കുമ്പോൾ തന്നെ വിധവയെപ്പോലെയായി. പുത്രൻ രാഹുലൻ അനാഥനായി. ശുദ്ധോദനമഹാരാജാവ് ഹൃദയം തകർന്നവനായി. സോക്രട്ടീസ് തന്റെ അന്തരാത്മാവിൽ താൻ മാത്രം കണ്ടിരുന്ന ഒരു പ്രകാശത്തോട്

നീതി പുലർത്താൻ കാണിച്ച വ്യഗ്രതയിൽ സാന്ദീപ്പും മക്കളും ക്രൈറ്റോയും പ്ളേറ്റോയുമെല്ലാം ദുഃഖാർത്തരായി, നിസ്സഹായരായി, ആ ദുഃശാഠ്യക്കാരൻ സ്വന്തം കൈകൊണ്ട് തന്റെ ജീവനെ ഒടുക്കുന്നത് നോക്കി നിൽക്കേണ്ടി വന്നു. യേശുവിന്റെ 'ക്രൈസ്റ്റ് ഫിക്സേഷൻ' കാരണം മാതാവായ മറിയവും മാർത്തായും അവളുടെ സഹോദരിയായ മറിയയും പത്രോസുമുതൽ യോഹന്നാൻ വരെയുള്ള ശിഷ്യന്മാരും അതി ദാരുണമായ ക്രൂശാരോഹണം നോക്കി നിൽക്കേണ്ടി വന്നു. യേശുവിന്റെ കൈകളിലും കാലുകളിലും ആണി ആഞ്ഞു തറയ്ക്കപ്പെടുമ്പോൾ ആ ആണികൾ അവരുടെ ഹൃദയത്തിൽ തുളഞ്ഞു കയറുകയായിരുന്നു. എന്നല്ല, അതിന്റെ പേരിൽ യഹൂദ വംശം കഴിഞ്ഞ രണ്ടായിരം വർഷ മായി വേട്ടയാടപ്പെടുന്നു. അതിന്റെ കാർക്കശ്യം ഹിറ്റ്ലറുടെ ഗ്യാസ് ചേംബറുകളിൽ കിടന്ന് പിടഞ്ഞു മരിക്കേണ്ടി വന്ന പരസഹസ്രം യഹൂദ ന്മാരുടെ നരകയാതന വരെ എത്തുന്നു. പലപ്പോഴും ഒരു നാടകത്തി ലെയോ ഇതിഹാസത്തിലെയോ പ്രധാന നായകനല്ല ദുഃഖത്തിന്റെയും ദൈന്യതയുടെയും ക്രൂരതയുടെയും ചുമടു താങ്ങുന്നത്; ഒരു പാർശ്വ വർത്തിയായിരിക്കും. ഷേക്സ്പിയറിന്റെ 'ഹാംലറ്റി'ലെ ഹൊറേഷോയെ ഓർക്കുക. അതുകൊണ്ടു തന്നെയാണ് മഹാഭാരതത്തിലെ കർണ്ണന്റെയും ഗാന്ധാരിയുടെയും കഥകൾ ഇപ്പോൾ കൂടുതൽ കൂടുതൽ ശ്രദ്ധയിലേക്ക് വന്നുകൊണ്ടിരിക്കുന്നത്.

ഈ മഹാസാഹസികർ അവരുടെ അഹങ്കാരോല്ക്കർഷാഭിമാനത്തെ ഉയർത്തിപ്പിടിക്കുന്നതിനുവേണ്ടി മഹാദുരന്തങ്ങളെ ആദ്യം തന്നെ ഭാവന ചെയ്യുന്നു. യേശുവിന്റെ ദുരന്തം തുടങ്ങുന്നതിനു മുമ്പ് ഒരു സ്കിസോ ഫ്രേനിയക്കാരന്റെ പീഡനപ്രതീക്ഷയെ (presecution complex) എടുത്തു കാട്ടുന്ന ഒരു വരിയാണ് മത്തായിയുടെ സുവിശേഷത്തിൽ ക്രൂശാരോ ഹണത്തിന്റെ മുഖവുരയായി കൊടുക്കുന്നത്:

യേശു ശിഷ്യരോട് തുടർന്നു:

രണ്ടു ദിവസം കഴിഞ്ഞു പെസഹ ആണെന്ന് നിങ്ങൾക്ക് അറിയാ മല്ലോ. മനുഷ്യപുത്രൻ ക്രൂശിക്കപ്പെടുന്നതിനായി ഏല്പ്പിക്കപ്പെടും.

ഈ പ്രതീക്ഷയുടെ സാക്ഷാത്കാരം എന്നതുപോലെയാണ് തുടർന്നു വരുന്ന അതിദാരുണമായ കഥ. മുഖ്യപുരോഹിതരും ജനങ്ങളുടെ മൂപ്പ ന്മാരും മഹാപുരോഹിതനായ കയ്യാഫായുടെ കൊട്ടാരത്തിൽ സമ്മേളിച്ചു. അവർ യേശുവിനെ ചതിവിൽ പിടിച്ചു വധിക്കുന്നതിനെക്കുറിച്ച് കൂടിയാ ലോചിച്ചു. അവർ പറഞ്ഞു:

"തിരുനാൾ ദിവസങ്ങളിൽ വേണ്ട. ജനങ്ങൾ ക്ഷുഭിതരാവും."

യേശു ബഥനിയായിൽ കുഷ്ഠരോഗിയായ ശിയോന്റെ വീട്ടിൽ ഇരിക്കുമ്പോൾ വിലയേറിയ സുഗന്ധതൈലം നിറച്ച ഒരു വെൺകൽ ഭരണിയുമായി ഒരു സ്ത്രീ അവന്റെ അടുത്തു ചെന്നു. അവൻ ഭക്ഷണ

ത്തിനിരിക്കുമ്പോൾ അവൾ ആ തൈലം അവന്റെ ശിരസ്സിൽ ഒഴിച്ചു. ഇതു കണ്ട ശിഷ്യന്മാർ കോപിച്ചു പറഞ്ഞു:

"എന്തിന് ഈ ദുർവ്യയം? ഈ സുഗന്ധതൈലം വിറ്റാൽ നല്ല വില കിട്ടുമായിരുന്നു; അതു ദരിദ്രർക്കു കൊടുക്കാമായിരുന്നില്ലേ?"

ഇതു മനസ്സിലാക്കി യേശു അവരോടു പറഞ്ഞു:

"നിങ്ങൾ എന്തിനു ഈ സ്ത്രീയെ വിഷമിപ്പിക്കുന്നു? അവൾ എനിക്കുവേണ്ടി ചെയ്തിരിക്കുന്നത് ഒരു നല്ല കാര്യമാണ്. കാരണം ദരിദ്രർ എപ്പോഴും നിങ്ങളോടൊപ്പം ഉണ്ടായിരിക്കും. ഞാനോ എപ്പോഴും നിങ്ങളോടൊപ്പം ഉണ്ടായിരിക്കുകയില്ല. എന്റെ ശവസംസ്കാരത്തിന് എന്നെ ഒരുക്കുന്നതിനാണ് അവൾ എന്റെ ശരീരത്തിൽ തൈലം പൂശിയത്. സത്യമായി ഞാൻ നിങ്ങളോട് പറയുന്നു, ലോകത്തിൽ എവിടെയല്ലാം ഇവൾ ചെയ്ത ഈ കാര്യം ഇവളുടെ സ്മരണയ്ക്കായി പ്രസ്താവിക്കപ്പെടും."

അതിനുശേഷം പന്ത്രണ്ടു പേരിൽ ഒരുവനായ യൂദാ ഇസ്കറിയോസ് മുഖ്യപുരോഹിതന്മാരുടെ അടുക്കൽ ചെന്ന് ചോദിച്ചു:

"ഞാൻ അവനെ നിങ്ങളുടെ കയ്യിൽ ഏല്പിച്ചു തന്നാൽ നിങ്ങൾ എനിക്ക് എന്തു തരും?"

അവർ അയാൾക്ക് മുപ്പതു വെള്ളി നാണയം കൊടുത്തു. അപ്പോൾ മുതൽ അയാൾ അവനെ ഒറ്റിക്കൊടുക്കുവാൻ തക്കം നോക്കിക്കൊണ്ടിരുന്നു.

ഒറ്റിക്കൊടുക്കപ്പെടുന്നതിനും വധശിക്ഷ ഏറ്റു വാങ്ങുന്നതിനും യേശു അവിടെ നിൽക്കേണ്ട കാര്യമില്ലായിരുന്നു. യൂദാസിനാൽ ഒറ്റിക്കൊടുക്കപ്പെടുന്നതിന് ആരേക്കാളുമധികം പ്രതീക്ഷ പുലർത്തിയത് യേശു തന്നെയാണ്. യേശുവിന് ക്രൂശിതനാകണം, ആയേ മതിയാവൂ. എങ്കിൽ മാത്രമേ താൻ ദൈവത്തിന്റെ ബലിയാടായിത്തീരുകയുള്ളൂ. അതാണ് ദൈവനിശ്ചയമെങ്കിൽ അതിന് ദൈവം തന്നെ നിമിത്തമാക്കിയ യൂദാസിന്റെ പേരിൽ കളങ്കം ചാർത്തിയത് അന്യായമായിപ്പോയി. യൂദാസും യേശുവിന്റെ മരണം വരുന്നതിന് മുമ്പുതന്നെ തന്റെ ജീവനെ നശിപ്പിച്ചു. മരണം കൊണ്ട് തന്നെ യേശു പൂജിതനായി. മരണം കൊണ്ട് യൂദാസ് നിത്യശപ്തനുമായിരിക്കുന്നു. യേശുവിന്റെ കഥ തുടർന്നു കേൾക്കുന്നതിന് അദ്ധ്യായം 17 മുതൽ 29 വരെ വായിക്കുക.

(മലയാളം ബൈബിൾ, ഓശാനാ പ്രസിദ്ധീകരണം, പാലാ. മത്തായിയുടെ സുവിശേഷം 26-ാം അദ്ധ്യായം, പേജ് 35, അദ്ധ്യായം 6 മുതൽ 16 വരെ.)

ഉമ, സാവിത്രി, സീത, ദ്രൗപതി, ഗാർഗ്ഗി, ശകുന്തള, മൈത്രേയി എന്നിവരാണ് പൗരാണിക ഭാരതത്തിലെ സപ്ത സ്ത്രീരത്നങ്ങൾ. സീതയെപ്പോലെതന്നെ അപമാനിതനും പരിത്യക്തയുമായവളാണ് ശകുന്തള. ഒരു തുഷാരബിന്ദുവിനെക്കാൾ നിർമ്മലവും പിനിനീർദളത്തെക്കാൾ

മൃദുലവും ആയ ശുകുന്തളയുടെ ജീവിതത്തിലേക്ക് വിധി കടന്നു വന്നത് ദുർവ്വാസാവിന്റെ ശാപമായിട്ടാണ്. എത്ര ഹൃദയസ്പൃക്കായിട്ടാണ് കാളിദാസൻ ഇത് അവതരിപ്പിക്കുന്നത്.

യേശുവിനെ ക്രൂശിക്കുവാൻ കാരണമായിരുന്നത് റോമൻ ഗവർണറായി പിലാത്തോസ് ആയിരുന്നില്ല. യേശുവിന്റെ ജന്മശത്രുവായിരുന്ന ഹെറോദാ രാജാവായിരുന്നില്ല. യേശുവിനെ ഒറ്റിക്കൊടുത്ത യൂദാസ് ആയിരുന്നില്ല. യൂദാസിനുണ്ടായിരുന്നു എന്നു പറയപ്പെടുന്ന ലോഭമായിരുന്നില്ല. യേശു പുരോഹിത വർഗ്ഗത്തോടും കപടഭക്തന്മാരോടും പറഞ്ഞിട്ടുള്ള നിർവചനങ്ങളായിരുന്നില്ല. യേശുപോലും ആയിരുന്നില്ല. പിന്നെയോ? ഈശ്വരനിശ്ചയം, തന്റെ ഏകജാതനായ പുത്രൻ ക്രൂശിതനാകണമെന്നും, ക്രൂശിലെ ബലിദാനമായി വരുന്ന രക്തംകൊണ്ട് മനുഷ്യപാപം ഹരിക്കപ്പെടണമെന്നുമായിരുന്നു, എന്ന് പറയപ്പെടുന്നതുപോലെ എഴുത്തച്ഛൻ രാമവനവാസത്തിനുള്ള കാരണം പറയുന്നത് കേൾക്കുക:

ആദ്യനജൻ പരമാത്മാ പരാപരൻ
വേദ്യനല്ലാത്ത വേദനാന്തവേദ്യൻ പരൻ
നാരായണൻ പുരുഷോത്തമനവ്യയൻ
കാരണമാനുഷൻ രാമൻ മനോഹരൻ
രാവനനിഗ്രഹാർത്ഥം വിപിനത്തിന്
ദേവഹിതാർത്ഥം ഗമിക്കുന്നതി,ന്നതിൻ-
കാരണം മന്ഥരയല്ല കൈകേയിയ-
ല്ലാരും ഭ്രമിക്കായ്ക രാജാവുമല്ലല്ലോ
വിഷ്ണുഭഗവാൻ ജഗന്മയൻ മാധവൻ
വിഷ്ണുമഹാമായാദേവി ജനകജാ
സൃഷ്ടിസ്ഥിതലയകാരിണി തന്നോടും
പുഷ്ടപ്രമോദം പുറപ്പെട്ടതിന്നിപ്പോൾ
ഇന്നലെ നാരദൻ വന്നു ചൊന്നാനവൻ-
തന്നോടു രാഘവൻ താനുമരുൾ ചെയ്തു:
നക്തഞ്ചരാന്വയ നിഗ്രഹത്തിന്ന് ഞാൻ
വ്യക്തം വനത്തിന്ന് നാളെപുറപ്പെടും!
എന്നതുമൂലം ഗമിക്കുന്നു രാഘവ-
നിന്നു വിഷാദം കളവിനെല്ലാവരും.

(അദ്ധ്യാത്മരാമായണം- അയോദ്ധ്യാകാണ്ഡം,- തുഞ്ചത്തെഴുത്തച്ഛൻ പേജ് -143)

മിക്ക മതഗ്രന്ഥങ്ങളിലും കാണാവുന്ന ഒരു രീതിവിധാനത്തെ എഴുത്തച്ഛനും അവലംബിച്ചു കാണുന്നു. ഒരുപക്ഷെ അങ്ങനെയൊരു രീതിവിധാനം ആദ്യം തുടങ്ങിയതുതന്നെ ഇന്ത്യയിലായിരിക്കണം. ഇക്കാണുന്നതൊന്നുമല്ല നേര്; സത്യം ഒളിഞ്ഞിരിക്കുന്നു; സത്യത്തിന്റെ മുഖംമൂടിവെക്കാനുള്ള ഒരാവരണം മാത്രമാണ് പ്രാപഞ്ചികമായ നാമ

രൂപങ്ങളൊക്കെയും എന്ന് പറയുന്നത് വേദാന്തത്തിന് അത്യന്തം പ്രിയങ്കരമായ ഒരു തത്ത്വവാദമാണ്.

ലോകത്തിന്റെയും മനുഷ്യവർഗ്ഗത്തിന്റെയും സ്രഷ്ടാവ് യഹോവയാണ്. അവൻ സർവ്വവ്യാപിയും സർവ്വജ്ഞനും സർവ്വശക്തനുമാണ്. അവനറിയാതെ ഒന്നും സംഭവിക്കുന്നില്ല. ഒരു മുടിനാരിഴപോലും അവനറിയാതെ വെളുക്കുകയോ കൊഴിയുകയോ ചെയ്യുന്നില്ല. എല്ലാം ദൈവനിശ്ചയത്തിന് അധീനമാണ്, എന്നിങ്ങനെ ഇവിടെ പ്രത്യക്ഷമായി കാണുന്നതിനെയെല്ലാം അദൃഷ്ടമായ ഒരു കാരണഭൂമികയിലിരുന്നുകൊണ്ട് ഗുപ്തമായ ആജ്ഞ നൽകി ഭാവപരത ഉണ്ടാക്കുവാൻ കഴിയുന്ന ഒരീശ്വരൻ ഉണ്ടെന്ന് കരുതുന്നത് സെമിറ്റിക് മതങ്ങൾക്കും സമ്മതമാണ്. ഒരു നിഴൽ ലോകത്ത് കേവലം നിഴലുകൾ മാത്രമായിത്തീരുന്ന സ്വപ്നസദൃശമായ ഭാവരൂപങ്ങളെ സത്യമെന്നെണ്ണി വിലപിക്കുകയാണെന്നും, അതിൽ നിന്നുണർന്ന് സത്യദർശനം ചെയ്യുവാൻ ഇടയായാൽ ഐഹികമായിട്ടുള്ള കാമങ്ങളിലോ ഭോഗങ്ങളിലോ മനുഷ്യൻ ഭ്രമിക്കുകയില്ല എന്നും മറ്റും പഠിപ്പിക്കുവാൻ എല്ലാ മതങ്ങളും വ്യഗ്രത കാണിക്കുന്നു. ഭാരതീയമായ ഈ ചിന്താഗതിക്ക് സമ്മതം മൂളുന്നവരല്ല ശാസ്ത്രജ്ഞന്മാർ. അവർ, ഇപ്പോൾ ഇവിടെ കാണുന്നതിന് യഥാർത്ഥമായ സത്തയുണ്ടെന്നും, സത്തയ്ക്ക് ഭൂതവർത്തമാനങ്ങൾക്കിണങ്ങുന്ന കാര്യകാരണപരതയോടു സംബന്ധമുള്ള ഒരു ഭവിഷ്യത്തുണ്ടെന്നും, ആ ഭവിഷ്യത്തിനെ യുക്തിയുക്തമായി പ്രവചനം ചെയ്യുവാനുള്ള കഴിവാണ് ശാസ്ത്രത്തിന്റെ കരുത്തെന്നും വിശ്വസിക്കുന്നു. ഒരു പ്രത്യേക വർഷത്തിൽ ഒരു പ്രത്യേക മാസത്തിൽ ഒരു പ്രത്യേക ദിവസം ഭൂമിയുടെ ഇന്ന ഭാഗത്ത് നിന്നാൽ അവിടെ ഭാഗികമായ സൂര്യഗ്രഹണമുണ്ടാകും അല്ലെങ്കിൽ ചന്ദ്രഗ്രഹണമുണ്ടാകും എന്നൊക്കെ ജ്യോതിഃശാസ്ത്രജ്ഞൻ കണക്കു കൂട്ടി പ്രവചനം ചെയ്യുന്നത് ഇന്ന് സത്യമായി വരുന്നത് പ്രവചനം ചെയ്ത ശാസ്ത്രജ്ഞന്റെ അദ്ഭുതശക്തികൊണ്ടാണെന്ന് ശാസ്ത്രം കരുതുന്നില്ല. മറിച്ച് ഈ ബ്രഹ്മാണ്ഡത്തിലുള്ള എല്ലാ ജ്യോതിർഗോളങ്ങളും ആ ഗോളങ്ങളുടെ ഘടനയിൽ ഉൾപ്പെട്ടിരിക്കുന്ന രാസഭൗതികവസ്തുക്കളും ഓരോരോ ആകർഷണ വലയത്തിനുള്ളിൽ എപ്രകാരം ചാക്രികമായി സഞ്ചരിക്കും എന്നതിനാസ്പദമായ ഊർജ്ജചാലനത്തെ ഗണിതപരമായി നിർണ്ണയിക്കുന്ന ഒരു നിയമം ഉണ്ടെന്നും, ആ നിയമത്തിന് വിധേയമാണ് സമസ്തവും എന്നും ഉള്ള 'ശാസ്ത്രവചനം' ഒരു മതവിശ്വാസംപോലെയുള്ള വിശ്വാസമായി തീർന്നിരിക്കുന്നു. രണ്ടിലും സ്വയം സിദ്ധമായിരിക്കുന്ന ഒരു വിധിയാണ് അടിസ്ഥാനതത്ത്വമായി എണ്ണപ്പെടുന്നത്. മതവിശ്വാസി അതിനെ ദൈവകല്പന എന്നു കരുതുന്നു. ശാസ്ത്രജ്ഞൻ അതിനെ പ്രകൃതിനിയമം (Natural determinism) എന്നെണ്ണുന്നു. ഇതിനോട് രണ്ടിനോടും നിരക്കാതെ നിൽക്കുന്ന ഒരു സാമാന്യബുദ്ധിയുണ്ട്. അതായത്, നിങ്ങളുടെ ചെയ്തികളോട് നിങ്ങൾക്കും, എന്റെ

ചെയ്തികളോട് എനിക്കുമുള്ള ഉത്തരവാദിത്തം, വ്യക്തിപരമായ അജ്ഞതകൊണ്ടു മാത്രം സംഭവിക്കാവുന്ന ആപത്തുകളെപ്പറ്റിയുള്ള കരുതൽ, അങ്ങനെയുള്ള തെറ്റുകളെ ഒഴിവാക്കുവാൻ സമ്മർദ്ദമായി വരുന്ന നിരീക്ഷണ പാടവം, ആനുഭൂതികമായ കരുതൽ എന്നിവ യഥാതഥമായ അനുഭവത്തെ സംപുഷ്ടമാക്കുന്നവയാണ്. ജപ്പാൻ, ചൈന തുടങ്ങിയ രാജ്യങ്ങളിലെ, ദാർശനികമായ കൃതികളിലായാലും കവിതയിലായാലും ഈ 'കോമൺസെൻസി'നാണ് സർവ്വപ്രാധാന്യവും കാണുന്നത്. അതിന് ഒന്നാംതരം ഉദാഹരണമാണ് ജപ്പാൻകാരുടെ കുഞ്ഞുണ്ണിക്കവിതകൾ.

ഞാറു നടുന്ന പെണ്ണുങ്ങളേ
നിങ്ങളിൽ ചെളി പുരളാത്തതായ്
ഒന്നേയുള്ളൂ:
നിങ്ങളുടെ പാട്ടുകൾ!

ഇതൊരു ഹൈക്കുവാണ്. ഈ പറഞ്ഞത് കേൾക്കുമ്പോൾ അതിനുള്ള വാച്യാർത്ഥം മാത്രമേ എടുക്കാവൂ. അതിൽ ധ്വനി ഉണ്ടെന്നു കരുതരുത്. ഇവിടെയാണ് ഒരു ഇന്ത്യാക്കാരനും ജപ്പാൻകാരനും തമ്മിലുള്ള ഏറ്റവും വലിയ അന്തരം. ഇന്ത്യാക്കാരൻ രാമന്റെയും സീതയുടെയും കഥ പറഞ്ഞാൽ അത് രാമന്റെയും സീതയുടെയും മാത്രം കഥയല്ല. പരമാത്മ തത്ത്വത്തിന്റെയും മായാസ്വരൂപത്തിന്റെയും കഥയാണ്. അല്ലെങ്കിൽ അങ്ങനെയാണെന്ന് എഴുത്തച്ഛൻ പറയുന്നു:

രാമനെച്ചിന്തിച്ചു ദുഃഖിയായ്കാരുമേ
തത്ത്വമായുള്ളത് ചൊല്ലുന്നതുണ്ട് ഞാൻ.
ചിത്തം തെളിഞ്ഞു കേട്ടീടുവിനേവരും
രാമനാകുന്നത് സാക്ഷാൽ മഹാവിഷ്ണു.
താമരസാക്ഷനാമാദിനാരായണൻ
ലക്ഷ്മണനായതനന്തൻ ജനകജാ
ലക്ഷ്മീ ഭഗവതി ലോകമായാ പരാ
മായാഗുണങ്ങളെത്താനവലംബിച്ചു
കായഭേദം ധരിക്കുന്നതിനാത്മാ പരൻ

(അദ്ധ്യാത്മരാമായണം- അയോദ്ധ്യാകാണ്ഡം - തുഞ്ചത്തെഴുത്തച്ഛൻ പേജ് 141)

ശ്രീരാമനും സീതയും യേശുവുമൊക്കെ ഈശ്വരീയ തത്ത്വങ്ങൾ മാത്രമാണെങ്കിൽ അവരിൽ നിന്ന് മനുഷ്യന് ഒന്നും പഠിക്കുവാനില്ല. അവരുടെ കണ്ണുനീര് മനുഷ്യന്റെ കണ്ണുനീരാവില്ല. കള്ളക്കണ്ണുനീരേ ആവൂ. അതുകൊണ്ടാണ് മതം നൽകുന്ന മാതൃകകളിൽ, ശാക്യമുനി മനുഷ്യജീവിതത്തോട് ഏറ്റവും അടുത്തു നിൽക്കുന്നതായി നാം എണ്ണുന്നത്.

ബുദ്ധൻ ദൈവമല്ല. ഹിന്ദുക്കൾ ബുദ്ധന്റെ പേരിനോട് ചേർത്ത് ഭഗവാനെന്നും ദേവനെന്നുമൊക്കെ വിളിക്കുന്നുണ്ടെങ്കിൽ അതൊന്നും ആ

ഉത്തമ മനുഷ്യനെ മനുഷ്യനല്ലാതാക്കിയിട്ടില്ല. ആദി കവിയെന്ന് നാം പ്രശംസിക്കുന്ന വാല്മീകിയും രാമന്റെ ചരിതം നമ്മോട് പറയുന്നത് ഒരു മനുഷ്യന്റെ കഥയായിട്ടാണ്. എഴുത്തച്ഛൻ തുടങ്ങിയവരുടെ കൃതികളിൽ നമുക്ക് നഷ്ടപ്പെടുന്നത് സീതാരാമൻമാരിലെ മനുഷ്യരെയാണ്. തുളസീദാസൻ എഴുത്തച്ഛനെപ്പോലെ വലിയ രാമഭക്തനാണ്. എന്നാൽ രാമനേയും സീതയേയും ആവുന്നത്ര മനുഷ്യരായിത്തന്നെ അവതരിപ്പിക്കുവാൻ തുളസീദാസൻ വാല്മീകിയോട് കൂറുകാണിക്കുന്നുണ്ട്. എല്ലാം പ്രതീകമാണ്. എല്ലാം ആദിരൂപമാണ്, എല്ലാറ്റിനും ധ്വനിയുണ്ട്, എല്ലാറ്റിനും വേറെ അർത്ഥമുണ്ട്, എന്നൊക്കെ പറഞ്ഞുകൊണ്ട് പണ്ഡിതന്മാർ എഴുതുന്ന ഭാഷ്യങ്ങളും നിരൂപണങ്ങളും രാമായണം, മഹാഭാരതം തുടങ്ങിയ അതിവിശിഷ്ടമായ കൃതികളെ വളരെയേറെ അലങ്കോലപ്പെടുത്തുന്നുണ്ട്. ഈ പ്രതീകപ്രീതി മുമ്പോട്ടു വെയ്ക്കുന്ന കാര്യത്തിൽ എഴുത്തച്ഛനാണ് പ്രഥമഗണനീയനായിരിക്കുന്നത്.

ഒരർത്ഥത്തിൽ നമുക്ക് എഴുത്തച്ഛനെ ആധുനിക മലയാള ഭാഷയുടെ പിതാവെന്ന് വിളിക്കാമല്ലോ. അദ്ദേഹം തുടങ്ങിവെച്ച ധ്വന്യാവലോകനത്തിന് ഒരു തിരിച്ചടി വരുന്നത് കഥാലോകത്ത് ദേവ്, ബഷീർ, തകഴി എന്നിവർ രംഗപ്രവേശം ചെയ്യുന്നതോടെയും, മലയാള കവിതയിൽ ചങ്ങമ്പുഴ പാടാൻ തുടങ്ങിയതോടെയും ആണെന്ന് പറയാം. അതിന്റെ നാന്ദിയായി വരുന്ന ഒരു ഹ്യൂമനിസം മഹാകവിത്രയങ്ങളുടെ വികാരോജ്ജ്വലങ്ങളായ ചില പരുഷവാക്യങ്ങളിലും വിഷാദമഗ്നമായ ചില വിലാപങ്ങളിലും ഇല്ലെന്ന് പറയുന്നില്ല. എന്നാൽ ആധുനികർക്ക് ഈ പ്രതീകപ്രശംസ തീരെയും രുചിക്കാത്ത രീതിയിയിലായിരിക്കുന്നു. ചുരുങ്ങിയത് അത്രയെങ്കിലും തിരിച്ചടി ചരിത്രത്തിൽ ഉണ്ടാകുമ്പോഴേ സംസ്കാരത്തിന്റെ വളർച്ചയിൽ സമതുലിതമെന്ന് വിശേഷിപ്പിക്കാവുന്ന ഒരു ഉച്ചസ്ഥാനം (Peak) ഉണ്ടാവുകയും അതൊരു സാംസ്കാരിക പീഠഭൂമിയായി (Plateu) മാറുകയും ഉള്ളൂ.

എഴുത്തച്ഛൻ മൂലകൃതിയിലില്ലാത്ത രാമസീതാതത്ത്വം എഴുതിയിരിക്കുന്നത്, വെറും സാധാരണമെന്ന രീതിയിലാണ് പലരും വായിച്ചു പോരുന്നത്. എന്നാൽ അതിന്റെ പിന്നിലുള്ള കാവ്യ കർത്താവിന്റെ മനസ്സിനെ മനഃശാസ്ത്രപരമായ ഒരു പഠനത്തിന് വിധേയമാക്കുന്നതായാൽ അദ്ദേഹം ജീവിച്ചിരുന്ന കാലഘട്ടത്തിന്റെ നൈതികതയും സദാചാരബോധവും സ്ത്രീപുരുഷ വേഴ്ചയിലുള്ള മനോഭാവവും ഒക്കെ നമുക്ക് വെളിവാകുന്നതാണ്. മലയാള നാടകവേദിയിലും കഥകളി രംഗത്തും അടുത്തകാലം വരെ സ്ത്രീവേഷം കെട്ടിയിരുന്നത് പുരുഷന്മാരാണ്. കഥകളിയിലേക്ക് ഏറക്കുറെ ഇപ്പോഴും അങ്ങനെത്തന്നെ. എന്താണിതിന്റെ കാരണം? പരസ്യമായി ഒരു യഥാർത്ഥ സ്ത്രീയെ തൊട്ടാൽ ആകാശം ഇടിഞ്ഞു വീഴും എന്നു തന്നെയാണ് കേരളീയരുടെ സ്ത്രീപുരുഷബന്ധത്തിലുള്ള നൈതികബോധം വിശ്വസിക്കുന്നത്. വളരെ

'അപലപനീയമായ' ആ സാദ്ധ്യത ഒഴിവാക്കുവാനാണ് പുരുഷനെക്കൊണ്ട് സ്ത്രീവേഷം കെട്ടിക്കുന്നത്.

അതു തന്നെയാണ് എഴുത്തച്ഛനും ചെയ്തത്. രാവണനെന്ന രാക്ഷസപുരുഷൻ ദിവ്യദിവ്യയായ ഒരു സ്ത്രീരത്നത്തെ വിരൽത്തുമ്പുകൊണ്ട് പോലും തൊടുന്നത് എഴുത്തച്ഛന് സഹിക്കാനാവില്ല. അതുകൊണ്ട് സാക്ഷാൽ സീതയെ കാണാമറയത്ത് കൊണ്ടുപോയി വെയ്ക്കണം. മായാസ്വരൂപിണിയായ സീതയെ വേണം രാവണൻ മോഷ്ടിക്കുവാൻ. ഒരുവൻ ഒരു രൂപയുടെ കള്ളനോട്ട് കീറിക്കളയുന്നതും ഒരു കോടി രൂപയുടെ കള്ളനോട്ട് തീയിൽ എറിയുന്നതും തമ്മിൽ ഒരു വ്യത്യാസവുമില്ല. സീതാപഹരണത്തിലെ സീത സത്യമല്ല എന്ന് പറഞ്ഞു കഴിഞ്ഞാൽ, പിന്നെ രാവണന് രണ്ടാമത്തെ ശിക്ഷ കൊടുക്കണോ? സീതയെന്ന് ഭ്രമിച്ച് മായസീതയ്ക്കു വേണ്ടി കഷ്ടപ്പെട്ടതു തന്നെ വലിയ ശിക്ഷയായി. കുറേക്കൂടി തുറന്നു പറഞ്ഞാൽ, എഴുത്തച്ഛനും മറ്റും ഒരു കാലഘട്ടത്തിന്റെ സെക്ഷ്വൽ ഡിപ്രഷൻ (Sexual Depression) എന്ന് പറയുന്ന ഒരു സാമൂഹിക മനോരോഗത്തിന് വിധേയരായ പാവങ്ങളാണെന്ന് വേണം പറയാൻ. ശക്തവും പ്രാകൃതവും ആയ ആന്തരിക പ്രവണതകളെയും ഉദ്ദീപനങ്ങളെയും വല്ലാതെ തടഞ്ഞു നിറുത്തി വലിയ അന്തക്ഷോഭത്തിന് സ്വയം വിധേയനോ വിധേയയോ ആകുമ്പോൾ ഉണ്ടാകുന്ന മാനസികവും ശാരീരികവും ആയ സംഘർഷാവസ്ഥയെ മനഃശാസ്ത്രത്തിൽ Nurosis (ഞരമ്പു രോഗം) എന്ന് വിളിക്കുന്നു. ഈ ന്യൂറോസിസ് ആണ് സംസ്കരണ പ്രക്രിയയിലെ മുഖ്യമായ ഒരു ഘടകം.

ആവർത്തിച്ചുണ്ടാകുന്ന അന്തക്ഷോഭം കൊണ്ട് ഒരു പ്രത്യേകമായ പെരുമാറ്റശൈലി വ്യഷ്ടിമനസ്സിന് അഭ്യാസമായിത്തീരുകയാൽ താദൃശമായ അനുഭവം ആ സമൂഹത്തിൽപ്പെട്ട എല്ലാവർക്കും അംഗീകാര്യമായി ഭവിക്കുന്നു. അതോടെ വ്യക്തിഗതമായ ന്യൂറോസിസ് എന്നത് സമഷ്ടിയുടെ സംസ്കാരം എന്ന പദവിയിലേക്ക് ഉയർത്തപ്പെടുന്നു. പിന്നീട് കുറ്റബോധം ഇല്ലാതെ ആ പെരുമാറ്റച്ചിട്ടയിൽ നിന്നും സഹജവും സരളവുമായ പെരുമാറ്റച്ചിട്ടയിലേക്ക് പോകുവാൻ 'സംസ്കൃതചിത്തൻ' എന്ന് കരുതുന്നുവന് സാദ്ധ്യമല്ല. ഭാരതത്തിൽ ഏക പത്നീവ്രതമെന്നും ചാരിത്ര്യമെന്നും വിശേഷിപ്പിച്ചുപോരുന്ന സ്ത്രീപുരുഷ പാരസ്പര്യത്തെ സാമൂഹിക മര്യാദയുടെയും അദ്ധ്യാത്മജീവിതത്തിന്റെയും ആണിക്കല്ലുകളായി ജനം അംഗീകരിച്ചിരിക്കുന്നു. എന്നാൽ അങ്ങനെയുള്ള ഒരു സഹജശൈലിയല്ല മനുഷ്യന്റെ പ്രകൃതത്തിനുള്ളത്.

സാമൂഹികമായി, മനുഷ്യനും മനുഷ്യനും തമ്മിൽ അലിഖിതമായ പല ഉടമ്പടികളും ഉണ്ടാക്കിയിട്ടുണ്ട്. ആ ഉടമ്പടികളുടെ വ്യക്തമായ സ്വരൂപം ലോക്ക്, ബന്ഥാം, ഹോബ്സ്, റൂസ്സോ മുതലായ പാശ്ചാത്യ ചിന്തകന്മാരുടെ രാഷ്ട്ര സാമൂഹിക പഠനങ്ങളിൽ സുതരാം വെളിപ്പെടുത്തിയിട്ടുണ്ട്. ഒരു ജനതയുടെ വിശ്വാസം, വിചാരധാര, ഭാഷ, പെരുമാറ്റ

ശൈലി ഇതെല്ലാം അവരുടെ സംസ്കാരത്തോടും സംസ്കാരത്തിന്റെ അന്തർധാരയായിരിക്കുന്ന നൈതികതയോടും ബന്ധപ്പെട്ടു കിടക്കുന്നതുകൊണ്ട്, എഴുത്തച്ഛൻ തുടങ്ങിയവരുടെ കവിത ആ കാലഘട്ടത്തിന്റെ മനസ്സിൽ ദർപ്പിതമായിരിക്കുന്ന സാമൂഹികമായ പ്രകൃതിയും സംസ്കൃതിയും തമ്മിലുള്ള സംഘട്ടനത്തിന്റെ ചിത്രങ്ങൾ കൂടിയാണ്. സാധാരണക്കാരന് ചെറിയ കുന്നുകൾ കൂടി കയറുവാൻ കഴിയാത്തപ്പോൾ, ഒരു പർവ്വതാരോഹണക്കാരൻ എവറസ്റ്റിന്റെ മുകളിൽ കയറിയെന്ന് പറഞ്ഞാൽ, അവൻ ജനങ്ങളെ അതിശയിപ്പിക്കും; ജനത്തിന്റെ അത്യാദരവിന് പാത്രമായി ഭവിക്കുകയും ചെയ്യും. അതുപോലെ, സാധാരണക്കാരൻ നൈസർഗ്ഗികമായ കാമത്തിന് വിധേയനാകുമ്പോൾ ശ്രീരാമനെപ്പോലെ ഒരുവൻ കൃച്ഛ്രസാദ്ധ്യമായ ഏകപത്നീവ്രതത്തിൽ ഉറച്ചു നിൽക്കുന്നതും, സീതയെപ്പോലെ ഒരുവൾ ചാരിത്ര്യത്തിൽ ഉറച്ചു നിൽക്കുന്നതും ഭാരതീയ മനസ്സിൽ അദ്ഭുതവും അത്യാദരവും ഉണർത്തുന്ന ഒരു നൈതിക എവറസ്റ്റാരോഹണമാണ്.

ഇന്ത്യക്കാരന്റെ ഏറ്റവും വലിയ ആദർശധീരത ഏറക്കുറെ അസാധ്യമായ ആദർശങ്ങളെ മുന്നിൽ വെച്ചുകൊണ്ട് അവയെ ഉപാസിക്കുന്നതിലാണ്. അതു തന്നെയാണ് ഭാരതീയ ജനജീവിതത്തിൽ കണ്ടുപോരുന്ന കടുത്ത വൈരുദ്ധ്യ പ്രവണതക്ക് (Contradiction) കാരണമായിരിക്കുന്നത്. കാല്പനികമായ ലോകത്ത് ഏറ്റവും ഉദാത്തമായ ആശയങ്ങളെയും ആദർശങ്ങളെയും ഉയർത്തിപ്പിടിച്ചിരിക്കുന്നത് ഇന്ത്യക്കാരനാണ്. എന്നാൽ ആ ആശയങ്ങളുടെയും ആദർശങ്ങളുടെയും സാക്ഷാത്കാരത്തിൽ സർവ്വത്ര പരാജിതനായിരിക്കുന്നതും ഇന്ത്യക്കാരൻ തന്നെയാണ്.

പ്രകൃതിയുടെയും സംസ്കൃതിയുടെയും പരസ്പരം വിരുദ്ധങ്ങളായ രണ്ടു ആകർഷണധാരകളുടെ ഇടയിൽക്കൂടി വേണം മനുഷ്യന് സഞ്ചരിക്കുവാൻ. പാശ്ചാത്യ രാജ്യങ്ങളിൽ സംസ്കാരത്തെ അവർ അസാദ്ധ്യമായ ഔന്നത്യത്തിലേക്ക് ഉയർത്തിയിട്ടില്ല. അതുകൊണ്ട് സാമൂഹിക ആചാരത്തിലുള്ള അവരുടെ പതനം ഇന്ത്യയിലേതുപോലെ ഗർഹണീയമായിരിക്കുന്നില്ല. ഇന്ത്യയിലുള്ള ഒരു പുരുഷന്റെ മനസ്സിനെ സ്ത്രീ ഒട്ടും തന്നെ ആകർഷിക്കുന്നില്ല എന്നു പറഞ്ഞാൽ അവന്റെ അദ്ധ്യാത്മികമായ ഔന്നത്ത്യം എളുപ്പത്തിൽ അംഗീകരിക്കപ്പെടും, അവൻ സ്തുത്യർഹനായി ഭവിക്കുകയും ചെയ്യും. എന്നാൽ അങ്ങനെയുള്ള ഒരുവനെ പാശ്ചാത്യലോകം രോഗിയായി കരുതും. അവനിൽ സഹജമായ കാമം വളർത്തിയെടുക്കുന്നതിന് മനഃശാസ്ത്രജ്ഞന്മാർ സഹായിച്ചുകൊടുക്കും.

ഇന്ത്യയുടെ ഈ പ്രത്യേകത ഏറ്റവും വ്യക്തമായി കാണുന്നത് നമ്മുടെ കവിതകളിലും കഥകളിലും നാടകങ്ങളിലും പാത്രസൃഷ്ടി നടത്തിയിരിക്കുന്നതിലാണ്. ഈ വിഷയങ്ങളിൽ വളരെയേറെ യാഥാർത്ഥ്യബോധം വ്യാസനും വാല്മീകിയും കാണിച്ചിട്ടുണ്ടെങ്കിലും, അവർ വിരചിച്ച ഉത്തമ പാത്രങ്ങളായ രാമൻ, യുധിഷ്ഠിരൻ, ഹരിശ്ചന്ദ്രൻ, സീത,

സാവിത്രി, ഗാന്ധാരി മുതലായവർ ഭാരതീയ നൈതിക മാതൃകകളുടെ 'റൊമാന്റിക് ഐഡിയൽസ്' ആയി ഭവിക്കുകയും പിന്നീട് വന്ന സാഹിത്യോപാസകന്മാർ അവരുടെ സൃഷ്ടികളിൽ നല്ലവരെ നന്മയുടെ പരിപൂർണ്ണതയുള്ളവരായും ചീത്ത പാത്രത്തെ സർവ്വതിന്മകളുടെയും വിളനിലമാക്കിയും സൃഷ്ടിക്കുവാൻ തുടങ്ങി. അങ്ങനെയുള്ള അസാദ്ധ്യമായ കല്പനകൾ ഇണക്കിവച്ച് സാഹിത്യരചന നടത്തിയത് പിൽക്കാലത്ത് ഭാരതീയരുടെ ദേശീയമായ സമഷ്ടി മനസ്സിൽ വിള്ളലുണ്ടാക്കുവാനും മിഥ്യാചാരിത്വം അപകടകരമായ ഒരളവോളം വളർത്തിയെടുക്കുവാനും ഇടയാക്കി. രാമായണം നൂറ്റാണ്ടുകളിലൂടെ എഴുതപ്പെട്ടിരിക്കുന്നതിൽ നിന്ന് നമുക്ക് ഭാരതീയ സംസ്കാരത്തിന്റെ നൈതികതയിലുള്ള പരിണാമത്തിന്റെ മാതൃകകൾ കൂടി കാണാവുന്നതാണ്.

അയോദ്ധ്യാകാണ്ഡം 33-ാം സർഗ്ഗം അവസാനിക്കുന്നത് ലക്ഷ്മണന് രാമനോടൊപ്പം കാട്ടിൽ പോകുവാൻ രാമന്റെ അനുവാദം ലഭിക്കുന്നതോടെയാണ്. പിന്നീട് ലക്ഷ്മണന്റെ ദാമ്പത്യത്തിന് എന്ത് സംഭവിക്കുന്നു എന്ന് ഒരു വാക്കുപോലും പറയുന്നില്ല. ഊർമിള എന്ന പെൺകുട്ടിയെ സീതാസ്വയംവരത്തിന്റെ അനുബന്ധമായി ലക്ഷ്മണൻ വേട്ടു എന്നു പറയുന്നതോടെ ഊർമ്മിള അനുവാചക മനസ്സിലേക്ക് കടന്നുവരുന്നുണ്ടെങ്കിലും രാമായണത്തിലെ മുഖ്യ കഥാപാത്രങ്ങളിലൊന്നായിരിക്കേണ്ടുന്ന അവളെ എത്ര ക്രൂരമായിട്ടാണ് ഈ ഇതിഹാസത്തിൽ വിസ്മരിച്ചിരിക്കുന്നത്! ശ്രീരാമനോട് സീതാപഹരണം വരെ കൂട്ടുകൂടി നടക്കുവാനും സല്ലപിക്കുവാനും സീത കൂടെയുണ്ടായിരുന്നു. കാട്ടിലായിരുന്നു എന്നതല്ലാതെ സീതാരാമൻമാരുടെ ഗാർഹസ്ഥ്യത്തിന് തടസ്സമൊന്നും ഉണ്ടായിട്ടില്ല. സീതയെ കൂടാതെയുള്ള ജീവിതം രാമന് എത്ര അസഹനീയമായിരുന്നുവെന്ന് രാമായണത്തിലെ വിരഹവർണ്ണന വെളിവാക്കിത്തരുന്നുമുണ്ട്. എന്നാൽ ഊർമ്മിള അനുഭവിക്കേണ്ടി വന്ന ശിക്ഷ എന്തുകൊണ്ടാണ് ആരും ഓർമ്മിക്കാത്തത്? ഭർത്താവിനെ പിരിഞ്ഞ് ജീവിക്കുക അസാദ്ധ്യമാണെന്ന് തീരുമാനിച്ച സീതയെങ്കിലും തന്റെ കൊച്ചനുജത്തി ഊർമ്മിളയ്ക്കുവേണ്ടി ഒരു വാക്കു പറയുന്നില്ലല്ലോ? അന്നും ഇന്നും പുരുഷന്മാർ എടുക്കുന്ന തീരുമാനങ്ങളാൽ സ്ത്രീ ക്രൂരമായി അവമതിക്കപ്പെടുന്നു.

കാട്ടിൽ പോകുന്ന രാമലക്ഷ്മണന്മാർക്ക് കൂട്ടായി പോകുവാൻ ചതുരംഗസേനയേയും ഭൃത്യന്മാരെയും ധനധാന്യകോശങ്ങളെയും ഒരുക്കിക്കൊടുക്കുവാൻ കല്പിക്കുന്ന ദശരഥനെ എതിർത്തുകൊണ്ട് കൈകേയി രാമലക്ഷ്ണന്മാർക്കും സീതയ്ക്കും വല്ക്കലങ്ങൾ കൊടുക്കുമ്പോൾ രാമൻ തന്നെ സീതയെ മരത്തോൽ അണിയിക്കുന്നു. ആ സമയത്തെങ്കിലും കുലഗുരുവായ വസിഷ്ഠന് കത്തിജ്ജ്വലിക്കുന്ന കർമ്മബോധത്തോടെ സീതയ്ക്കുവേണ്ടി തന്റെ സ്വരമുയർത്തുവാൻ തോന്നിയത് നന്നായി:

കുലംകെടുത്ത കൈയേയി നെറികെട്ട ദുരാശയെ
രാജാവിനെച്ചതിച്ചിട്ടും നില്പീലൊരതിരിങ്കൽ നീ!
പോയ്ക്കൂടാ ദേവിയാം സീത കാട്ടിലേയ്ക്കതി ദുർന്നയേ
വാഴണം സീത രാമന് നിയമിച്ച നൃപാസനേ.
ഭാര്യയാത്മാവുതാനല്ലോ വേട്ടവർക്കഖിലർക്കുമേ;
ആത്മഭാവേന രാമന്റെ ഭൂമിയെക്കാത്തുകൊള്ളണം.
അതല്ല, രാമനോടൊത്തു കാട്ടിൽപ്പോം സീതയെങ്കിലോ,
ഞങ്ങളും പിറകേ പോമിപ്പുരവും നടകൊണ്ടിടും;
അതിർ കാത്തവരും പോകും, സഭാര്യൻ രാമനൊത്തു നാം,
കഴിച്ചില്ക്കുള്ളതും നാടും പുരവും വിഭവങ്ങളും
സശത്രുഘ്നൻ ഭരതനും കാടേറിത്തോലുടുപ്പുമായ്,
വനസ്ഥനഗ്രജൻ രാമനൊത്തു താമസമാക്കിടും.
പിന്നെ വൃക്ഷങ്ങളോടൊത്ത ശൂന്യനിർജ്ജനഭൂമിയെ
കാക്കുകൊറ്റയ്ക്കു, നാട്ടാർക്കു തിന്മചേർക്കുന്ന ദുഷ്ടനീ!
നാടായി വന്നിടാ രാമൻ ഭൂപനല്ലാതെയുള്ളിടം;
എങ്ങു രാമൻ മരുവു, മക്കാടു നാടായ്ച്ചമഞ്ഞിടും!

(ശ്രീ വാല്മീകി രാമായണം - അയോദ്ധ്യാകാണ്ഡം - വള്ളത്തോൾ 37-ാം സർഗ്ഗം - 7 ശ്ലോകം 22-23)

വസിഷ്ഠന്റെ വാക്കു തീരെ നിഷ്പ്രയോജനമായില്ല. അതു രാജാവിന് അല്പമെങ്കിലും ശക്തി പകർന്നുകൊടുത്തു.

അമേയശക്തനാണ് സീതാദേവിയുടെ നാഥൻ. എന്നാൽ ഒരനാഥനെപ്പോലെ സീത മരത്തോൽ ഉടുത്തു നിൽക്കുന്നതു കണ്ടപ്പോൾ എല്ലാവരും ദശരഥമഹാരാജാവ് മോശക്കാരൻ തന്നെ എന്ന അർത്ഥത്തിൽ:

'മഹാപ്രഭോ, അവിടുത്തേക്ക് ഇത് നിന്ദ്യാൽ നിന്ദ്യമാണ്' എന്നിങ്ങനെ ആർത്തു വിളിച്ച് പറഞ്ഞുപോയി, പ്രജകളുടെയും അന്തപ്പുരനാരിമാരുടെയും ദീനവിലാപം കേട്ട മഹീശ്വരൻ ജീവനിലും യശസിലും ധർമ്മത്തിലും കൂടി ആശ വെടിഞ്ഞ് ദീർഘനിശ്വാസമിട്ട് കൈയേയിയോട്:-

ദുഷ്ടേ, എന്റെ ആചാര്യൻ അരുളി ചെയ്തത് വാസ്തവമാണ് സുഖജീവിതം മാത്രം നയിച്ചിട്ടുള്ള ഈ പൂമൃദുമെയ്യാൾ വല്ക്കലം ധരിച്ച് കാട്ടിലേക്ക് പോകരുത്.

(ശ്രീ വാല്മീകി രാമായണം - സി.ജി. വാര്യർ 38-ാം സർഗ്ഗം പേജ് - 287)

ഈ പ്രാവശ്യം രാജാവിന്റെ വാക്ക് വെറുതെയായില്ല. കുറച്ചു സമയത്തേക്കെങ്കിലും രാജാവ് തന്റെ ബലഹീനത വെടിഞ്ഞ് ഭണ്ഡാരാദ്ധ്യക്ഷനെ വിളിപ്പിച്ച് ഇങ്ങനെ കല്പിച്ചു:

വാസാംസി ച മഹാർഹാണി ഭൂഷണാനിവരാണി ച
വർഷാണ്യേതാനി സംഖ്യായ വൈദേഹ്യാഃ ക്ഷിപ്രമാനയ
നരേന്ദ്രണൈവമുക്തസ്തു ഗത്വാ കോശഗൃഹം തതഃ

പ്രായച്ഛത് സർവ്വമാഹൃത്യ സീതായെ സർവ്വമേവതത്
സാ സുജാതാ സുജാതാനി വൈദേഹീ പ്രസ്ഥിതാ വനം
ഭൂഷയാമാസ ഗാത്രാണി തൈർവ്വിചിത്രൈർവ്വിഭൂഷണൈഃ

(ശ്രീ വാല്മീകി രാമായണം - അയോദ്ധ്യാകാണ്ഡം - 39-ാം സർഗ്ഗം)

വൈദേഹിക്കായി ഇത്രയും സംവത്സരങ്ങൾക്കും കണക്കാക്കി വേണ്ടത്തക്ക ശ്രേഷ്ഠങ്ങളായ പീതാംബരങ്ങളെയും ഉത്തമങ്ങളായ ആഭരണങ്ങളെയും ശ്രീഘ്രത്തിൽ കൊണ്ടുവരിക.

'മഹാരാജാവിനാൽ ഈ വിഷയത്തിൽ ഇപ്രകാരം കല്പിക്കപ്പെട്ട അദ്ദേഹം അക്ഷണം തന്നെ ഭണ്ഡാരശാലയിൽ നിന്ന് എല്ലാറ്റിനേയും എടുത്തുകൊണ്ട് അതെല്ലാം സീതാദേവിക്കായി സമർപ്പിച്ചു.'

'കാട്ടിലേക്കു യാത്ര പുറപ്പെടുന്നവളും അയോനിജയായി അവതരിച്ചവളുമായ വൈദേഹി, ലക്ഷണയുക്തങ്ങളായ തന്റെ അംഗങ്ങളെ ആ വിശേഷപ്പെട്ട ആഭരണങ്ങളെക്കൊണ്ടലംകരിച്ചു.'

ഇന്ത്യാക്കാർക്ക് - സ്ത്രീയായാലും പുരുഷനായാലും - നരകാഗ്നിപോലെ അവരെ കാർന്നു തിന്നുന്ന ദുഃഖസന്ദർഭം ഉണ്ടാകുമ്പോൾ സമാശ്വസിക്കുവാൻ ഒരേയൊരു അത്താണിയാണുള്ളത്: വിധിയിലും കർമ്മഫലത്തിലുമുള്ള വിശ്വാസം. കൈകേയിയെ നിന്ദിക്കുവാനും സീതയെ സമാധാനിപ്പിക്കുവാനും കൗസല്യ അമ്മ പറയുന്ന ഉപദേശവാക്യങ്ങളിൽ വിധിയേയും പൂർവ്വകർമ്മാർജിതമായി വരുന്ന ദുഃഖത്തെയും എടുത്തുകാട്ടുന്നതോടൊപ്പം കുറച്ചു സ്ത്രീദൂഷണവും ഉൾപ്പെടുത്തിയിട്ടുണ്ട്. കൗസല്യയുടെ വാക്കുകളായിട്ടാണ് ഈ സ്ത്രീനിന്ദ വരുന്നതെങ്കിലും ലോകത്തിൽ എവിടെയുമുള്ള പുരുഷന്മാർക്ക് പരസ്യമായോ രഹസ്യമായോ ഉള്ള അഭിപ്രായമാണ് ഇത് എന്നു പറയാതിരിക്കുവാൻ വയ്യ: കൗസല്യ പറഞ്ഞത് ഇങ്ങനെയാണ്:

മകളേ, മൃദുസ്വഭാവികളായ സ്ത്രീകൾ ഭർത്താവിന്റെ നല്ല കാലത്ത് സ്നേഹപൂർണ്ണമായി ശുശ്രൂഷിക്കും; പക്ഷേ ചീത്ത കാലത്ത് ഒഴിഞ്ഞുമാറിപ്പോവുകയാണ് ലോകത്തിൽ പതിവ്. സ്ത്രീസ്വഭാവത്തിന്റെ ഏറ്റവും വലിയ ഒരു ന്യൂനതയാണ് ഇത്. സസുഖം ജീവിക്കുന്നതിനിടയിൽ ഏതെങ്കിലും ഒരാപത്തു വന്നാൽ അവരുടെ മട്ടു മാറും; ഒരുപക്ഷേ നിർദ്ദാക്ഷണ്യം പതിയെ ഉപേക്ഷിക്കുകൂടി ചെയ്തേക്കും. കള്ളത്തരം ധാരാളം; അതിലധികം ദുർവിചാരവും; എപ്പോഴും തുറന്നു കാണിക്കാത്ത ഹൃദയം; ക്ഷണത്തിലുള്ള പരിഭവം; എത്ര വലിയ ഉപകാരം ചെയ്താലും അത്യുന്നതമായ വംശത്തിൽ ജനിച്ചാലും എത്രമാത്രം വിദ്യ അഭ്യസിച്ചാലും, എന്തുതന്നെ കൊടുത്താലും അപരിച്ഛേദ്യമായ വിവാഹാദി ബന്ധങ്ങൾ ഉണ്ടായാലും സ്ത്രീഹൃദയത്തിൽ ഇതിനൊന്നും സ്ഥാനം കാണുന്നതല്ല. ചിന്താചാഞ്ചല്യമുള്ള നാരികളെ ഇങ്ങനെയാണ് കാണുക.

(ശ്രീ വാല്മീകി രാമായണം സി.ജി.വാര്യർ പേര് 290)

സ്ത്രീമനസ്സിനെപ്പറ്റി വാല്മീകി ഇവിടെ നടത്തിയിരിക്കുന്ന പരാമർശം അസത്യമാണെന്ന് പറയാൻ ഞാൻ മുതിരുന്നില്ല. എന്നാൽ ഈ വിഷയത്തിൽ പുരുഷന്, സ്ത്രീയേക്കാൾ എന്തെങ്കിലും മാഹാത്മ്യം ഉണ്ടെന്നു ഞാൻ കരുതുന്നില്ല. അതുകൊണ്ട് കൗസല്യയുടെ വാക്കുകളിൽക്കൂടി ഇവിടെ നൽകപ്പെട്ടിരിക്കുന്ന ചിത്രം സ്ത്രീക്കും പുരുഷനും ഒരുപോലെ ചേരുന്നതാകയാൽ മനുഷ്യനിലെ പ്രാകൃത സ്വഭാവം എന്ന് ഇതിനെ വിശേഷിപ്പിക്കാം. ഇങ്ങനെ പ്രാകൃതമായ സ്വഭാവം മനുഷ്യനിലുണ്ടെങ്കിലും അത് സംസ്കരിച്ചെടുക്കാം എന്നുള്ളതു തന്നെയാണ് എന്നും മനുഷ്യനുള്ള പ്രത്യാശ. ആ പ്രത്യാശയെ ഉള്ളിൽ ബലമായി കണ്ടുകൊണ്ടാണ് സീതാദേവി കൗസല്യയോട് ഇങ്ങനെ പറയുന്നത്;

ന മാമസാജ്ജനേനാര്യാ സമാനയിതുമർഹതി
ധർമ്മാദ്വിചലിതും നാഹമലം ചന്ദ്രാദിവ പ്രഭാ
നാതന്ത്രീ വാദ്യതേ വീണാ, നാചക്രോ വർത്തതേ രഥഃ
നാപതിഃ സുഖമേധേത യാ സ്വാദപി ശതാത്മജാ.

നിന്തിരുവടി എന്നെ പാതിവ്രത്യധർമ്മമിന്നത് എന്നറിയാത്ത സ്ത്രീജനത്തിൽപ്പെട്ട ഒരുത്തിയെന്ന് വിചാരിക്കാതിരുന്നാലും ചന്ദ്രങ്കൽ നിന്ന് നിലാവ് എന്നപോലെ പാതിവ്രത്യധർമ്മത്തിൽ നിന്ന് വ്യതിചലിക്കാൻ ഞാൻ ഇടവരുത്തുകയില്ല. വീണ കമ്പിയില്ലാതെ മീട്ടുകയില്ല. രഥം ചക്രമില്ലാതെ ഉരുളുകയില്ല. അനേക സന്താനങ്ങളുള്ളവളായിരുന്നാലും ഭർത്താവില്ലെന്ന് വരികിൽ ഒരുവൾ സുഖത്തെ പ്രാപിക്കുകയില്ല.

(ശ്രീ വാല്മീകി രാമായണം - അയോദ്ധ്യാകാണ്ഡം - ശ്രീനിവാസയ്യർ പേജ് 424)

അത്യുത്കൃഷ്ടമായ മനോഭാവവും സ്നേഹോദാരമായ ഹൃദയവും അതീവ ശുദ്ധമായ നിഃസ്വാർത്ഥതയും ഒരുവന്റെ ജാത്യാചാരത്തിൽ നിന്നോ, വംശമഹിമയിൽ നിന്നോ, നാഗരികതയിൽ നിന്നോ ഒന്നുമല്ല വരുന്നതെന്ന് വാല്മീകി നമ്മെ ബോദ്ധ്യപ്പെടുത്തുന്നു. ഏതോ കിരാതമായ ഒരു സംസ്കാരത്തിന്റെ പേരിൽ, നിരർത്ഥകമായ ഒരു നൈതികതയുടെ പേരിൽ, ശ്രീരാമനെ ഉൾക്കൊള്ളുവാൻ അയോദ്ധ്യയ്ക്കോ, അയോദ്ധ്യാപതിക്കോ അവിടുത്തെ ജനങ്ങൾക്കോ ഒന്നും കഴിയാതിരുന്നിട്ടും കാട്ടിൽ ജീവിക്കുന്ന ഒരു നിഷാദന്, തന്റെ സർവ്വസ്വവും ശ്രീരാമചന്ദ്രന്റെ മുന്നിൽ കാഴ്ച വച്ചുകൊണ്ട് തന്റെ ഹൃദയനാഥനായിരിക്കുവാൻ അപേക്ഷിക്കുന്നതിന് ഒരു മടിയുമില്ല. അയോദ്ധ്യാകാണ്ഡത്തിലെ ഏറ്റവും ഹൃദയസ്പൃക്കായ രംഗം രാമ - ഗുഹ സമാഗമമാണ്.

അങ്ങു രാജാവ്, രാമന്നൊരാത്മസ്നേഹിതനാം ഗുഹൻ,
നിഷാദവംശ്യൻ, ബലവാൻ, സ്ഥപതിപ്പേരുമുള്ളവൻ;
വന്നുചേർന്നാനവൻ വൃദ്ധമന്ത്രിജ്ഞാതി സമേതനായ്,
പുരുഷവ്യാഘ്രനാം രാമൻ നാട്ടിൽ വന്നത് കേൾക്കയാൽ.
നിഷാദപതി ദൂരത്തുനിന്നെത്തുന്നതു കണ്ടുടൻ

ചേർന്നാനഗ്ഗുഹനോടങ്ങു രാമൻ, സൌമിത്രിസംയുതൻ,
താപത്തോടെ പുണർന്നിട്ടാരാമനോടോതിനാൽ ഗുഹൻ:
'അയോദ്ധ്യപോലിതങ്ങേയ്ക്ക്; രാമ ചെയ്യേണ്ടതെന്തു ഞാൻ?
ഇത്ര നല്ലോരതിഥിയാർക്കു കിട്ടും മഹാഭുജാ!'
പിന്നെ നല്ലന്നവും മറ്റും കൊണ്ടുവന്നാൽ പലേതരം;
അർഗ്ഘ്യവും വെക്കമെത്തിച്ചാന, തുമങ്ങുരിയാടിനാൻ:-
"സ്വാഗതം തേ മഹാബാഹോ! മന്നിതെല്ലാം ഭവാന്റെയാം
ഞങ്ങൾ ഭൃത്യൻ, ഭവാൻ സ്വാമി; വാണുകൊൾകെങ്ങൾ നാടു നീ."

(ശ്രീ വാല്മീകിരാമായണം - അയോദ്ധ്യാകാണ്ഡം - വള്ളത്തോൾ - അൻപതാം സർഗ്ഗം)

ഇതാ സന്നിധിയിൽ ഭക്ഷ്യഭോജ്യവും, പേയലേഹ്യവും, നൽക്കിടക്കകളും, പള്ളിയശ്വങ്ങൾക്കുള്ള തീറ്റയും:

എന്നു ചൊല്ലും ഗുഹനൊടാ രാമനുത്തരമോതിനാൻ:
"നിന്നിലാർച്ചിതരായ്, തുഷ്ടന്മാരുമായ് ഞങ്ങൾ സർവ്വഥാ
കാൽനടയ്ക്കെതിരേൽക്കാലും, സ്നേഹം കാണിയ്ക്കയാലുമേ"
തടിച്ച കൈകളാൽക്കെട്ടിപ്പിടിച്ചിട്ടുരിയാടിനാൻ:
'ഭാഗ്യം, കാണായി ഗുഹ, മേ നീയരോഗൻ സബാന്ധവൻ!
നാട്ടിൽക്കുശലമല്ലീ, നിൻ കൂട്ടുകാരിൽ ധനത്തിലും?
ഇവ്വണ്ണം ശേഖരിച്ചല്ലോ പ്രീതിയാൽച്ചിലതൊക്കെ നീ;
വിട തന്നേനതിന്നെല്ലാം, ദാനം വാങ്ങുകയില്ല ഞാൻ
മാന്തോൽ, ദർഭ, മരത്തോലുമേന്തി, ക്കായ്കനിയുണ്ടുമായ്,
ധർമ്മസ്ഥനായ് വനം പുക്കമുനിയെന്നറികെന്നെ നീ
കുതിരത്തീറ്റിയില്ലാതെ മറ്റൊന്നും വേണ്ടതില്ലമേ
ഭവാനാലിത്ര മാത്രം കൊണ്ടിവൻ സൽകൃതനായിതാ
പ്രിയങ്ങളല്ലോ, രാജാവെന്നച്ഛൻ ദശരഥന്നിവ:
ഈ അശ്വങ്ങൾക്കു സംതൃപ്തി വന്നാൽപ്പൂജിതനായി ഞാൻ!
കുടിയും തീനുമശ്വങ്ങൾക്കേകുവിൻ ശീഘ്രമെന്നുടൻ
അവിടെത്തന്നെയാൾക്കാരോടാജ്ഞാപിച്ചീടിനാൻ ഗുഹൻ.

(ശ്രീവാല്മീകിരാമായണം - അയോദ്ധ്യാകാണ്ഡം - വള്ളത്തോൾ - അൻപതാം സർഗ്ഗം)

എത്ര ഹൃദ്യമായ സ്വാഗതമാണ് മഹാത്മാവായ ഗുഹൻ ശ്രീരാമചന്ദ്രന് നൽകിയത്!

സ്വാഗതം തേ മഹാബാഹോ തവേയമഖിലാ മഹീ
വയം പ്രേഷ്യാ ഭവാൻ ഭർത്താ സാധുരാജ്യം പ്രശാധി നഃ
ഭക്ഷ്യം ഭോജ്യം ച പേയം ച ലേഹ്യം ചേഷ്യമുപസ്ഥിതഃ
ശയനാനിച മുഖ്യാനി വാജിനാം ഖാദനം ച തേ.

(ഹേ, മഹാബാഹോ! നിന്തിരുവടിക്ക് സ്വാഗതം! ഈ രാജ്യം മുഴുവൻ അവിടത്തേതാകുന്നു. ഞങ്ങൾ ദാസന്മാർ. ഞങ്ങൾക്കും രാജ്യത്തിനും സ്വാമിയായി വഴിപോലെ നിന്തിരുവടി വാണാലും. നിന്തിരുവടിക്കായി ചിത്രാന്നങ്ങളും പലഹാരങ്ങളും പാനീയങ്ങളും ചമ്മന്തികളും ഉപ്പേരികളും നല്ല മെത്തകളും കുതിരകൾക്ക് തീറ്റയും എല്ലാം തയ്യാറാക്കിയിട്ടുണ്ട്.)

(ശ്രീ വാല്മീകിരാമായണം - ശ്രീനിവാസയ്യർ - പേജ് 510)

ഈ സർഗ്ഗത്തിൽ ശ്രീരാമൻ കാണിക്കുന്ന ഹൃദയാവർജ്ജകമായ സ്നേഹം ഉത്കൃഷ്ടം തന്നെ. എന്നാൽ ഇവിടെ എടുത്തു പറഞ്ഞിരിക്കുന്ന ഒരു വാക്യം എന്നെ കുറച്ചൊന്ന് വേദനിപ്പിക്കുന്നുണ്ട്. നിഷാദനായ ഗുഹൻ ചിത്രാന്നങ്ങളും പലഹാരങ്ങളും പാനീയങ്ങളും ഒക്കെ കൊണ്ടുവന്ന് അത്യാദരവോടെ കൊടുത്തിട്ടും ശ്രീരാമൻ ലക്ഷ്മണന്റെ കൈകൊണ്ടു കൊടുത്ത ജലം മാത്രമേ കഴിച്ചുള്ളല്ലോ. ഹിന്ദുമതത്തിന്റെ നാരായവേരുവരെ വ്യാപിച്ചു നിൽക്കുന്ന അസ്പർശ്യതയായിരിക്കുമോ ഇതിനു കാരണം?

ഇത്തരുണത്തിൽ ഞാനോർത്തുപോകുന്നത് രാമരാജ്യത്തിന്റെ സാക്ഷാത്കാരത്തിനു വേണ്ടി എന്നും മോഹിക്കുകയും ജീവിക്കുകയും ചെയ്ത മഹാത്മാഗാന്ധി ഒരിക്കൽ വെളിപ്പെടുത്തിയ ഒരു ജീവിതരഹസ്യമാണ്. അദ്ദേഹം ജീവിതത്തിൽ ഒരിക്കൽ പോലും ഒരു ക്രിസ്ത്യാനിയുടെയോ മുസ്ലിമിന്റെയോ വീട്ടിൽ പാകം ചെയ്തിട്ടുള്ള ആഹാരപദാർത്ഥം കഴിച്ചിട്ടില്ലത്രേ. ഈ പ്രസ്താവന വായിക്കുമ്പോൾ നാം സന്തോഷിക്കണോ കരയണോ?

ശ്രീരാമനും സീതയും ഉറങ്ങിക്കിടക്കുമ്പോൾ വില്ലുമേന്തി അവർക്കു കാവൽ നിൽക്കുന്ന ലക്ഷ്മണകുമാരനോട് ഗുഹൻ രാത്രി മുഴുവൻ നീണ്ടു നില്ക്കുന്ന ഒരു സംഭാഷണത്തിൽ ഏർപ്പെടുന്നു. അപ്പോൾ താൻ വിട്ടുപോന്ന അയോദ്ധ്യയേയും അവിടുത്തെ ജനങ്ങളെയുമെല്ലാം ലക്ഷ്മണൻ ഓർത്തോർത്ത് ഗുഹനോട് വിസ്താരമായിത്തന്നെ സംസാരിക്കുന്നു. അപ്പോഴും ഊർമിള വിസ്മരിക്കപ്പെടുന്നു. ഒരുപക്ഷേ ലക്ഷ്മണകുമാരന്റെ ഉള്ളിന്റെയുള്ളിലെങ്കിലും പ്രിയപത്നിയെക്കുറിച്ചുള്ള ശോകസങ്കുലമായ വിചാരമുണ്ടായിരുന്നിരിക്കാം. എന്നാലും അത് പുറത്തു കാട്ടാതിരുന്നത് മനഃപൂർവ്വമായിട്ടായിരുന്നിരിക്കാം, എന്ന് ഞാൻ ആശ്വസിക്കുകയാണ്. ഊർമിളയെ ഓർക്കുവാൻ മലയാളനാട്ടിലെ മഹാകവി കുട്ടമത്തെങ്കിലും ഉണ്ടായാല്ലോ എന്നത് കുറച്ചു സമാധാനം തരുന്നു.

ഗുഹസമാഗമത്തെ മനുഷ്യഹൃദയങ്ങളുടെ അതീവ ശുദ്ധമായ തലങ്ങളിൽ വെച്ചുകൊണ്ട് ഒരു പഠനം നടത്തുവാൻ വാല്മീകി തീരുമാനിച്ചതുപോലെയുണ്ട്. ഒരു വശത്ത് രാജാധിരാജൻ ആയിരിക്കേണ്ടുന്ന സാക്ഷാൽ ഈശ്വരൻ തന്നെയായ ശ്രീരാമൻ. മറുവശത്ത് കേവലം

നിഷാദനായ ഗുഹൻ. ആര്യപുത്രനിൽ നിന്നും അന്യയായ മണ്ണിന്റെ മകൾ സീത. നയതന്ത്രജ്ഞനും വികാരവിചാരാദികളെയെല്ലാം അത്യന്തം ഗോപ്യമായി ഉള്ളിൽ ഒതുക്കിക്കൊണ്ട് പറയേണ്ടതു മാത്രം പറയാൻ കഴിവുറ്റ സുമന്ത്രൻ. ജ്യേഷ്ഠനോട് ഭക്തിമാത്രം കാട്ടാനറിയുന്ന ലക്ഷ്മണൻ. ഇവർ അഞ്ചു പേരെയും ഒരേ ജീവിതസന്ദർഭത്തിൽ ഇണക്കിക്കൊണ്ട് നാടകീയമായ രംഗങ്ങൾ സൃഷ്ടിച്ചു വാല്മീകി അവരെയെല്ലാം സംഭാഷണത്തിൽ ഏർപ്പെടുത്തുന്നു. വാല്മീകി തന്നെ ഒരു നിഷാദനാണ്. എത്ര കടുത്ത നിഷാദന്റെ മനസ്സിലും കാരുണ്യം ഊറും എന്നതിനു വാല്മീകി തന്നെ ഉദാഹരണമാണ്.

ഗുഹന്റെ വിപിനത്തിൽ എത്തിയ സീതാരാമന്മാർ വെറും തറയിൽ പുല്ലു വിരിച്ച കിടക്കയിൽ കിടന്നുറങ്ങുന്നു. സുമന്ത്രരും അനുയായികളും സീതാരാമന്മാർക്ക് പ്രയാസമുണ്ടാകാത്ത ദൂരത്തിൽ വിശ്രമിക്കുന്നു. പിന്നെ ഉണർന്നിരിക്കുന്നത് രണ്ടുപേരേ ഉള്ളു - ഗുഹനും ലക്ഷ്മണനും. വാല്മീകിയുടെ കല്പനയെ തുളസീദാസൻ തന്റെ 'രാമചരിതമാനസ'ത്തിൽ പകർത്തുവാൻ വേണ്ടാത്ത സ്വാതന്ത്ര്യമൊന്നും എടുക്കുന്നില്ല. എന്നാലും ഈ അഞ്ചു പാത്രങ്ങൾക്കും കുറേക്കൂടി മിഴിവ് ഉണ്ടാക്കികൊടുക്കുന്നു. സീതയും രാമനും ഒന്നുമറിയാത്ത കുഞ്ഞുങ്ങളെപ്പോലെ നിദ്രാധീനരായി നിലത്തു കിടക്കുന്നതു കണ്ടിട്ട് ഗുഹൻ കണ്ണുനീർ വാർക്കുന്നു. യഥാർത്ഥത്തിൽ ശോകാർദ്രനായ ലക്ഷ്മണനാണ് ആശ്വസിപ്പിക്കപ്പെടേണ്ടത്. അതിനു പകരം ലക്ഷ്മണൻ ഗുഹന് ആശ്വാസവചനം അരുളുന്നു.

രാമചരിതമാനസത്തിലെ ലക്ഷ്മണന്റെ വാക്കുകൾ ഇങ്ങനെയാണ്: ഒരുവന്റെ ആഹ്ലാദത്തിനോ അടക്കാനാവാത്ത ദുഃഖത്തിനോ വേറൊരുവനും കാരണക്കാരനായി ഭവിക്കുന്നില്ല. പ്രിയസഹോദരാ, ഇതെല്ലാം അവനവന്റെ കർമ്മ വൃക്ഷത്തിൽ വന്ന് വിളയുന്ന മധുരമോ വിധുരമോ ആയ പഴങ്ങൾ മാത്രം. സമാഗമവും വേർപാടും സുഖദുഃഖങ്ങളും നന്മതിന്മകളും മൈത്രിയും ശത്രുതയും നിഷ്പക്ഷതയുമെല്ലാം ബോധത്തിൽ വന്നലയ്ക്കുന്ന പ്രതിഭാസങ്ങൾ മാത്രം. ജനനമരണങ്ങളും സങ്കീർണ്ണമായ ജീവിതസന്ദർഭങ്ങളും ലാഭനഷ്ടങ്ങളും ഭൂമി, ഗ്രഹം, സമ്പത്ത്, നഗരം, കുടുംബം, സ്വർഗ്ഗ നരകങ്ങൾ ഇങ്ങനെ എന്തെല്ലാമാണോ കാണുവാനും കേൾക്കുവാനും കഴിയുന്നത് അതെല്ലാം അസത്യജടിലമായ പ്രതിഭാസങ്ങൾ മാത്രം. സ്വർഗ്ഗത്തിൽ ഒരുവൻ രാജാവായി എന്നു സ്വപ്നം കാണുന്നു. സ്വർഗ്ഗനാഥനും സ്വപ്നം കാണുന്നു, അവൻ പാപ്പരായിപോയെന്ന്. ഇതെല്ലാം സ്വപ്നം ഉണരുന്നതുവരേയ്ക്കും മാത്രമേ വാസ്തവമായിരിക്കുന്നുള്ളൂ. അതുകൊണ്ട് പ്രിയപ്പെട്ട ഗുഹാ നീയും ലോകത്തെ ഇപ്രകാരം കാണുക. അപ്പോൾ മനസ്സിനെ തച്ചുടയ്ക്കുന്ന രോഷം ആരിലേക്കും തിരിക്കുവാൻ തോന്നുകയില്ല. നാമെല്ലാം ഒരുപോലെ വിഭ്രാന്തിയുടെ മഹാനിശയിൽ വിവിധങ്ങളായ സ്വപ്നങ്ങൾ കണ്ടുകൊണ്ടു

കിടക്കുന്ന സുഷ്പ്തകന്മാർ മാത്രം. അസത്യത്തിൽ നിന്നും മനസ്സിനെ വിടർത്തുവാൻ കഴിയുന്നവൻ മാത്രം ഉണർന്നവനായി ഭവിക്കുന്നു. പ്രപഞ്ചപ്രതീതിയിൽ നിന്നും ഉണർന്നവന്റെ മനസ്സാകട്ടെ പരമാർത്ഥസ്വ രൂപത്തിൽ ധ്യാനസംയോഗം ലഭിച്ചതായി ഭവിക്കുന്നു. വിഷയാകാംക്ഷ യിൽ നിന്നും നിർമുക്തമാകാത്ത ഒരു മനസ്സ് ഉണർന്നു എന്നു പറഞ്ഞു കൂടാ. ഉണർന്നവന്റെ മനസ്സ് ഭ്രാന്തി ഒഴിഞ്ഞതായിത്തീരുന്നു. അതു രാമ ഭക്തിയിൽ നിരതമായതാണ്. പ്രിയ സ്നേഹിതാ, ഇതാണ് മനുഷ്യന് എത്തിച്ചേരാവുന്ന ഏറ്റവും ഉയർന്ന ധ്യാനഭൂമിക. വിചാരത്തിലും വാക്കിലും പ്രവൃത്തിയിലും രാമകിങ്കരനായിരിക്കുവാൻ കഴിയുക. അതാണ് ധന്യജീവിതം. രാമൻ ഈശ്വരനാണ്, ആകെ നന്മയുടെ പാരമ്യം, നാശരഹിതൻ, അദൃശ്യൻ, അജൻ, അനിർവചനീയൻ, വേദങ്ങൾക്കും അഗമ്യനായിരിക്കുന്നവൻ, കാരുണ്യാതിരേകംകൊണ്ട് ആ അപ്രമേയ പ്രഭാവൻ, മനുഷ്യരൂപം പൂണ്ട് മാനുഷികമായ കർമ്മങ്ങളിൽ സ്വേച്ഛയാൽ നിബദ്ധനായി ഭവിക്കുന്നു. പ്രേമം കൊണ്ടു മാത്രം അവൻ ജനത്തോട്, ഭൂമിയോട്, ബ്രാഹ്മണരോട്, പശുക്കളോട്, രാജ്യത്തോട്, എല്ലാം ശ്രദ്ധാ വാനായിരിക്കുന്നു. ഇപ്രകാരമെല്ലാം, ധ്യാനിച്ച് അല്ലയോ സ്നേഹിത മന സ്സിനെ മായാവിഭ്രമങ്ങളിൽ നിന്നൊഴിവാക്കുക. നിന്റെ ദൃഷ്ടികളെ സീതാ രാമന്മാരുടെ പാദപങ്കജങ്ങളിൽ വിശ്രമിപ്പിക്കുക. ഇപ്രകാരമെല്ലാം ലക്ഷ്മ ണൻ രാമമാഹാത്മ്യം വർണ്ണിച്ചുകൊണ്ടിരിക്കുമ്പോൾ സൂര്യോദയമായി.

പ്രഭാതത്തിൽ ശ്രീരാമചന്ദ്രൻ ഉണർന്നത് ഒരു പുതിയ തീരുമാന ത്തോടെയാണ്. കുളിയും പൂജാദികളുമൊക്കെ കഴിഞ്ഞിട്ട് തന്റെ നീണ്ടു ചുരുണ്ട കേശം തലയുടെ മുകളിൽ നല്ലതുപോലെ ഒതുക്കിക്കെട്ടിവെച്ചു: അതിൽ അശ്വത്ഥവൃക്ഷത്തിന്റെ പാലു പുരട്ടി ജഡയാക്കുവാൻ. അതു കൊണ്ട് ലക്ഷ്മണനും അതുതന്നെ ചെയ്തു. രാമലക്ഷ്മണന്മാരുടെ പുതിയ പുറപ്പാടു കണ്ട് സുമന്ത്രന്റെ കണ്ണു നിറഞ്ഞു. കണ്ഠം ഇടറി. വേദനയോടെ സുമന്ത്രൻ പറഞ്ഞു, “എന്റെ പ്രഭോ കോസലത്തിലെ മഹാരാജാവ് പറഞ്ഞയച്ച ഒരു നിർദ്ദേശം ഞാൻ അറിയിച്ചുകൊള്ളട്ടെ. തേരുമായി രാമനോടൊപ്പം പോവുക. അവർ വനഭൂമി കണ്ടുകൊള്ളട്ടെ. ഗംഗാസ്നാനം ചെയ്തുകൊള്ളട്ടെ. അതിനുശേഷം ഒട്ടും വൈകാതെ ലക്ഷ്ണനേയും സീതയേയും കൊട്ടാരത്തിൽ മടക്കിക്കൊണ്ടുവരുക - എന്നാൽ അങ്ങയുടെ തിരുവുള്ളത്തെ തടയാൻ ഞാൻ എങ്ങനെ ശക്ത നാകും?” ഇതു പറഞ്ഞു സുമന്ത്രൻ ഒരു കുഞ്ഞിനെപ്പോലെ രാമന്റെ പാദത്തിൽ വീണു പൊട്ടിക്കരഞ്ഞു. കാൽക്കൽ വീണു കിടക്കുന്ന സുമ ന്ത്രരെ തന്റെ കയ്യാൽ ഉയർത്തിക്കൊണ്ടു രാമൻ പറഞ്ഞു, “എന്റെ പിതാ വിനു നന്മയുടെ മാർഗ്ഗമേ അറിയുകയുള്ളൂ. നന്മയിൽ മാത്രം വിശ്വസി ച്ചിരുന്ന ശിബി, ദധീചി, ഹരിശ്ചന്ദ്രൻ, ഇവരെല്ലാം അവർ വിശ്വസിച്ചി രുന്ന ധർമ്മസംരക്ഷണത്തിനായി എന്തെല്ലാമാണ് അനുഭവിച്ചത്. രതീ ദേവൻ നേരിടേണ്ടി വന്ന പരീക്ഷണത്തിനു അതിരുണ്ടായിരുന്നില്ല.

സത്യത്തിലും വലുതായിട്ട് ഒന്നുമില്ല. എന്നാൽ ഞാനിതാ എളുപ്പമാർഗ്ഗ ത്തിൽ സത്യത്തിൽ എത്തിയിരിക്കുന്നു. ഞാനിതുപേക്ഷിച്ചാൽ എല്ലാ യിടത്തും ഞാൻ അപമാനിതനായിത്തീരും. സ്വർഗ്ഗത്തിലും നരകത്തിലും എല്ലായിടത്തും. ഒരിക്കൽ ബഹുമാനിതനായവന് പിന്നീട് അപമാനം വരു ന്നത് നൂറായിരം മരണത്തേക്കാൾ കഠിനമാണ്. എന്നാൽ ഞാനെന്തി നാണ് ഇതെല്ലാം എന്റെ പിതാവിനോട് പറയുന്നത്. അതുകൊണ്ട് സുമ ന്ത്രരേ, ഞാൻ നിങ്ങളുടെ വാക്കുകൾ കേട്ടാൽ മഹാപാപിയായി ഭവിക്കും. എന്നെയോർത്ത് ദുഃഖിക്കാതിരിക്കുവാൻ എന്റെ പിതാവിനെ ഏതെങ്കിലും തരത്തിൽ സഹായിക്കാൻ കഴിഞ്ഞാൽ അതു മാത്രമായിരിക്കും എനി ക്കനുഗ്രഹമായി വരുന്നത്."

രാമന്റെയും സുമന്ത്രന്റെയും വാക്കുകൾ കേട്ടിട്ട് ലക്ഷ്മണന്റെ ഹൃദയം കുറച്ചൊന്ന് കലുഷമായി. ലക്ഷ്മണൻ കോപിച്ച് സുമന്ത്രരോട് അവിഹിതമായി വല്ലതും പറയുമോ എന്ന് രാമൻ ഭയപ്പെട്ടു. അതുകൊണ്ട് വേഗത്തിൽ അനുജനെ ശാന്തനാക്കി. സുമന്ത്രന് തന്റെ നാഥന്റെ ആജ്ഞയെ ശിരസാ വഹിച്ചേ പരിചയമുള്ളൂ. സുമന്ത്രൻ പിൻവാങ്ങാതെ പിന്നെയും പറഞ്ഞു: "എന്റെ പ്രഭുവിന്റെ വാക്കുകൾ ഞാൻ പറഞ്ഞു തീർന്നില്ല. അവിടുന്ന് അരുളിച്ചെയ്തത് ഇങ്ങനെയാണ്: വിജന പ്രദേശ ത്തിലെ ദുഃഖങ്ങൾ സഹിക്കുവാൻ സീതയ്ക്ക് ഒട്ടും തന്നെ ശക്തിയില്ല. അതുകൊണ്ടവളെ എങ്ങനെയും തിരിച്ച് അവധിയിൽ (അയോദ്ധ്യ) വാരാ നിടയാക്കണം. അല്ലെങ്കിൽ എനിക്കൊരു താങ്ങും ഇല്ലാതെയായിപ്പോകും. ജലം വറ്റിയ തടാകത്തിലെ മത്സ്യംപോലെ ഞാൻ പിടഞ്ഞു മരിക്കും. അവർക്ക് അവളുടേതായ സ്വന്തം കൊട്ടാരമുണ്ട്. ഭർത്താവിന്റെ മാതാ പിതാക്കന്മാരുണ്ട്. ഈ പ്രയാസമുള്ള ദിവസങ്ങൾ കഴിയുന്നതുവരെ അവൾ അവിടെ വന്ന് കഴിഞ്ഞുകൊള്ളട്ടെ. മഹാരാജാവിന്റെ ഈ അപേക്ഷ അതിന്റെ മുഴുവൻ ആത്മാർത്ഥതയോടെ പ്രകാശിപ്പിക്കുവാൻ എനിക്കു വാക്കില്ല." അച്ഛന്റെ വാക്കുകളെ നിന്ദിക്കുന്നത് രാമന് ഇഷ്ടമു ള്ളതല്ല. സർവ്വപ്രകാരേണയും ലക്ഷ്മണനെയും സീതയേയും മടങ്ങി പ്പോകാൻ നിർബന്ധിച്ചു. എന്നാൽ അതിന് മറുപടിയായി വൈദേഹി പറഞ്ഞതിങ്ങനെയാണ്.

"നിശ്ചയമായും എന്റെ മടക്കം അങ്ങയുടെ മാതാപിതാക്കന്മാരുടെ ദുഃഖത്തിനിളവു വരുത്തും. അങ്ങയുടെ ഗുരുവിന്റെ കദനഭാരം കുറയും. അവിടുത്തെ ബന്ധുക്കളും സുഹൃത്തുക്കളും സന്തോഷിക്കും. സ്നേഹ വത്സലനായ എന്റെ പ്രഭോ, അങ്ങെന്റെ വാക്കുകൾ കേൾക്കുക. അങ്ങ് കാരുണ്യവാനാണല്ലോ. ജ്ഞാനനിധിയുമാണ്. വസ്തുവിനെ വെടിഞ്ഞു പോയിട്ട് നിഴലിനെങ്ങനെ നിലനില്പുണ്ടാകും? അതു സൂര്യൻ വേണ്ട സൂര്യപ്രകാശം മതി എന്നു പറയുന്നതുപോലെയാണ്. ചന്ദ്രൻ ഇല്ലാതെ ചന്ദ്രിക എങ്ങനെ ഉണ്ടാകും? ഇങ്ങനെയുള്ള സമുചിതമായ വാക്കുകൾ പറഞ്ഞുകൊണ്ട് എന്റെ ശ്വശുരനെപ്പോലെ എന്റെ നന്മയിൽ മാത്രം

കുതുകിയായിരിക്കുന്ന അങ്ങയോട് ഞാൻ എങ്ങനെ സംസാരിക്കും? എന്നാൽ ഈ ദുഃഖം അങ്ങയോടെതിർത്തു നില്ക്കുന്നതിനുള്ള ശക്തി എനിക്കു നല്കുന്നു. അങ്ങയുടെ പാദാരവിന്ദത്തിൽ നിന്നും അകന്ന് എനിക്ക് മൂന്നു ലോകത്തും ഒന്നുംതന്നെ ലഭിക്കാനില്ല. എന്റെ പിതാവിന്റെ കൊട്ടാരത്തിൽ ഒന്നിനും കുറവുണ്ടായിരുന്നില്ല. ആ തൃപ്പാദങ്ങളെ നമസ്കരിച്ചുകൊണ്ട് തല കുനിച്ചു നിന്ന രാജാക്കന്മാരുടെ രത്നഖചിതമായ കിരീടങ്ങൾ അനവധിയായിരുന്നു. അങ്ങില്ലാതെ അവിടെ ജീവിക്കുന്നത് എനിക്ക് സന്തോഷകരമാകുമോ? എന്റെ പ്രാണനാഥന്റെ പിതാവ് കോസലത്തിലെ രാജാധിരാജനാണ്. പതിനാലു ലോകങ്ങളിലും വിശ്രുതനായ മഹാരാജാവ്. ദേവേന്ദ്രൻ, അദ്ദേഹത്തിനുവേണ്ടി കാത്തിരിക്കുന്നു, അർദ്ധാസനം നല്കി സ്വീകരിക്കാൻ. എന്റെ ഭർത്തൃമാതാവ് എനിക്ക് അമ്മയാണ്. എന്നാൽ രാമചരണങ്ങൾ വിട്ടുപോയാൽ ഇതൊന്നും എനിക്ക് കാമ്യമായി തോന്നുകയില്ല. ഈ വനത്തിലെ പാതകൾ കഠിനമാണ്. നമ്മുടെ ചുറ്റും ഹിംസ്രമൃഗങ്ങളുള്ള പർവ്വതങ്ങളാണ്. എവിടെയും കായലുകളും കുല്യകളുമുണ്ട്. ഇവിടെ വസിക്കുന്നത് കിരാതന്മാരും പക്ഷികളും മൃഗങ്ങളും. എന്നാൽ അവിടുത്തെ സാമീപ്യം കൊണ്ടുമാത്രം ഇതെല്ലാം എനിക്കു അത്യാകർഷകമായിരിക്കുന്നു. അതുകൊണ്ട് സുമന്ത്രരെ, എന്റെ നാഥന്റെ മാതാപിതാക്കന്മാരുടെ പാദത്തിൽ വീണ് എനിക്കുവേണ്ടി അവരോട് പ്രാർത്ഥിക്കണം, എനിക്കുവേണ്ടി വേദനിക്കാതിരിക്കുവാൻ. ഞാനിവിടെ പൂർണ്ണമായും തൃപ്തയാണ്. എന്റെ ആത്മനാഥനോടൊപ്പം, എന്റെ സോദരനോടൊപ്പം. വില്ലാളിവീരന്മാരായ ഈ മഹാത്മാക്കളുടെ വില്ലും ശരവുമേന്തി അവരോടൊപ്പം കാട്ടിൽ ഉല്ലാത്തുന്നത് എനിക്കല്പംപോലും പ്രയാസം ഉണ്ടാക്കുകയില്ല."

സീതയുടെ തണുത്തുറഞ്ഞ ഈ നിഷേധം കണ്ടു ശിരോരത്നം നഷ്ടപ്പെട്ട ഒരു സർപ്പത്തെപ്പോലെ സുമന്ത്രൻ ദുഃഖിതനായി തല താഴ്ത്തി നിന്നു. പിന്നെ കുറേ സമയത്തേക്കു സുമന്ത്രനു ഒന്നുംതന്നെ കാണുവാൻ കണ്ണില്ലായിരുന്നു: ഒന്നും കേൾക്കാൻ കാതില്ലായിരുന്നു; ഒന്നും ഉരിയാടാൻ നാവില്ലായിരുന്നു. സുമന്ത്രരോട് രാമൻ മൊഴിഞ്ഞ അതുല്യമായ ആശ്വാസവചനങ്ങൾ നിരർത്ഥകമായ ശബ്ദം മാത്രമായി അന്തരീക്ഷത്തിൽ ലയിച്ചു. സുമന്ത്രനു അവസാനം ഒന്നു മാത്രമേ പറയുവാൻ ഉണ്ടായിരുന്നുള്ളൂ. രാമനോടൊപ്പം വനവാസത്തിനായി തന്നെക്കൂടി സ്വീകരിക്കണമെന്ന്. എന്നാൽ സമുചിതമായ വാക്കുകൊണ്ട് രാമൻ സുമന്ത്രന്റെ അപേക്ഷയെ നിഷേധിച്ചപ്പോൾ കടലിൽ തകർന്നുപോയ കപ്പലിനെ നോക്കിക്കൊണ്ടു ഒരു കച്ചവടക്കാരൻ നില്ക്കുന്നതുപോലെ സുമന്ത്രൻ ഭഗ്നാശനായി നിന്നു. ഒരിക്കലും അനുസരണക്കേടു കാണിച്ചിട്ടില്ലാത്ത സുമന്ത്രൻ തന്റെ രഥത്തിൽ കയറി കുതിരയെ വിടുമ്പോൾ ദുഃഖാർത്തരായ ആ അശ്വങ്ങൾ സീതയും രാമലക്ഷ്മണന്മാരും നിന്നിടത്തേക്കു തിരിയെത്തിരിയെ നോക്കി ദയനീയമായ സ്വരം

പുറപ്പെടുവിച്ചു. ഇതെല്ലാം നോക്കിക്കൊണ്ടു നിശ്ശേഷ്ടനായി നിന്നിരുന്ന ഗുഹനു പിന്നെ മൗനം ഭജിക്കുവാൻ കഴിഞ്ഞില്ല. ദുഃഖംകൊണ്ടു കനത്തു പോയ തന്റെ തലയെ രണ്ടു കൈ കൊണ്ടും താങ്ങിപ്പിടിച്ച ഗുഹൻ പറഞ്ഞു: "ഹാ! കഷ്ടം മൃഗങ്ങൾക്കുപോലും ഇവന്റെ നഷ്ടം സഹിക്കുവാൻ ആകുന്നില്ല. അക്കണക്കിനു അവന്റെ പ്രജകൾ, അവന്റെ പിതാവ്, അവന്റെ മാതാവ് അവനെക്കൂടാതെ എങ്ങനെ ജീവിക്കും?

രാമൻ അർത്ഥഗർഭമായി ഗുഹനെ നോക്കി. രാമനെന്താണ് ആവശ്യപ്പെടുന്നതെന്നു ഗുഹനു അറിയുകയും ചെയ്യാം – നദി കടക്കുന്നതിനുള്ള വഞ്ചി. നിന്നിടത്തുനിന്നും ചലിക്കാതെ കടത്തുകാരൻ പറഞ്ഞു: 'അവിടുത്തെ അദ്ഭുതങ്ങൾ ഞാനറിയും. നിന്റെ പാദധൂളിയിൽനിന്നു മനുഷ്യനെ സൃഷ്ടിക്കുവാൻ കഴിയുമെന്നു ഞാനറിയുന്നു. അത് ഒരു കുഞ്ഞു പാറയിൽ വീണാൽ അതൊരു സുന്ദരിയായി പിടഞ്ഞെഴുന്നേൽക്കുമെന്ന് എനിക്കറിയാം. ഒരു പാഷാണശിലയോളം കടുപ്പമുള്ളതല്ല കേവലം ഒരു മരത്തിൽനിന്നും വാർത്തെടുത്ത എന്റെ വഞ്ചി. നിന്റെ പാദസ്പർശം കൊണ്ടു അതും ഒരു ഋഷിപത്നിയായി പരിണമിച്ചാൽ ഞാനെന്തു ചെയ്യും? എനിക്കു കുടുംബം പുലർത്താൻ ഈ വഞ്ചിയേയുള്ളൂ. അങ്ങനെയുള്ള ആപത്ത് എനിക്ക് ഒഴിവാക്കിയേ മതിയാവൂ. അതുകൊണ്ട് എന്റെ പ്രിയപ്രഭോ, ആ പാദത്തിൽ ഒരു ധൂളിപോലും ഉണ്ടായിരുന്നുകൂടാ. ഞാനതു കഴുകട്ടെ. കാലുകഴുകി അതിൽ പ്രവേശിച്ചാലും. എനിക്ക് ഇന്ന് കടത്തുകാരനാകാൻ കഴിയുകയില്ല. നിന്നെയും ദശരഥനെയും പിടിച്ചു ഞാൻ ആണയിടുന്നു. എനിക്കു നിന്റെ കടത്തുകൂലി വേണ്ട. ലക്ഷ്മണൻ വീരശൂരപരാക്രമിയാണല്ലോ. കൂർത്തുമൂർത്ത ഒരമ്പ് എന്നെ പിളർന്നു പൊയ്ക്കൊള്ളട്ടെ. ഞാനാ തൃപ്പാദങ്ങൾ ആദ്യം കഴുകാം." ഗുഹന്റെ വാക്കുകൾ ദാക്ഷിണ്യമില്ലാത്തതാണ്. ഒപ്പം പ്രേമാർദ്രവും. അതുകേട്ട് പുഞ്ചിരിച്ചുകൊണ്ട് ശ്രീരാമൻ സാകൂതം ജാനകിയേയും ലക്ഷ്ണനെയും നോക്കി. അൻപു നിറഞ്ഞ വാക്കുകളോടെ രാമൻ പ്രതിവചിച്ചു.

"ഗുഹാ നിന്റെ വഞ്ചിയെ രക്ഷിക്കാൻ എന്തു വേണമെങ്കിലും ചെയ്തു കൊള്ളൂ. എവിടെ ജലം? വേഗം കാലു കഴുകൂ. ഇപ്പോൾ തന്നെ നീ എന്റെ സമയമെല്ലാം കളഞ്ഞിരിക്കുന്നു." സർവ്വജനത്തെയും സംസാര സാഗരത്തിന്റെ അക്കരെ കയറ്റുവാൻ രാമൻ കണ്ണ് ഒന്നു ചുളിച്ചു നോക്കിയാൽ മതി. അങ്ങനെയുള്ള രാമനാണ് ഗംഗ കടക്കുവാൻ ഗുഹന്റെ വഞ്ചി ആവശ്യമായിരിക്കുന്നത്. രാമന്റെ പാദസരോജങ്ങളിലെ നഖസൗന്ദര്യം കണ്ട് ഗംഗ പിന്നെയും കുഞ്ഞലകൾ ഉയർത്തി ആർത്തിയോടെ നോക്കി. ഗുഹൻ ആ പാദങ്ങൾ പ്രേമപൂർവ്വം തഴുകി. ഗംഗാജലം കൊണ്ടു കഴുകുമ്പോൾ ദേവന്മാർ പുഷ്പവൃഷ്ടി ചെയ്തു. 'നീ തന്നെ ഭാഗ്യവാൻ' എന്ന അശരീരി ഉണ്ടായി. ഗംഗയുടെ മറുവശത്തെ വഞ്ചിയിൽനിന്നും സീതയും രാമലക്ഷ്മണന്മാരും ഗംഗയുടെ തട്ടിൽ ഇറങ്ങി നിന്നപ്പോൾ

ഗുഹനും തോണിയിൽ നിന്നും ഇറങ്ങി ഭക്തിപൂർവ്വം രാമനെ നമസ്കരിച്ചു. രാമന്റെ ഉള്ളൊന്ന് കാളി. തോണിക്കാരനു കൊടുക്കാൻ തന്റെ കൈയിൽ ഒന്നുമില്ലല്ലോ. എന്ന് ആ നിസ്സ്വൻ അന്തരാത്മാവിൽ ലജ്ജിതനായി. സന്ദർഭത്തിന്റെ ഗൗരവവും സീതയ്ക്ക് അറിയാം. അവളുടെ ചോരി വായിൽ ഒരു ചെറുപുഞ്ചിരി അല്പം മാത്രമായി അതിന്റെ ശോണിമയെ വർദ്ധിപ്പിച്ചു. അവൾ നിസ്സ്വ ആയിരുന്നില്ലല്ലോ. തന്റെ ചെറുവിരലിൽ കിടന്നിരുന്ന രത്നഖചിതമായ മോതിരം രാമനു കാണിച്ചുകൊടുത്തു. രാമനത് ഊരി ഗുഹനു കൊടുത്തുകൊണ്ടു പറഞ്ഞു, 'ഇതാ കടത്തുകൂലി'. ഗുഹൻ പറഞ്ഞു, 'കടത്തു കൂലി നേരത്തേ തന്നുപോയല്ലോ. ഞാൻ ഇങ്ങോട്ടു കടത്തുന്നതിനു മുൻപുതന്നെ എന്റെ സർവ്വ പാപവും, എന്റെ സർവ്വ ദുഃഖവും, എന്റെ സർവ്വ ദാരിദ്ര്യവും അവിടുന്നു കടത്തിക്കൊണ്ടു പോയല്ലോ. വർഷങ്ങളോളം ഞാൻ പണിപ്പെട്ടു. ഇന്ന് എനിക്ക് പൂർണ്ണമായും കൂലികിട്ടി. എനിക്കു ഒരു പ്രാർത്ഥനയേയുള്ളൂ. മടങ്ങി ഇതിലേ വരണം. അന്നു തരുന്നതൊക്കെ സന്തോഷത്തോടെ വാങ്ങാം.' ഗുഹൻ ഒരു സമ്മാനവും വാങ്ങുകയില്ലെന്നു ബോദ്ധ്യമായപ്പോൾ ശ്രീരാമചന്ദ്രൻ ഗുഹനു വിട പറഞ്ഞു. ഗുഹൻ അറിയാതെ തന്നെ ഗുഹനൊരു സമ്മാനം നൽകി. അവന്റെ ഹൃദയത്തിൽ നിന്നും ഒരിക്കലും കെട്ടുപോകാത്ത ശ്രദ്ധ.

ചിത്രകൂട ദർശനം

ചങ്ങാടത്തിൽ യമുന കടന്ന് ചിത്രകൂടത്തിലേക്കു പോകുന്ന ഭൂമിപുത്രി ആദ്യം ആകർഷിക്കപ്പെടുന്നത് 'ശ്യാമം' എന്ന പേരാൽ വൃക്ഷത്താലാണ്. മണ്ണിന്റെ മകൾ ആ പേരാലിന്റെ അടുത്തു ചെന്ന് വന്ദിച്ചുകൊണ്ട് പ്രാർത്ഥിക്കുന്നു:

'പാവനമായ മഹാവൃക്ഷമേ, നിന്നെ ഞാൻ നമസ്കരിക്കുന്നു. എന്റെ ഭർത്താവ് പ്രതിജ്ഞയെ പൂർത്തിയാക്കുമാറാകട്ടെ. കൗസല്യാദേവിയേയും കീർത്തിശാലിനിയായ സുമിത്രാദേവിയേയും ഞാൻ സേവിക്കുമാറാകണം.' ഇപ്രകാരം പ്രാർത്ഥിച്ചു കൊണ്ട് സീതാദേവി കൈകൾ കൂപ്പിക്കൊണ്ട് മഹാവൃക്ഷത്തെ പ്രദക്ഷിണം ചെയ്യുന്നത് വാല്മീകി ചൂണ്ടികാണിക്കുന്നു. ഗിരിവർഗ്ഗക്കാർ തുടങ്ങി മണ്ണിനോട് പറ്റി ജീവിക്കുന്ന സാധാരണക്കാരന്റെ ദൈവങ്ങളാണ് പാറയും നദിയും മരവും മറ്റും.

'ഉന്നതങ്ങളിൽ വിരാജിക്കുന്ന ദൈവമേ,' എന്നും മറ്റും പ്രാർത്ഥിക്കുമ്പോഴുള്ള അമൂർത്തവും ആശയപരവുമായ ദേവതാ വിവക്ഷയല്ല ഇത് (Hypostatic) കാളിന്ദിയോടും യമുനയോടും പേരാലിനോടും മറ്റും പ്രാർത്ഥിക്കുമ്പോഴാണ് സീതയ്ക്ക് അവളുടെ അടിവേരുകളെ തൊടുന്നതായി തോന്നുന്നത്; അല്ലാതെ ഇന്ദ്രാവരുണാദികളെയും മറ്റും വിളിച്ച് പ്രാർത്ഥിക്കുമ്പോഴല്ല. ആദി ഭാരതീയന്റെ ദൈവം സ്വയംഭൂവാണ്. കണ്ണും മൂക്കും ഒന്നുമില്ലാത്ത പാറക്കഷ്ണം – ശിവലിംഗം.

ഇനിയും വാല്മീകി വിവരിക്കുവാൻ പോകുന്നത് രാമായണത്തിലെ അതിമനോഹരങ്ങളായ ചിത്രദർശനങ്ങളിൽ ഒന്നാണ്:

'മൈസ്റ്റർ സിങ്ഗേഴ്സ് ഓഫ് നൂറംബർഗ്ഗ്' എന്ന അതിവിശിഷ്ടമായ ഓപ്പറയിൽ വാഗ്നർ ഗാനനൃത്തനാടകം രചിച്ചിരിക്കുന്നതിൽ ചില ദൃശ്യങ്ങൾ ചിത്രകാരൻ ക്യാൻവാസിൽ പകർത്താൻ കൊതിച്ചുപോകുന്ന പോർട്രെയിറ്റുകൾ ഉൾപ്പെടുത്തികൊണ്ടാണ്. അങ്ങനെയുള്ള ഒരു നല്ല പോർട്രെയിറ്റ് ഇവിടെ വാല്മീകി വാക്കുകൊണ്ടു വരച്ചു തരുന്നു:

അവലോക്യതതഃ സീതാ-
മായാചന്തീമനിന്ദിതാം
ദയിതാം ച വിധേയാം ച
രാമോ ലക്ഷ്മണമബ്രവീത്.

ദോഷലേശമില്ലാത്ത വിധേയയായ ധർമ്മപത്നി സീതാദേവി, പ്രാർത്ഥനയിൽ മുഴുകി നില്ക്കുന്നത് കണ്ടുകൊണ്ട് ശ്രീരാമൻ ലക്ഷ്മണനോടായി ഇങ്ങനെ പറഞ്ഞു:

ജനകാത്മജയായ സീത ഏതേതു പഴത്തേയും പുഷ്പത്തേയും ആവശ്യപ്പെടുന്നുവോ, യാതൊന്നിൽ ഈ വൈദേഹിയുടെ ചിത്തം രമിക്കുന്നുവോ, അതാതിനെ അപ്പോൾത്തന്നെ അവൾക്ക് കൊണ്ടുവന്നു കൊടുക്കണം.

ജനകൻ അത്രയ്ക്ക് ലാളിച്ചാണ് വൈദേഹിയെ സംരക്ഷിച്ചു പോന്നിരുന്നത്. അതു രാമന് ഓർമ്മയുണ്ട്. അവളിപ്പോൾ സ്വന്തം ഇഷ്ടപ്രകാരം കാട്ടിലലയാൻ വന്നിരിക്കുകയാണല്ലോ.

വാല്മീകിയുടെ ചിത്രകൗതുകം തീരുന്നില്ല.

ഗച്ഛതോസ്തു തയോർമ്മദ്ധ്യേ
ബഭുവ ജനകാത്മജാ
തത്തത് പ്രദദ്യാ വൈദേഹ്യാ
യാത്രാ സ്യാ രമതെ മനഃ

രാമലക്ഷ്മണന്മാർ രണ്ടു കൊമ്പനാനപോലെ; നടുവിൽ സീത ഒരു പിടിയാനപോലെ. അതും ഒരു നല്ല ചിത്രമാക്കാവുന്നതാണ്. വാല്മീകിയുടെ മനസ്സിൽ ചിത്രകൂടം തന്റെ ആത്മാവുപോലെ പ്രിയങ്കരമാണല്ലോ. അതിൽ പ്രവേശിക്കുന്ന രാമലക്ഷ്മണന്മാരും സീതയും ആഹ്ളാദചിത്തരാകുന്നത് വാല്മീകിയെ ഹർഷപുളകിതനാക്കുന്നുണ്ട്. ഗീർവാണകവിയുടെ മധുരോദരമായ വർണ്ണന മലയാളിയുടെ ശബ്ദസുന്ദരൻ ഏറ്റു ചൊല്ലുന്നത് നമുക്ക് കേൾക്കാം:

പുലർകാലേ രാമൻ സൗമിത്രി സംയുതൻ
നീരിൽത്താർ പത്രമിഴിയാം സീതയോടിതു ചൊല്ലിനാൻ
കാൺക; കത്തുന്നിതാ സീതേ ശിശിരാന്തത്തിൽ നീളവേ
പുഷ്പിച്ചു, തൻപൂവുകളാൽ മാലയിട്ടചലാശുകൾ!

കാണുക, മർത്ത്യരടുക്കാത്ത പൂവണിച്ചേർമരങ്ങളും
ചാഞ്ഞുപോയ കായിലകളാൽ; ജീവിക്കാമേ നമുക്കാഹ
കണ്ടാലും നീ, പറയ്ക്കൊപ്പം തൂങ്ങിനില്പതു ലക്ഷ്മണാ
തേനീച്ചകൾ ചമച്ചുള്ള തേൻകൂടോരോ മരത്തിലും
ഇതാ, ചിലപ്പിതൊരു നത്തേറ്റു കൂവുന്നു കേകിയും
കനത്ത പൂവിരാപ്പമർന്നു കമ്രമാം വനഭൂമിയിൽ
ഖഗവ്രജം കൂകുവതായ്ഗ്ഗജകൂട്ടം നിറഞ്ഞതായ്
പ്രൗഢകൂടാഢ്യമാം ചിത്രകൂടാദ്രിയിതു കാൺക നീ.

ചിത്രകൂടവനത്തിന്റെ ഭംഗി കണ്ടിട്ട് അവിടെ ഒരു സ്ഥലം തിരഞ്ഞെടുത്ത് അവരുടെ ആദ്യത്തെ താവളമാക്കിയാലോ എന്നാലോചിക്കുന്നു. രാമനെക്കൊണ്ട് ഈ വർണ്ണനയൊക്കെ ചെയ്യിച്ചിട്ടും വാല്മീകിക്ക് ചിത്രകൂടഭംഗിയിൽ നിന്നും തന്റെ വിമാനത്തെ വിടർത്തുവാൻ കഴിയുന്നില്ല. അതുകൊണ്ട് പിന്നെയും കവി തുടരുന്നു. രാമനും അനുജനും സീതയും തന്റെ ആശ്രമത്തിലേക്കു തന്നെ വരികയാണല്ലോ.

കാൽനടയ്ക്കെഴുന്നള്ളുന്ന സീതാസഹിതരാമവർ
രമ്യമാം ചിത്രകൂടാദ്രി ചെന്നണഞ്ഞാർ മനോഹരം
നാനാ വിഹംഗയുതമായ് ഫലമൂല സമൃദ്ധമായ്
രമ്യമായ് സ്വാദുജലമാമപ്പർവ്വതമണഞ്ഞുടൻ.
'സൗമ്യ, സുന്ദരമീശൈലം, നാനാതരുലതാവൃതം.
ബഹുമൂലഫലം രമ്യം സുഖമായ്പ്പാർത്തിടാവാതാ;
പാർക്കുന്നിതുണ്ടിഗ്ഗിരിയിൽ മഹാത്മാക്കൾ മുനീന്ദ്രരു-
ള്ളതാക്കാം പാർപ്പിടം; കുഞ്ഞേ നമുക്കിങ്ങളവാം രസം
എന്നായ്സ്സസീതാസൗമിത്ര രാഘവൻ തൊഴുകൈയോടെ
ചെന്നണഞ്ഞാശ്രമത്തിങ്കൽ വാല്മീകിയെ വണങ്ങിനാൻ.

വാല്മീകി രാമലക്ഷ്മണന്മാരെയും സീതയേയും തന്റെ തപോവനത്തിൽത്തന്നെ പർണ്ണശാല കെട്ടിത്താമസിക്കുവാൻ ക്ഷണിക്കുന്നു. ശ്രീരാമൻ മഹർഷിയുടെ ക്ഷണം സ്വീകരിക്കുന്നു. ജ്യേഷ്ഠൻ ഇച്ഛിച്ച മാതിരിയുള്ള ഒരു പർണ്ണശാലതന്നെ ലക്ഷ്മണകുമാരൻ ഭംഗിയായി ഉറപ്പോടെ നിർമ്മിക്കുന്നു. രാമായണത്തിലെ ആ ഭാഗം വാല്മീകി എഴുതിയിരിക്കുന്നത് ഒരു ചരിത്രവസ്തുതപോലെ നാം പഠിച്ചു നോക്കേണ്ടതാണ്. ബുദ്ധഭഗവാന്റെ കാലത്തിനു ശേഷം ഇന്ത്യയിലുടനീളം ഉണ്ടായിട്ടുള്ള സന്ന്യാസാശ്രമങ്ങളിലെല്ലാം ഭഗവാൻ ബുദ്ധന്റെ അഹിംസാവാദത്തിനും കാരുണ്യത്തിനും സ്ഥാനം കൊടുത്തിട്ടുണ്ട്. ആധുനിക ആശ്രമങ്ങൾ ശങ്കരഭഗവദ് പാദർ തുടങ്ങിവച്ച ദശനാമീ സമ്പ്രദായങ്ങളുടെ കീഴ്വഴക്കമുള്ളതാണ്. ആ ആശ്രമങ്ങളിൽ ജന്തുബലിയും മത്സ്യമാംസാഹാരങ്ങളും ആരും പ്രതീക്ഷിക്കുകയില്ല. ഇതിനൊരപവാദം കാളീഘട്ടിലെ ദക്ഷിണേശ്വരക്ഷേത്രവും ശ്രീരാമകൃഷ്ണമഠത്തിലെ ചില കേന്ദ്രങ്ങളുമേയുള്ളൂ.

ശ്രീരാമന്റെ കാലത്ത് ക്ഷത്രിയൻ മാത്രമല്ല സന്ന്യാസിമാരും ബ്രാഹ്മണരും മാംസത്തെ മേദ്ധ്യമായിത്തന്നെ സ്വീകരിച്ചിരുന്നു. അതുകൊണ്ട് പർണ്ണശാലയുടെ പണി തീർന്നെന്നു കണ്ടപ്പോൾ ശ്രീരാമൻ ലക്ഷ്മണനോടു പറയുന്നു. "ലക്ഷ്മണ, അധികകാലം ഇവിടെ താമസിക്കേണ്ടവരാണല്ലോ നാം. അതുകൊണ്ട് പുതിയതായി നിർമ്മിച്ച ഭവനത്തിൽ പ്രവേശിക്കുന്നതിനു മുമ്പ് വേണ്ടതായ വാസ്തുശാന്തി കൈവരിക്കേണ്ടതാണ്. അതുകൊണ്ട് പർണ്ണശാലയ്ക്ക് മാനിന്റെ മാംസത്തെ കൊണ്ടുവന്ന് വാസ്തുഹോമം ചെയ്യുക. വൈദികകൃത്യങ്ങളിൽ താത്പര്യമുള്ളവനായ ഹേ ലക്ഷ്മണ ശാസ്ത്രവിധികളെ ഓർമ്മിച്ചാലും. ശാസ്ത്രസിദ്ധമായ വിധി അനുഷ്ഠിക്കപ്പെടേണ്ടതാണ്. ആകയാൽ ഇപ്പോൾ തന്നെ ഒരു മാനിനെ കൊന്ന് ഇവിടെ കൊണ്ടുവരിക."

ഇവിടെ ശാസ്ത്രവും ആചാരങ്ങളുമെല്ലാം ശ്രീരാമൻ, ലക്ഷ്ണനെ ഓർമ്മിപ്പിക്കുന്നതു വായിക്കുമ്പോൾ ലക്ഷ്മണന് ജന്തുബലിയിൽ വെറുപ്പ് തോന്നിയിരിക്കുമോ എന്നറിയുന്നില്ല. ഏതായാലും ജ്യേഷ്ഠൻ ആജ്ഞാപിച്ച മാതിരി തന്നെ അനുജൻ ചെയ്തു. ഒരു കൃഷ്ണമൃഗത്തെ കൊന്നുകൊണ്ടുവന്നു. അപ്പോൾ ശ്രീരാമൻ പറഞ്ഞു:

"ഈ മാനിന്റെ മാംസത്തെ പാകം ചെയ്യുക; വേഗത്തിലാവട്ടെ. ഇന്നേ ദിവസം യജമാനന് ഏറെക്കാലം സുഖമായുള്ള വാസത്തെ നല്കുന്നതായ ഇത് ശുഭമുഹൂർത്തവുമാകുന്നു. ആയതുകൊണ്ട് നാം പർണ്ണശാലയ്ക്ക് ചെയ്യേണ്ടതായ വാസ്തുഹോമവും ബലിയും നടത്തുക." അതിസമർത്ഥനും സുമിത്രാസുതനുമായ ആ ലക്ഷ്മണൻ ബലിക്കുചിതമായിട്ടുള്ളതും കൊന്നുകൊണ്ടുവന്നിരിക്കുന്നതുമായ കൃഷ്ണമൃഗത്തെ ആ സമയം ജ്വലിക്കുന്ന തീയിലിട്ടു. അനന്തരം അതിനെ നല്ലതുപോലെ വേവിക്കപ്പെട്ടതായും രക്തം വറ്റിയതായും പാകം വന്നതായും കണ്ട് പുരുഷോത്തമനായ ശ്രീരാമനോടായി ഇപ്രകാരം ഉയർത്തിച്ചു:

"ദേവസമാനനായുള്ളവനേ, ഈ കൃഷ്ണമൃഗം മുമ്പത്തെപ്പോലെ തന്നെ കറുത്തതായി, അംഗഹീനത ഇല്ലാത്തതായി പചിക്കപ്പെട്ടിരിക്കുന്നു. അങ്ങ് എല്ലാം അറിയുന്നവനാണല്ലോ. ആകയാൽ ദേവതകളെ യജിച്ചാലും." യജിക്കുന്നതിനുവേണ്ട ഗുണങ്ങളോടു കൂടിയവനും ജപിക്കേണ്ടുന്ന മന്ത്രങ്ങളിൽ വിദഗ്ദ്ധനുമായ ശ്രീരാമൻ സ്നാനം ചെയ്തു പരിശുദ്ധനായി വാസ്തുശാന്തിയെ പൂർത്തിയാക്കി, എല്ലാ മന്ത്രക്രിയകളെയും പ്രയത്നപൂർവ്വം ചെയ്തു.

ശ്രീരാമൻ വൈശ്വദേവബലിയേയും രുദ്രബലിയേയും കഴിച്ചതിനു ശേഷം പീഡകളെ ശമിപ്പിക്കുന്ന പുണ്യാഹം തുടങ്ങിയ മംഗളജപങ്ങളെ ആരംഭിച്ചു. മുറപ്രകാരം ആ ജപത്തെയും പൂർത്തിയാക്കിയതിൽ പിന്നെ നദിയിൽ ശാസ്ത്രവിധിപ്രകാരം സ്നാനം ചെയ്തു.

പ്രാകൃതരായ നായാടികളുടെ പെരുമാറ്റത്തിൽ നിന്നും കൂടുതലായി നാം ഈ സംസ്കാരത്തിൽ കാണുന്നത് ദർഭയും മന്ത്രവും മറ്റുമാണ്. ഈ മാതിരി കർമ്മങ്ങളെ ഹൈന്ദവജീവിതത്തിൽ നിന്നും ഉരിച്ചു മാറ്റി ശുദ്ധീകരിക്കുന്നതിന് വേണ്ടിയാണല്ലോ ശങ്കരാചാര്യർ, കർമ്മഠന്മാരായ മീമാംസകർക്കെതിരായി കലവറയില്ലാതെ, ഇതൊക്കെ അനാചാരജടിലമെന്നു വിധിയെഴുതിയത്. അപ്പോൾ ശങ്കരന്റെ തത്ത്വചിന്തയെ പ്രച്ഛന്ന ബുദ്ധന്റേതായി എണ്ണി ആക്ഷേപിക്കാൻ ഇടയായത്, ഭഗവാൻ ബുദ്ധൻ രാജകൊട്ടാരം മുതൽ കുടിലുകൾ വരെ പ്രചരിപ്പിച്ച അഹിംസാ സംസ്കാരിത്തിന്റെ മാറ്റൊലികൾ ശങ്കരന്റെ അദ്വൈതപ്രതിഷ്ഠാനത്തിൽ കേൾക്കുകയാലാണ്. ശ്രീരാമന്റെ കാലത്ത് ദിവ്യമായും അനിവാര്യമായും കരുതിയിരുന്ന ജന്തുബലിയെ പ്രാകൃതവും ഹിംസാത്മകവുമെന്നു ബുദ്ധൻ എടുത്തു കാട്ടിയതിന്റെ ഹൃദയസ്പൃക്കായ ചിത്രം, ശ്രീബുദ്ധചരിതത്തിൽ കുമാരനാശാൻ പാടിയിരിക്കുന്നു.

ശ്രീരാമൻ ലക്ഷ്മണനെക്കൊണ്ട് ശാസ്ത്രത്തിന്റെ പേരിൽ മൃഗബലിക്കായി കൃഷ്ണമൃഗത്തെ കൊല്ലിക്കുന്ന മാതിരി ഒരു അവസരം ബിംബിസാരരാജാവിന്റെ ജീവിതത്തിലും ഉണ്ടാവുന്നു. വൈദികപുരോഹിതൻമാർ എന്നും യജ്ഞശാലയെ കണ്ടിരുന്നത് രുധിരപാനത്തിൽ കൊതിപൂണ്ട് നടക്കുന്ന ജംബുകൻമാരെപ്പോലെയാണ്.

ഒരു ഉച്ചവെയിലിൽ ബിംബിസാരന്റെ അരമനയിലേക്ക് ബലിക്കായി ആടുകളെ ഇടയന്മാർ അടിച്ചുകൊണ്ടുപോകുന്നത് ഭഗവാൻ ബുദ്ധൻ കാണാൻ ഇടയാകുന്നു:

ചുറുക്കെ നടക്കുമായാട്ടിൻ കൂട്ടത്തിലൊരു
ചെറുകുട്ടികളുള്ള പെണ്ണാടുണ്ടവൾക്കഹോ
വേഗത കിടാങ്ങൾക്ക് പോരാഞ്ഞു പരുങ്ങലും
ശോകവുമായി പാരമെന്നല്ല പൈതങ്ങളിൽ
ഒന്നൊരു കാലിന്മേലൊരു മുറിവേൽക്കയാലതു
തെന്നിയും തെറിച്ചുമോടീടുന്നു പുറകിലായ്.

ആ പെണ്ണാടിനെ നോക്കി കരുണാർദ്രമായ് ഭഗവാൻ അവളോടു പറഞ്ഞു:

തൂമഞ്ഞിൻ നിറമാർന്നകമ്പളം ചൂടിടുന്നോ-
രോമനത്തായേ, കരയേണ്ടടോ വിരഞ്ഞു നീ
പോരുവനല്ലോ കൂടി നിന്റെയുറ്റതാകുമീ-
ഭാരവും ചുമന്നു ഞാനെവിടെയെന്നാകിലും

എന്നും പറഞ്ഞ് കാരുണ്യവാനായ ഭഗവാൻ ആ കുഞ്ഞാടിനെ തന്റെ തോളിൽ എടുത്ത് രാജമന്ദിരത്തിലേക്കു നടക്കുകയായി. ഈ അസാധാരണമായ ദൃശ്യം കണ്ട് വഴിയിൽ നിന്നവരെല്ലാം അമ്പരന്നുപോയി:

ഹന്ത! തൃത്തോളിലാട്ടിൻ കുട്ടിയെയേന്തിപ്പോകും
ബന്ധുരോദാരമായ ഭിക്ഷുവിൻ രൂപം കണ്ടു
സംഭ്രമാശ്ചര്യ ഭക്തി ബഹുമാനാകുലമാ–
യമ്പരന്നെങ്ങും നോക്കി നില്ക്കുന്ന ജനാവലി.

യാഗശാലയിൽ രാജാവെത്തിക്കഴിഞ്ഞു. അവിടേക്ക് ഒരു യോഗീന്ദ്രൻ ആട്ടിൻകുട്ടിയെ ചുമലിൽ വഹിച്ചുകൊണ്ട് വന്നകാര്യം ആരോ രാജാവിനെ അറിയിച്ചിരിക്കുന്നു. നേരത്തേ തന്നെ എത്തിയിരുന്ന ആടുകളെ ബിലകഴിച്ചതിന്റെ രക്തനദി പാഞ്ഞുകൊണ്ടിരിക്കുകയാണ്. അടുത്ത ആടിനെ അറുക്കാൻ തയ്യാറാക്കി നിറുത്തിയിരിക്കുന്നു.

ഉദ്ഗളനാളം പിന്നോക്കം തിരിച്ചഹോ മുഞ്ഞ–
പ്പുൽക്കയറാൽ കെട്ടിയ ഖിന്നമാം ശിരസ്സോടും
അതിന്റെ കഴുത്തിൽത്തൻ മൂർച്ചയേറിയ കത്തി–
യദയം ചേർത്തു താഴ്ത്തി നിന്നു വൈദികനേകൻ.

ബിംബിസാരമഹാരാജാവിനു വേണ്ടി ദേവതങ്ങൾക്കായി ഈ ആടുകളെ അർപ്പിക്കുകയാണ്. അത്രയുമായപ്പോൾ ഭഗവാൻ ബുദ്ധൻ മഹാജാവിന്റെ മുമ്പിലേക്കു നീങ്ങി നിന്നു. എന്നിട്ട് ആ ദിയാനിധി പറഞ്ഞു:

'അരുതു മഹാരാജ, വെട്ടുവാനയയ്ക്കരു–
തുരു സാഹസമങ്ങിസ്സാധു ജന്തുവെ' യെന്ന്
കരൾ നൊന്തോതീടിനാൻ കൂസാതെ കോലാടിനെ
വിരവിൽ ചെന്നു കയറഴിച്ചു വീട്ടിടിനാൻ.
ആരുമേ തടുത്തതുമില്ലഹോ ധീരനാമ–
ക്കാരുണികനെ സ്വയം തന്നുടെ തേജസ്സിനാൽ
മന്നവൻ തന്നെ നോക്കി മുമ്പിൽ നിന്നുദാരമായ്
പിന്നെയപ്രാണി കൃപാവാരിധിയരുൾ ചെയ്താൻ,
'ജീവിതമാർക്കും പ്രിയതമമാകുന്നു വിഭോ,
ജീവലോകത്തിൽ സുഖസംശ്രയമതാകുന്നു
കേവലം പുഴുവിനും കേമനാം മനുഷ്യനും
ദേവനുതാനുമതിൽ മമത തുല്യമല്ലോ?
അതിനോടഭിമാനബന്ധം കൊണ്ടല്ലോ കാൺമു
മൃതിയിൽ ജന്തുക്കൾക്ക് പേടിയും ഞടുക്കവും.

എന്നിങ്ങനെ ജന്തുഭക്തിയിലുള്ള ദോഷത്തെ ബിംബിസാര മഹാരാജാവിനും അദ്ദേഹത്തിന്റെ പ്രജകൾക്കും ബോദ്ധ്യമാകത്തക്കവണ്ണം ഭഗവാൻ ഉറപ്പിച്ചു പറഞ്ഞു. അതു പരമാർത്ഥമെന്നു മനസ്സിലാക്കിയ മഹാരാജാവ് പിന്നെയൊട്ടും താമസിയാതെ തന്റെ രാജ്യത്ത് ഇങ്ങനെയൊരു വിളംബരം ഘോഷിച്ചു:

ദേവയജ്ഞങ്ങൾക്കായെന്നല്ലീ നമ്മുടെ നാട്ടിൽ
കേവലം ഭക്ഷണാർത്ഥമായും താനനവധി
ജീവജാലത്തെ വധിച്ചീടുമാറുണ്ടതെല്ലാം
ഭാവുകമല്ലായ്കയാലിന്നു നാം തടയുന്നു
അനഘപ്രാണികളെ ഹിംസിച്ചീടരുതാരു-
മിനിമേൽ മാംസം തന്നെ ഭക്ഷിച്ചീടരുതാരും
ജീവിതമൊന്നു തന്നെ ജന്തുക്കൾക്കെല്ലാറ്റിനും
ഭാവിജന്മങ്ങൾ തോറും വിജ്ഞാനം വിടരുന്നു.
കാരുണ്യം ലഭിക്കില്ല കാരുണ്യമില്ലെങ്കിലി
ക്കാരണങ്ങളാൽ ഹിംസ ഹേയമായ് നാം കാണുന്നു!

എന്തൊരന്തരമാണ്! ഒരു ക്രൗഞ്ചത്തെ എയ്തു വീഴ്ത്തിയ വേടനെ ക്കണ്ടിട്ട് ദുഃഖാർത്തനായിത്തീർന്ന വാല്മീകിയുടെ ചിത്രകൂടാശ്രമത്തിൽ കടന്നു ചെന്ന ക്ഷത്രിയധീരനായ ശ്രീരാമചന്ദ്രന്റെയും, ശാക്യവംശ ജനായ ക്ഷത്രിയകുമാരൻതന്നെയായിരുന്ന ഭഗവാൻ ബുദ്ധൻ ബിംബി സാരനേല്പിച്ചു കൊടുത്ത പുതിയ സംസ്കാരവും തമ്മിൽ! പിന്നീടു വന്ന മഹാത്മാക്കൾ നിശ്ചയമായും ഭാരതത്തിനു ലഭിച്ച സാംസ്കാരിക മായ പരിവർത്തനത്തെ അംഗീകരിക്കുക തന്നെ ചെയ്തു. ജയദേവരുടെ ഗീതഗോവിന്ദത്തിലെ ഒന്നാം അഷ്ടപദിയിൽ തന്നെ നാം അതിന്റെ കൃത ജ്ഞതാശബ്ദം കേൾക്കുന്നു.

നിന്ദസി യജ്ഞവിധേരഹഃ ശ്രുതിജാനം
സഭയഹൃദയ! ദർശിത പശുഘാതം
കേശവധൃത ബുദ്ധശരീര! ജയജയദീശ ഹരേ!

എന്തൊരു വിധിവൈപരീത്യമെന്നു നോക്കുക! ഇന്നു സന്ധ്യാവേള കളിൽ ശ്രീരാമജപവും ശ്രീകൃഷ്ണസ്തുതിയും മുഴങ്ങിക്കേൾക്കുന്ന ഹൈന്ദവശ്രമങ്ങളിൽ ആരും മൃഗബലി നടത്തുന്നില്ല. എന്നാൽ അതേ സമയത്ത് ജന്തുഹിംസ നിർത്താലാക്കിയ ഭഗവാൻ ബുദ്ധന്റെ പേരിൽ ലോകത്തെമ്പാടുമുള്ള ബുദ്ധമതാശ്രമങ്ങളിലെ മുഖ്യ ആഹാരം മത്സ്യവും മാംസവും ആയിരിക്കുന്നു. ഹിന്ദുക്കൾ ഭഗവാൻ ബുദ്ധന്റെ പഞ്ചശീലത്തെയും അഷ്ടാംഗ മാർഗ്ഗത്തെയും സ്വീകരിച്ചു. പുറന്തോടു മാത്രമായ ബുദ്ധമതത്തെ തള്ളിക്കളഞ്ഞു. ബുദ്ധമതാനുയായികൾ മുസ് ലീങ്ങളെപ്പോലെ അഞ്ചുനേരവും പഞ്ചശീലം ഉറക്കെ ഉരുവിടും. കാലത്തും ഉച്ചയ്ക്കും വൈകീട്ടും ത്രിശരണം ഉറക്കെത്തന്നെ ചൊല്ലും. എന്നാൽ ജീവിതമോ മിഥ്യാചാരന്റേതായിത്തീർന്നിരിക്കുന്നു.

ഇനിയും മദ്ധ്യകാല ഭാരതത്തിലെ ഭക്തി സാഹിത്യത്തിന്റെ ചരിത്രം അല്പം നോക്കാം: ഇന്ത്യയിലെ ഭക്തിപ്രസ്ഥാനം, ഭാരതീയ ചിന്താ ലോകത്തുണ്ടായ ഏറ്റവും ഉദാത്തവും ചിന്താമധുരവുമായ കാലഘട്ടത്തി ലേക്കാണ് നമ്മെ കൊണ്ടുവരുന്നത്. ഈ വൈഷ്ണവ ഭക്തിപ്രസ്ഥാനം

ഉത്തരേന്ത്യയിലും മദ്ധ്യഭാരതത്തിലും ആവിർഭവിക്കുന്നതിനു എത്രയോ മുമ്പുതന്നെ ദക്ഷിണഭാരതത്തിൽ ശിവഭക്തന്മാരായ നായനാർമാരും വിഷ്ണു ഭക്തന്മാരായ ആൾവാർമാരും ഭക്തിയുടെ മാധുര്യം ജനഹൃദയങ്ങളിൽ ചൊരിഞ്ഞിരുന്നു. ഹിന്ദുസ്ഥാനി സംസാരിക്കുന്ന ഉത്തരേന്ത്യൻ സംസ്ഥാനങ്ങളിൽ രാമായണ കഥ പാടിത്തുടങ്ങിയതോടെ സംസ്കൃതത്തിന്റെ കല്ലോലിനികൾ കൂടുതൽ കൂടുതൽ തെളിമയോടെ ഹിന്ദിഭാഷയിൽ പ്രവേശിച്ച് അതിനൊരു വെൺമയും മാധുര്യവും കൊടുത്തു എന്നു പറയണം. അദ്ധ്യാത്മ ചിന്തയിൽ ഒരു പുതിയ ആകാശം തെളിഞ്ഞു വന്നതോടെ ഭാഷയുടെ ചിന്താസൗകുമാര്യവും കൂടുതൽ ആകർഷകമായിത്തീർന്നു. വടക്കേ ഇന്ത്യയിൽ രാമനാമം പ്രകീർത്തിക്കപ്പെടുന്നതിനു ഒരുതരത്തിൽ ദാക്ഷിണാത്യരുടെ ആവേശപൂർവമുള്ള രാമഭക്തി കാരണമായിട്ടുണ്ട്. ശ്രീശങ്കരന്റെ അദ്വൈതത്തോടൊപ്പം ഉയർന്നു നില്ക്കാൻ കെല്പ്പുള്ള വിശിഷ്ടാദ്വൈതത്തിന്റെ ആചാര്യനായ ശ്രാരാമാനുജനും, തത്ത്വവാദത്തിന്റെ പ്രയോക്താവായ മധ്വനും, തെലുങ്കു ദേശത്തുനിന്നു വന്ന നിംബാർക്കനും, തെലുങ്കുദേശക്കാരൻ തന്നെയായ ശ്രീവല്ലഭനും, ശൈവത്തിനു പുനഃപ്രവചനം നടത്തിയ ലിംഗായത്തുകളും ഭാരതത്തിനു ഒരു പുതിയ സ്നേഹസൗഹൃദം തന്നെ വളർത്തിക്കൊടുത്തു എന്നു പറയാം. പതിനഞ്ചാം നൂറ്റാണ്ടിലേക്കു വരുമ്പോഴേക്കും രാമാനന്ദനേയും കബീറിനേയും നാം കാണുന്നു. അതോടെ ഹിന്ദു - മുസ്ലിം വേഴ്ച ഗംഗയും യമുനയും ചേർന്നൊഴുകുന്നതുപോലെയുള്ള ഒരു മധുരാനുഭവമായിത്തീർന്നു. ഏതാണ്ട് ഇക്കാലത്തു തന്നെയാണ് ഗുരുനാനാക്കു മുതൽ ഗുരുഗോവിന്ദസിംഗ് വരെയുള്ളവരുടെ ഭക്തി പ്രചുരിമ ഭാരതീയ സാഹിത്യത്തിലേക്ക് പേർഷ്യൻ ഭാഷയുടെയും പഞ്ചാബി ഭാഷയുടെയും ഗാനാത്മകത കൂട്ടിക്കലർത്തിയത്.

ഇന്ത്യയിലെ ഭക്തിപ്രസ്ഥാനം ഇത്തരത്തിൽ വിപുലമായ ഒരു സാംസ്കാരിക നവോത്ഥാനമായി ഉയർന്നു വരുമ്പോഴാണ് ഇതിനെല്ലാം മകുടം ചാർത്തുന്നതുപോലെ തുളസീദാസന്റെ രാമചരിതമാനസം (1574) പുറത്തുവന്നത്. ഒപ്പം തന്നെ അദ്ദേഹത്തിന്റെ വിനയപത്രികയും സഹൃദയകരങ്ങളിൽ എത്തുകയുണ്ടായി.

രാമചരിത മാനസത്തിൽ പാപപുണ്യങ്ങളെയും സത്യാസത്യങ്ങളെയും എല്ലാം തുളസീദാസൻ കാണുന്നത് ഭക്തിയുടെ വെളിച്ചത്തിൽ രൂപാന്തരം പ്രാപിച്ചിട്ടുള്ള ചില മാനസിക ഭാവങ്ങളായിട്ടാണ്. പാശ്ചാത്യമായ, പ്രത്യേകിച്ചും ക്രൈസ്തവമായ, നൈതികത മനസ്സിലിരിക്കുന്നവർക്ക്, രാമചരിതമാനസത്തിലെ പാപപുണ്യങ്ങളും, ഗുണദോഷങ്ങളും സ്വീകാര്യമായി വരണമെങ്കിൽ തുളസീദാസന്റെ, എല്ലാം പൊറുപ്പിക്കുന്ന മനോഭാവം ആദ്യംതന്നെ കൈക്കൊള്ളേണ്ടതായി വരും.

കഴിഞ്ഞ അദ്ധ്യായത്തിൽ നാം വാല്മീകി രാമായണത്തിലെ ബാലകാണ്ഡവും, അയോദ്ധ്യാകാണ്ഡവും കാണുകയുണ്ടായി. ഇനി നമുക്ക് തുളസീദാസന്റെ രാമചരിതമാനസത്തിലെ ആരണ്യകാണ്ഡത്തിലേക്ക് പ്രവേശിക്കാം:

മൂലം ധർമ്മതരോർ വിവേകജലധേഃ പൂർണ്ണേന്ദുമാനന്ദദം
വൈരാഗ്യാംബുജ ഭാസ്കരം ഹ്യഘഘനധ്വാന്താപഹം താപഹം
മോഹാംഭോധര പൂശപാടനവിധൗ ശ്വാസം ഭവം ശങ്കരം
വന്ദേ ബ്രഹ്മകുലം കലങ്കശമനം ശ്രീരാമഭൂപപ്രിയം.

ഈ മംഗളശ്ലോകത്തിൽ തുളസീദാസൻ ശങ്കരനെ സ്തുതിക്കുന്നു. ഭഗവാനെ ധർമ്മതരുവിന്റെ നാരായവേരായി കാണുന്നു. ജ്ഞാനാംബുധിക്ക് അഹ്ലാദകാരിയായിരിക്കുന്ന പൂർണ്ണേന്ദുവായി വർണ്ണിക്കുന്നു. വൈരാഗ്യത്തിന്റെ താമരപ്പൂവിനെ ഉണർത്തുന്ന സൂര്യനായിക്കാണുന്നു. പാപത്തിന്റെ കൂരിരുളിൽ നിന്നു വ്യസനിക്കുന്ന ജനതതിയെ നിർമ്മുക്തരാക്കുന്നവനായി വർണ്ണിക്കുന്നു. അജ്ഞാനതിമിരം ഉണ്ടാക്കുന്ന കരിങ്കാറുകളെ അടിച്ചുപായിക്കുന്ന ചണ്ഡവാതമായി കണ്ടു വന്ദിക്കുന്നു. ബ്രഹ്മപുത്രനായും കളങ്കനാശിയായും കാണുന്നു. എല്ലാറ്റിനുമുപരിയായി ശ്രീരാമഭൂപപ്രിയനായി വർണ്ണിക്കുന്നു.

ഭക്തിയുടെ കാര്യത്തിൽ തുളസീദാന്റെ വാചാലത ഏറക്കുറെ എഴുത്തച്ഛന്റേതു തന്നെയാണ്. ആരണ്യകാണ്ഡത്തിൽ അദ്ദേഹം ഭക്തി സംവർദ്ധനത്തിനായി ഒരു മന്ത്രം തന്നെ കൊടുത്തിരിക്കുന്നു:

അനൂപരൂപ ഭൂപതിം
നതോfഹമുർവ്വിജാപതിം
പ്രസീദ മേ നമാമി തേ
പദാബ്ജഭക്തി ദേഹി മേ.

അല്ലയോ അനുപമമായ രൂപസൗന്ദര്യത്തോടു കൂടിയ ഭൂപതി, അല്ലയോ ജാനകീനാഥ, ഞാൻ നിനക്കായി എന്റെ പ്രണാമത്തെ അർപ്പിക്കുന്നു. എന്നിൽ നീ പ്രസന്നനാകേണമേ. നിന്റെ ചരണകമലങ്ങളിൽ എനിക്ക് എന്നും ഭക്തി ഉണ്ടായിരിക്കണമേ!

ഈ മന്ത്രം നിത്യവും ജപിച്ചാൽ ഒരുവന്റെ ഭക്തി നാൾക്കുനാൾ വളരുമെന്നാണു തുളസീദാസന്റെ മതം. ലോകത്തെവിടെയും സ്ത്രീകളെപ്പറ്റി പുരുഷൻ ധരിച്ചിരിക്കുന്നതു തന്നെയാണ് തുളസീദാസന്റെയും മനോഭാവമെങ്കിലും, സീതയുടെ കാര്യത്തിൽ കുറച്ചു വിട്ടുവീഴ്ച അദ്ദേഹം കാണിക്കുന്നുണ്ട്. കൂട്ടത്തിൽ മഹർഷിമാരുടെ വാമഭാഗമലങ്കരിക്കുന്ന സ്ത്രീരത്നങ്ങളെ സ്തുതിക്കുവാനും മറന്നുപോകുന്നില്ല. അത്രിയുടെ പ്രിയതമയായ അനസൂയയെ സീതാദേവി കാണുന്നതു തുളസീദാസൻ സ്മരിക്കുന്നു.

അനസൂയാ കേ പദ് ഗഹി സീതാ
ഖിലിബഹോരി സുശീൽ വിനീതാ
രിഷിപതിനി മത് സുഖ് അധികായീ
ആസിഷ് ദേയി നികട് ബൈഠായി.

പിന്നീട് ശിലവതിയും വിനമ്രയുമായ സീതാജി അത്രിപത്നിയായ അനസൂയയെ കാണുകയും ആ ഋഷിപത്നിയുടെ ചരണങ്ങളിൽ പ്രണാമമർപ്പിക്കുകയും ചെയ്തു. ഇതു മുനിപത്നിയുടെ ഹൃദയത്തെ വളരെ ആഹ്ലാദിപ്പിച്ചു. അവർ സീതയെ തന്റെ അടുത്തുതന്നെ ഇരുത്തി. മാത്രമല്ല, അനസൂയ സീതാദേവിയുടെ പൂഷകളെല്ലാം ദേവിക്ക് ഇണങ്ങുന്ന മാതിരി ശരീരത്തിൽ ഇണക്കി വെയ്ക്കുകയും മുനിപത്നിക്ക് ചേരുന്ന മാതിരിയുള്ള ശ്രേഷ്ഠമായ വാക്കുകൾ പറയുകയും ചെയ്തു

സ്ത്രീകളെക്കൊണ്ടുതന്നെ ഭർത്തൃമഹിമ വർണ്ണിപ്പിക്കുന്നതു ഭാരതീയ പുരാണങ്ങളിലെ സാധാരണ ശൈലിയാണ്. അതുകൊണ്ട് അനസൂയ പറയുന്നു:-

“അല്ലയോ രാജകുമാരി, പിതാവ്, സഹോദരൻ, മാതാവ് എന്നിവരെല്ലാം ജീവിതത്തിൽ നമുക്ക് ഒരളവു സഹായം നല്കുന്നവരാണ്. എന്നാൽ ഒരു സ്ത്രീക്ക് എന്നും സർവ്വാനുഗ്രഹമായിരിക്കുന്നത് അവളുടെ കാന്തനാണ്. ആരാണോ സ്വഭർത്താവിനെ സേവ ചെയ്യാത്തവൾ അവൾ ധർമ്മചാരിണിയല്ല. ഒരുവന്റെ വ്യസനദശയിൽ മാത്രമാണ് ഒരു നാരിയുടെ ധൈര്യവും ധാർമ്മികതയും മൈത്രിയും ഭർത്താവിനു മനസ്സിലാകുന്നത്. ഈ വിഷയങ്ങളിലെല്ലാം ഒരു സ്ത്രീ പരീക്ഷയ്ക്കു വിധേയയാകുന്നുണ്ട്. ഭർത്താവു ഏതു സമയത്താണ് പരിക്ഷീണനായി പോകുന്നത് എന്നറിയില്ല. വാർദ്ധക്യം, രോഗം, മൂർഖത്വം, നിർദ്ധനത്വം, ആന്ധ്യം, ബാധിര്യം, ക്രോധം ഇതെല്ലാം ഒരുവനെ ദീനനാക്കിക്കളയും. അങ്ങനെയുള്ള അവസരത്തിൽ ഭർത്താവിന് തുണയായിരിക്കുവാൻ ഭാര്യ മാത്രമേയുള്ളൂ. ഈ ദയനീയാവസ്ഥയിൽ ഭർത്താവിനെ തള്ളിക്കളയാതെ അനുകമ്പയോടെ അടുത്തിരുന്ന് ആശ്വസിപ്പിക്കുവാൻ ഒരു പത്നി എന്നും വിധേയയായിരിക്കണം. അപ്രകാരമുള്ള ശ്രദ്ധ ഒരു സ്ത്രീയിൽ നിന്നു ലഭിക്കണമെങ്കിൽ തനിക്കു ഭർത്താവല്ലാതെ വേറൊരു ബന്ധുവുമില്ല എന്നവൾ പൂർണ്ണമായി വിശ്വസിക്കണം.”

സീതാദേവിക്കു മുനിപത്നി ഇങ്ങനെയുള്ള ഉപദേശങ്ങൾ കൊടുത്തത് ഒരിക്കലും വ്യർത്ഥമായിപ്പോയിട്ടില്ല. എന്നാൽ ഭാര്യയോട് എങ്ങനെ പെരുമാറണമെന്ന് എപ്പോഴെങ്കിലും ഏതെങ്കിലും ഋഷി ശ്രീരാമചന്ദ്രന് പറഞ്ഞുകൊടുത്തിട്ടുണ്ടോ എന്നു ചോദിച്ചാൽ അതിനു ഉത്തരമില്ല.

ഇങ്ങനെയൊക്കെയാണെങ്കിലും തുളസീദാസനുപോലും സ്ത്രീയുടെ സഹജസ്വഭാവം അപാവനതയാണെന്നാണ് വിചാരം.

സഹജ അപാവനിനാരീപതിസേവത് സുഭഗതിലഹയി
ജസുഗാവത് ശ്രുതി ചാരി അജഹു തുളസികാ ഹരിഹിപ്രിയ

ഇങ്ങനെയൊരു വാക്യം തന്നെ സാതാദേവിയെക്കൊണ്ടു നമ്മുടെ മഹാകവി വള്ളത്തോൾ പോലും പറയിക്കുന്നു.

(ശ്രീവാല്മീകി രാമായണം ആരണ്യകാണ്ഡം 9-ാം സർഗ്ഗം സീതാവാക്യം നോക്കുക:)

സ്ത്രീചാപലം കൊണ്ടിതുരച്ചു പോയ്ഞാ-
നാർക്കാവതാം നിന്നോടു ധർമ്മമോതാൻ?
കനിഷ്ടനോടൊത്തു നിനച്ചുറച്ചു
രുചിപ്പതേ ചെയ്യുക വൈകിടാതെ.

വള്ളത്തോൾ അങ്ങനെ പറയുന്നുണ്ടെങ്കിലും കുമാരനാശാന്റെ സീത രാമന്റെ മുഖത്ത് നോക്കി ധർമ്മഭാഷണം ചെയ്യുന്നതിന് ഒരു മടിയും കാണിച്ചിട്ടില്ല.

രാമനും രാവണനുമാണ് രാമായണത്തിലെ മുഖ്യകഥാപാത്രങ്ങൾ. അവരുടെ ഇടയിലുള്ള പോരിനും രാമ - രാവണയുദ്ധത്തിനും ഹേതുക്കളായിട്ടുള്ളതു രണ്ടു സ്ത്രീകളാണ്. ഈ രണ്ടു സ്ത്രീകൾ സീതയും ശൂർപ്പണഖയുമാകുന്നു. ശൂർപ്പണഖ രാവണസഹോദരിയും സീത രാമപത്നിയുമാണ്. രാവണസഹോദരിയോട് രാമലക്ഷ്മണന്മാർ അപമര്യാദ കാണിച്ചു എന്നതാണ് രാവണനെ പ്രകോപിപ്പിച്ചിട്ടുള്ളത്. രാമപത്നിയെ രാവണൻ ബലാത്കാരമായി എടുത്തുകൊണ്ടുപോയി തന്റെ കൊട്ടാരത്തിൽ താമസിപ്പിച്ചു എന്നതാണ് രാമലക്ഷ്മണന്മാരെ ക്രുദ്ധരാക്കുന്നത്. ശൂർപ്പണഖ, സീത എന്നീ നായികമാരെയും രാമ - ലക്ഷ്മണന്മാർ എന്നീ നായകന്മാരെയും ഓരോ കവികളും എപ്രകാരമാണ് അവതരിപ്പിച്ചിരിക്കുന്നതെന്ന് നോക്കിയാൽ ആ കവിസാർവ്വഭൗമന്മാരുടെ പാത്രസൃഷ്ടികളിൽക്കൂടിയും പാത്ര വിവരണങ്ങളിൽക്കൂടിയും നമുക്ക് കവി ഹൃദയത്തെയും കുറേ മനസ്സിലാക്കാൻ കഴിയും. തുളസീദാസൻ ആദ്യം ശൂർപ്പണഖയെ പറ്റിയാണ് പറഞ്ഞു തുടങ്ങുന്നത്.

ഒരു പാത്രത്തെ വായനക്കാർ മനസ്സിലാക്കേണ്ടുന്നത് പാത്രത്തിന്റെ രൂപത്തിൽ നിന്നും വാക്കിൽ നിന്നും പെരുമാറ്റത്തിൽ നിന്നും വേണം. എന്നാൽ ഇവിടെ അത്രയും ക്ഷമിക്കുവാൻ തുളസീദാസന് കഴിയുന്നില്ല. ശൂർപ്പണഖയെ വായനക്കാരന് കാണിച്ചുകൊടുക്കുന്ന അവസരത്തിൽ തന്നെ, അവൾ ഒരു സർപ്പത്തെക്കാൾ ദുഷ്ടയാണെന്നും കാമരൂപിണിയാണെന്നും ഒക്കെ വായനക്കാരോട് പറഞ്ഞതിനു ശേഷമേ അവളെ പരിചയിക്കാനനുവദിക്കുന്നുള്ളൂ. കാമാതുരതകൊണ്ട് അവളുടെ കണ്ണു കലങ്ങിപ്പോയിരിക്കുന്നു എന്നു പറയുമ്പോൾതന്നെ ശൂർപ്പണഖയിലെ തിന്മ സകല സ്ത്രീകളിലും നിറഞ്ഞു നില്പുണ്ട് എന്നുപോലും പറയുവാൻ തുളസീദാസന് തോന്നുന്നു. ലോകത്തിന്റെ ഒരു പകുതി സ്ത്രീയെക്കൊണ്ട് നിഞ്ഞതായിട്ടും എല്ലാ പുരുഷന്മാരും സ്ത്രീയിൽ നിന്ന് ജനിച്ചു വരുന്നവരായിട്ടും അമ്മയും സഹോദരിയും ഭാര്യയും പുരുഷന് സ്ത്രീയായിരുന്നിട്ടും എന്തുകൊണ്ടാണ് സ്ത്രീയെ അവഹേളിക്കുവാൻ പുരുഷന് ഇങ്ങനെ ഒരു ത്വരയുണ്ടാകുന്നതെന്ന് മനസ്സിലാകുന്നില്ല. തുളസീദാസൻ എഴുതുന്നു:

ഭ്രാതാ പിതാ പുത്ര ഉരഗാരി
പുരുഷ മനോഹർ നിർഗതനാരി
ഹോയി ബികല സക് മന്ഹി നാരോഖി
ജിമി രബിമനി ദ്രവ രബിഃ ബിലോകീ

സുന്ദരനായ ഒരു പുരുഷന്റെ ദർശനമുണ്ടായാൽ സ്ത്രീ കാണുന്നത് അവളുടെ സഹോദരനെയാകട്ടെ, അച്ഛനെയാകട്ടെ, മകനെയാകട്ടെ, അവൾ കാമകാലുഷ്യം കൊണ്ട് വിവേകമില്ലാത്തവളായി പോകും. സൂര്യന്റെ നേർക്ക് പിടിച്ച സൂര്യകാന്തമണി എപ്രകാരമാണോ അലിഞ്ഞു പോകുന്നത് അവളും അതുപോലെ കാമത്താൽ ദ്രവിച്ച് വിവേകമില്ലാത്തവളായിപ്പോകും.

ശൂർപ്പണഖ ഘോരസ്വരൂപിണിയായി രാമലക്ഷ്ണന്മാരുടെയടുത്ത് പോയെന്നല്ല പറയുന്നത്, അവൾ രൂപവതിയായി, സ്നേഹമയിയായി ചിരിച്ചുകൊണ്ട് ശ്രീരാമനോടു പറയുന്നു: 'നിന്നെപ്പോലെ ഒരു പുരുഷൻ ഉണ്ടായിട്ടില്ല, എന്നെപ്പോലെ ഒരു സ്ത്രീയും. വളരെ ആലോചനാപൂർവ്വമാണ് ദൈവം നമ്മെ രണ്ടുപേരെയും സൃഷ്ടിച്ചിരിക്കുന്നത്. ഞാൻ മൂന്ന് ലോകങ്ങളിലും എനിക്ക് അനുരൂപനായ ഒരു പുരുഷനെ നോക്കി നടന്നിട്ടുണ്ട്. ആരെയും കണ്ടില്ല. അതുകൊണ്ടാണ് ഞാൻ ഇന്നും കുമാരിയായി കഴിയുന്നത്. നിന്നെ കണ്ടപ്പോൾ എനിക്കിപ്പോൾ വിവാഹിതയാകാമെന്ന ആശ ജനിച്ചിരിക്കുന്നു.'

രാമൻ ശൂർപ്പണഖയോടു മറുപടി പറയുമ്പോൾ തന്റെ സഹോദരൻ അവിവാഹിതനാണെന്ന് പൊളി പറയുന്നു. ലക്ഷ്ണൻ വിവാഹിതനാണെങ്കിലും സ്ത്രീ കൂടെയില്ല എന്ന അർത്ഥത്തിലായിരിക്കാം അങ്ങനെ പറഞ്ഞത്. എന്നാൽ രാമന് ഏകപത്നീ വ്രതം ഉണ്ടായിരിക്കുന്നതുപോലെ ലക്ഷ്ണനും ഉണ്ടായിക്കേണ്ടയോ? അത്ര വലിയ ഔചിത്യമൊന്നും ഇവിടെ കാണാനില്ല. മാത്രമല്ല ഈ സംഭവം നടക്കുമ്പോൾ രാവനണനെ പഴിക്കേണ്ടതായ ഒന്നും ലക്ഷ്മണൻ ഓർക്കേണ്ട കാര്യമില്ല. എന്നിട്ടും തുളസീദാസൻ ലക്ഷ്മണന്റെ മനസ്സിൽ ഇവൾ ഞങ്ങളുടെ ശത്രുവിന്റെ സഹോദരി എന്ന വിചാരം കൊണ്ടുവന്നിരിക്കുന്നു. ഇതിന്റെ ഔചിത്യഭംഗമൊന്നും തുളസീദാസനറിയുന്നില്ല. വായനക്കാരുടെ മനസ്സിലും രാമായണകഥ മുഴുവനായി ഇരിക്കുന്നതുകൊണ്ട് അവരും അതേപ്പറ്റി ചിന്തിക്കുന്നില്ല. ലക്ഷ്മണൻ പരിഹാസവചനങ്ങൾ പറയുന്നതേയുള്ളൂ. നിരാശിതയായി ശൂർപ്പണഖ തന്റെയടുത്ത് വരുമ്പോൾ രാമൻ വീണ്ടും അവളെ ലക്ഷ്മണന്റെയടുത്തേക്കു പറഞ്ഞയക്കുന്നു. ലക്ഷ്മണൻ വഴങ്ങുന്നില്ലെന്നു കണ്ടപ്പോൾ ശൂർപ്പണഖ രാക്ഷസരൂപിണിയായി വരുന്നതു കണ്ട് സീത നടുങ്ങുന്നു. അപ്പോൾ ശ്രീരാമൻ ലക്ഷ്മണനെ ഒരു സംജ്ഞ കാണിച്ചുകൊടുത്തതിനാൽ ലക്ഷ്മണൻ അവളുടെ നാക്കും, കാതും അറുത്ത് അവളുടെ കൈയിൽ തന്നെ കൊടുത്തു രാവണനെ ഏല്പിക്കാൻ പറയുന്നു.

രാമനോടുള്ള തുളസീദാസന്റെ മനോഭാവം എഴുത്തച്ഛന്റേതു തന്നെയാണ്. അദ്ദേഹവും ശ്രീരാമചന്ദ്രനെ സാക്ഷാൽ വിഷ്ണുവായിത്തന്നെ കരുതുന്നു. കലിയുഗത്തിന്റെ എല്ലാം ദോഷങ്ങൾക്കും പരിഹാരം രാമനാമജപമാണെന്ന് വിശ്വസിക്കുന്നു. ഒരാൾക്കു എന്തുതന്നെ ദോഷമുണ്ടായാലും നാമജപംകൊണ്ട് സർവ്വ പാപങ്ങളെയും ഒഴിവാക്കാമെന്ന് അദ്ദേഹം കരുതുന്നു. എല്ലാറ്റിനുമുപരിയായി രാമലക്ഷ്മണന്മാരോടൊപ്പം കാട്ടിൽ ജീവിക്കേണ്ടി വരുന്ന സീത മായാസീതയാണെന്നും തുളസീദാസൻ പറയുന്നു. ഇനിയും സംഭവിക്കാൻ പോകുന്ന രാവണസ്പർശം യഥാർത്ഥ സീതയിലല്ല എന്നു വരുത്തുവാനാണ് രാമചരിതമാനസത്തിലും അദ്ധ്യാത്മരാമായണത്തിലും സീതയെ മായാസീതയാക്കിവർണ്ണിച്ചിരിക്കുന്നത്.

തൻപുലക് നിർദര് പ്രേമ്പൂരൻ നയനു മുഖപങ്ക്ജിദിയേ
മൻജ്ഞാൻഗുണ് ഗോതീത് പ്രഭുമേം ദീഖ് ജപ്തപ് കാകിയേ
ജപ്ജോഗ് ധർമ്മ് സമൂഹ് തേം നരഭഗതി അനുപമ് പാവയി
രഘുബീരചരിത് പുനീത് നിസിദിന് ദാസ് തുളസീ ഗാവയി-
കലിമല് സമന് ദമന് മന്രാമ് സുജസു സുഖമൂല്
സാദർ സുനാഹിം ജേതിനഹ് പർ രാമൂരാഹാഹ അനുകൂല്
കഠിന് കാല് മൽകോസ് ധർമ്മ് നശ ജ്ഞാന് ന ജോഗ് ജപ
പരിഹരി സകല് ഭരോസ് രാമഹി ഭജാഹിം തേ ചതുർ നര
മുനിപദ് കമല് നായികരി സീസാ
ചലേബൻഹി സുര്നര് മുനി ഈസാ
ആഗേം രാമ് അനുജപുനി ചാഛേം
മുനിബർ ബേഷ്ബനേ അധികാ ഛേം
ഉഭയബിച് ശ്രീ സോഹയി കൈസി
ബ്രഹ്മ ജീവ് ബീച് മായി ജൈസീ
സരിതാ ബൻഗിരി അവഘട് ഘാടാ
പരിചഹി ചാനിദേഹിം ബർബാടാ.

മുനിയുടെ ശരീരം രോമാഞ്ചിതമായി. അദ്ദേഹം പ്രേമപൂർണങ്ങളായ നേത്രങ്ങളാൽ ശ്രീരാമജിയുടെ മുഖകമലത്തിലേക്കു നോക്കി. അപ്രകാരമുള്ള ദർശനമുണ്ടായപ്പോൾ മുനിയുടെ ചിത്തത്തിൽ ഇങ്ങനെയുള്ള വിചാരമുണ്ടായി: ഞാൻ ഇപ്രകാരം ആരെയാണ് നോക്കുന്നത്, ആരെ ഓർത്ത് ഞാൻ ജപവും തപവുമെല്ലാം ചെയ്തു, ആരുടെ കൃപയാൽ എനിക്കു ഇന്ദ്രിയാതീതനായ പ്രഭുവിനെ ദർശിക്കുവാനുള്ള മനസ്സും ജ്ഞാനവുമുണ്ടായി, ഏതൊരു ഭഗവാന്റെ നേർക്കു തോന്നുന്ന അനുപമമായ ഭക്തിയാലാണു ജപയാഗധർമ്മ സംഹിതകളുടെ ഫലം ലഭിക്കുന്നത്, ആ രഘുവീരന്റെ പവിത്രമായ ചരിത്രമാണ് തുളസീദാസൻ രാത്രിയും പകലും പാടുന്നത്.

ശ്രീരാമചന്ദ്രന്റെ നല്ല യശസ്സ് കലിയുഗത്തിന്റെ പാപത്തെ ഇല്ലാതാക്കാൻ പോരുന്നതാണ്. അത് മനസ്സിനും ദമമുണ്ടാക്കും. അതു സുഖത്തിന്റെ ആദികാരണമാണ്. ആരാണോ ഇതിനെ ആദരപൂർവ്വം കേൾക്കുന്നത് അവനിൽ എപ്പോഴും ശ്രീരാമചന്ദ്രൻ പ്രസന്നനായിരിക്കും. കലിയുഗം കഠിനമായ പാപവൃത്തികൾ വന്നു നിറയുന്ന കാലമാണ്. അതിൽ ധർമ്മമില്ല, ജ്ഞാനമില്ല, യോഗമില്ല, ജപമില്ല. അങ്ങനെയുള്ള ഈ ലോകത്തിൽ ആർക്കാണോ ശ്രീരാമചന്ദ്രനെ മാത്രം ഭജിക്കുവാനുള്ള വിവേകമുണ്ടാകുന്നത് അവർ മാത്രമാണ് ചതുരന്മാർ. ദേവതകളുടെയും മനുഷ്യരുടെയും മുനിമാരുടെയും സ്വാമിയായി ശ്രീരാമചന്ദ്രൻ മുനിയുടെ ചരണകമലങ്ങളിൽ കുമ്പിട്ടുകൊണ്ട് വനാന്തരത്തിലേക്കു തിരിച്ചു. രാമൻ മുമ്പേയും ലക്ഷ്മണൻ പിമ്പേയും മായാസീത മദ്ധ്യത്തിലുമായിട്ടാണ് നടന്നത്. ആ കാഴ്ച അതീവസുന്ദരമായിരുന്നു. രാമലക്ഷ്മണൻമാരുടെ ഇടയിൽ മായാരൂപത്തിൽ പ്രശോഭിതയായ സീതയെപ്പറ്റിയുള്ള പരാമർശം ശ്രദ്ധിക്കുക. അവർ അങ്ങനെ സഞ്ചരിക്കുമ്പോൾ നദിയും വനവും പർവ്വതങ്ങളും, ദർഗമങ്ങളായ നചിനീതടങ്ങളും തങ്ങളുടെ നാഥന്റെ പാദസ്പർശനത്തിന് വേണ്ടി ഭൂമിയെ മൃദുവാക്കുന്നുണ്ടായിരുന്നു.

ശ്രീരാമചന്ദ്രന്റെ ബാണമേറ്റ് പ്രാണൻ ഒടുക്കുന്നവർ മരിക്കുകയല്ല, രാമസായൂജ്യത്തെ പ്രാപിക്കുകയാണ് ചെയ്യുന്നത്. ഈ ആശയം മരണത്തെപ്പറ്റിയുള്ള ഒരു പുതിയ കാഴ്ചപ്പാട് വായനക്കാർക്ക് നല്കുന്നുണ്ട്. അതിനെ ഉദാഹരിക്കുന്നതിനു വേണ്ടിയാണ് വിരാധന്റെ വധത്തെപ്പറ്റി പറഞ്ഞിരിക്കുന്നത്.

ശ്രീരാമചന്ദ്രനും സീതാദേവിയും ലക്ഷ്മണനും കൂടി വനത്തിലൂടെ സഞ്ചരിക്കുമ്പോഴാണ് വിരാധൻ അവരെ നേരിടുന്നത്. രാമൻ അപ്പോൾ തന്നെ അവനെ വധിക്കുന്നു. എന്നാൽ വിരാധനാകട്ടെ, ഞൊടിയിടകൊണ്ട് മധുരൂപം കൈക്കൊണ്ടു. മരണദുഃഖമല്ല, അവനെ തന്റെ പൂർവസ്ഥിതിയിൽ കൊണ്ടുവന്നതിലുള്ള സന്തോഷമായിരുന്നു അവനിൽ കണ്ടത്. അപ്പോൾ അതുവരെ വിരാധനായി കാണപ്പെട്ട ശരഭംഗൻ തന്റെ ചരിത്രം രാമനോടു പറഞ്ഞു:

“അല്ലയോ കൃപാലുവായ രഘുവീര! രാജഹംസങ്ങൾ വിരാജിക്കുന്ന മാനസസരോവരം വിട്ട് ബ്രഹ്മലോകം പ്രാപിക്കുവാൻ ഞാൻ ആഗ്രഹിക്കുമ്പോഴാണ് ഭഗവാൻ ഇതുവഴി വരുന്നു എന്ന് ഞാൻ അറിഞ്ഞത്. എല്ലാ തരത്തിലും പതിതനായിത്തീർന്ന എനിക്ക് അവിടുത്തെ ദർശനം കൊണ്ട് പുണ്യോദയം ഉണ്ടായിരിക്കുന്നു. അവിടുന്ന് എനിക്ക് ഒരു കാരുണ്യം കൂടി അനുവദിച്ചു തരണം. ഈ ശരീരം ഉപേക്ഷിച്ചിട്ട് എനിക്ക് നിന്റെ സായൂജ്യം പ്രാപിക്കണം.” ഇപ്രകാരം പറഞ്ഞുകൊണ്ട് ശരഭംഗൻ ഒരു വലിയ ചിതയുണ്ടാക്കി. എന്നിട്ട് തന്റെ സമസ്ത ഭവ്യങ്ങളും അതിലർപ്പിച്ചു പറഞ്ഞു: സീതാദേവിയും ലക്ഷ്മണനും ഒത്ത് ഒരു മഴമേഘം

പോലെ കാണപ്പെടുന്ന അങ്ങ് എന്റെ ഹൃദയത്തിൽ പ്രതിഷ്ഠിതനാകട്ടെ. ഈ വാക്കുകളോടുകൂടി അഗ്നിയിൽ പ്രവേശിച്ച് ശരഭംഗൻ ശ്രീരാമാനുഗ്രഹത്താൽ വൈകുണ്ഠം പ്രാപിച്ചു.

ശ്രീരാമൻ ദണ്ഡകാരണ്യത്തിൽ പ്രവേശിച്ച് വിരാധന്റെ വധവും ശരഭംഗന്റെ സ്വർഗ്ഗാരോഹണവും കഴിഞ്ഞ് സുദക്ഷിണന്റെ ആശ്രമത്തിലെത്തിയപ്പോൾ അവിടെയെല്ലാം രാക്ഷസന്മാർ ഋഷിമാർക്ക് ഭയം ഉണ്ടാക്കുന്നു എന്നു കണ്ടു. ദണ്ഡകാരണ്യത്തിൽ നിന്നും രാക്ഷസന്മാരെയെല്ലാം ഒഴിവാക്കാമെന്ന് ശ്രീരാമൻ പറഞ്ഞു. ഇത് സുദക്ഷിണനെ വളരെ സന്തോഷിപ്പിച്ചു. അന്നു രാത്രിയിൽ അവിടെ വിശ്രമിച്ച് കാലത്ത് പ്രഭാതസ്നാനവും കഴിഞ്ഞ് ശ്രീരാമൻ ശാന്തനായിരിക്കുമ്പോൾ സീത ഭർത്താവിനോട് ഇങ്ങനെ പറഞ്ഞു:-

'ഞാൻ വെറുമൊരു സ്ത്രീ. ധർമ്മാധർമ്മങ്ങളെപ്പറ്റി പറയുവാൻ എനിക്കവകാശമുണ്ടോ? എന്നാലും ന്യായമായതു ആർക്കും പറയാമെന്ന് എനിക്കു തോന്നുന്നു. മനുഷ്യനെ ബാധിക്കാവുന്ന മൂന്ന് തിന്മകൾ ഉണ്ട്. അതിലൊന്ന് അസത്യമാണ്. വേറൊന്ന് പരസ്ത്രീഗമനമാണ്. ഇനിയൊന്ന് അകാരണമായി കാണിക്കാവുന്ന ക്രൂരതയാണ്. അങ്ങയെക്കാൾ സത്യവാനായി ലോകത്ത് ആരുമില്ല. കാമം ഒരിക്കലും അങ്ങയുടെ മനസ്സിനെ തരളിതമാക്കുന്നില്ല. എന്നിരുന്നാലും ക്രൂരത കാട്ടുവാനുള്ള പ്രേരണ ഞാൻ അങ്ങയിൽ കാണുന്നുണ്ട്. ദണ്ഡകവനത്തിൽ നിന്നും രാക്ഷസന്മാരെ വംശത്തോടെ ഇല്ലാതെയാക്കാമെന്നു അങ്ങു പറഞ്ഞത് ന്യായമാണോ? കൊട്ടാരത്തിൽ രാജാധിരാജനായിരിക്കേണ്ടതായ അങ്ങ് പിതൃനിയോഗത്താൽ ഇപ്പോൾ ആരണ്യവാസിയായി. അങ്ങു ധരിച്ചിരിക്കുന്ന ജടയും വല്ക്കലവും തപസ്വികൾക്കു ചേരുന്നവയാണ്. അതോടൊപ്പം കൈയിൽ വില്ലും ശരവും കൊണ്ടു നടക്കുന്നത് ക്ഷത്രിയനു ശോഭയാണെങ്കിലും താപസന് അത് നിഷിദ്ധമാണ്.

നിങ്ങൾ രണ്ടു സഹോദരന്മാർ എപ്പോഴും കൂർത്ത ശരങ്ങളും കയ്യിലെടുത്ത് അത് ആരുടെ നേർക്കു പ്രയോഗിക്കണം എന്നു വിചാരിച്ചു നടക്കുമ്പോൾ ഞാൻ ആകാംക്ഷാഭരിതയായിത്തീരുന്നു. നല്ല വായ്ത്തലയുള്ള ഒരു വാൾ കൈയിലെടുത്ത് എപ്പോഴും അതിന്റെ മൂർച്ചയുള്ള വായ്ത്തലയെ നോക്കി നടക്കുന്ന ഒരുവന് കാണുന്നതൊക്കെ വെട്ടി മുറിക്കുവാൻ തോന്നും. നിങ്ങളാണെങ്കിൽ പാരമ്പര്യംകൊണ്ടുതന്നെ ഹിംസയ്ക്കു പ്രേരിതരായവരാണ്. എന്നാൽ ഇപ്പോൾ സ്വീകരിച്ചിരിക്കുന്നതായ ജീവിതവൃത്തിയാകട്ടെ വനജീവിതമാണ്. ഈ വനത്തിൽ സിംഹത്തോടും വ്യാഘ്രത്തോടും ചെന്നായയോടും കലർന്ന് മാനും കാട്ടാടും ആനയും കാട്ടുപോത്തും എന്നല്ല കൊച്ചു മുയലുകളും അണ്ണാർക്കണ്ണന്മാരും ജീവിക്കുന്നുണ്ടല്ലോ. അവയിൽ ചിലത് പ്രകൃതി നല്കിയിരിക്കുന്ന നിയോഗംകൊണ്ടു മാത്രം മറ്റു ജീവികളെ ഭക്ഷിച്ച് വിശപ്പ് അടക്കുന്നു.

ആനയും ആടുമെല്ലാം മരക്കൊമ്പോ ഇലയോ പുല്ലോ ഒക്കെ തിന്നു ജീവിക്കുന്നു. നാം അവരുടെ ഇടയിലേക്കാണ് വന്നിട്ടുള്ളത്. എന്തുകൊണ്ടാണ് നാം മാത്രം എപ്പോഴും ഭയഭീതരെപ്പോലെ കൊല്ലുവാൻ ഒരുങ്ങി നടക്കുന്നത്? ഞാൻ ജനകന്റെ പുത്രിയാണെങ്കിലും രാമന്റെ ധർമ്മപത്നിയാണെങ്കിലും സ്ത്രീയാണ്. എന്റെ വാക്കുകൾക്ക് ധർമ്മത്തെ നിലനിറുത്തുവാൻ കരുത്തുണ്ടോ?'

രാമൻ കുറച്ചുനേരം ആലോചനാവാനായിരുന്നു. എന്നിട്ടു പറഞ്ഞു, 'സീതേ നീ നിശ്ചയമായും ജനകന്റെ പുത്രിയാണ്. നിന്നിലിരിക്കുന്ന സ്ത്രീ എപ്പോഴും കാരുണ്യമയിയായി ക്രൂരതയിൽ നിന്ന് അകന്നുമാറുവാൻ ആഗ്രഹിക്കുന്നത് നിനക്കു യോജിച്ചതു തന്നെ. എന്നാൽ പ്രകാശം ചൊരിയേണ്ടുന്നതായ ആശ്രമങ്ങളെ രാക്ഷസന്മാർ വന്ന് ഇരുളുപരുത്തുന്നത് നീ കാണുന്നില്ലേ. ഈ ഋഷിമാർ നീ പറയുന്ന മാതിരി കൊല്ലുവാൻ കയ്യിൽ കരവാൾ എടുത്തിട്ടില്ല. അവർ ജീവനിൽ ഭയന്ന് എന്നെ ശരണം പ്രാപിക്കുമ്പോൾ എനിക്ക് അവരെ എങ്ങനെ സമാശ്വസിപ്പിക്കാതിരിക്കുവാൻ കഴിയും? ആശ്രിതസംരക്ഷണമാണ് എന്റെ ധർമ്മം. അതിൽ ഞാൻ ചത്തുപൊയ്ക്കൊള്ളട്ടെ. ലക്ഷ്മണനും ഇല്ലാതായി പോയ്ക്കൊള്ളട്ടെ. പിന്നെ നീയും പോയ്ക്കൊള്ളട്ടെ. എനിക്ക് ജീവനെക്കാളും നീ പ്രിയങ്കരിയാണ്. എന്നാലും ധർമ്മത്തിന്റെ മാർഗ്ഗം എനിക്കു കൈവെടിയുവാൻ കഴിയുന്നില്ല.

അവർ മൂന്നുപേരും ഒന്നിച്ചായിരുന്നു നടന്നതെങ്കിലും ഉള്ളിൽ അവർ ഒറ്റയ്ക്കായിരുന്നു. സീതയുടെ ചോദ്യം ഒരു മഹാശബ്ദംപോലെ രാമന്റെ മനസാക്ഷിയിൽ നിറഞ്ഞു നിന്നു. കൊല്ലുകമാത്രമേയുള്ളോ ഒരു രക്ഷാമാർഗ്ഗം? ഈ രാക്ഷസന്മാർ ആരും നഗരത്തിൽ വന്നിട്ടില്ല. പട്ടണവാസികളെ ഉപദ്രവിച്ചിട്ടില്ല, രാജാവിനെ വെല്ലുവിളിച്ചിട്ടില്ല. അവർ പരമ്പരയായി ജീവിക്കുന്ന വനത്തിൽ വന്നുകയറിയിട്ട് അവർക്ക് വംശനാശം വരുത്തണം എന്നു കരുതുന്നത് നീതിയാണോ? ഈ ചോദ്യം രാമനെ അലട്ടിക്കൊണ്ടിരുന്നു.

തന്റെ ഭർത്താവിനോട് താൻ ഒരിക്കലും അഹിതമായിട്ടുള്ളതൊന്നും പറഞ്ഞിട്ടില്ല. എന്നാൽ ഇപ്പോൾ ഭർത്താവ് രാജകുമാരനായിട്ടോ രാജാവിട്ടോ അല്ല കാട്ടിൽ നില്ക്കുന്നത്; പതിനാല് വർഷത്തെ ആരണ്യജീവിതം ജീവിക്കാമെന്ന് പ്രതിജ്ഞയോടെയാണ്. ആരണ്യജീവിതത്തിന് അതിന്റേതായ നൈതികതയില്ലേ? ആവശ്യത്തിന്റെയും അനാവശ്യത്തിന്റെയും ഇടയിൽ എവിടെയാണ് കൃത്യമായിട്ടുള്ള ഒരു നൈതികരേഖ വരയ്ക്കേണ്ടുന്നത്?

അപ്പോഴും ദണ്ഡകാരണ്യത്തിലെ പക്ഷികൾ പാടുന്നുണ്ടായിരുന്നു. ഭയമറിയാത്തതുപോലെ കലമാൻകൂട്ടങ്ങൾ പുല്ലുമേഞ്ഞു നടക്കുന്നുണ്ടായിരുന്നു. നീല തടാകങ്ങളിൽ അരയന്നങ്ങൾ തൊട്ടുരുമ്മി ചുണ്ടുകൾ

ചേർത്ത് ജലാശയത്തിന്റെ പുളകംപോലെ കളിച്ചു നടക്കുന്നുണ്ടായിരുന്നു. ഇത്രയും സുന്ദരമായ ഒരു സ്ഥലത്ത് അതിൽ സന്തോഷിച്ച് നടക്കേണ്ടുന്ന ഇണകളല്ലേ രാമനും സീതയും? പിന്നെ എന്തേ രാമന് അഹിതമായത് സീത പറഞ്ഞു? രാമൻ അത് പോട്ടേ എന്ന് കരുതിയില്ല. സീതയുടെ വാക്കുകളുടെ ശരാഗ്രം ഏറ്റു രാമന്റെ മനസ്സ് മുറിഞ്ഞിട്ടുണ്ട്. അത് ആ മൗനം കണ്ടാലറിയാം. രാമന്റെ മുഖത്ത് വന്നുകൂടിയ അശാന്തിയുടെ മേഘശകലം കണ്ടിട്ട് സീതയ്ക്ക് ഉള്ളു പൊള്ളുന്നതുപോലെ തോന്നി.

ഒരു കൂട്ടം ആനകൾ വന്നു. തറയിൽ നടക്കുന്ന മേഘങ്ങളെപ്പോലെ കാണപ്പെടുന്നു. അവയുടെ മനോഹരമായ വെളുത്ത കൊമ്പുകൾ ഇരുളിലും നന്മ നിറഞ്ഞു നില്ക്കുന്നതുപോലെ സുന്ദരമായിരുന്നു. അവർ തടാകത്തിൽ വന്ന് വെള്ളം കുടിക്കുമ്പോൾ താമരപൊയ്കയിൽ വരിഞ്ഞു നിന്ന കമലവനം പ്രകൃതിയുടെ കരിങ്കൂന്തലിൽ മനോഹരമായ പൂക്കൾ അണിയിച്ചതുപോലെ ഉണ്ടായിരുന്നു. ആ തടാകത്തിന്റെ മദ്ധ്യത്തിൽ നിന്നെന്നതുപോലെ ഒരു കുളിൽ കാറ്റു വീശിവന്നു. അതിൽ ആത്മസ്പർശിയായ ഒരു സംഗീതത്തിന്റെ ശ്രുതിമാധുര്യം നിറഞ്ഞു നിന്നു. ഒരു ജലദേവത അവിടെ ക്രീഢിക്കുകയാണ് - മന്ദകർണ്ണി. അവൾ വാക്കുകൊണ്ടു വിവരിക്കാവുന്നതിനേക്കാളും സുന്ദരിയാണ്. ഇന്ദ്രന്റെ നിയോഗത്താൽ ഋഷിമാരുടെ മനസ്സ് തളർത്താൻ വന്ന മനോഹരിയാണ് അവൾ. സീത അവളെ കണ്ടു. തന്നത്താൻ ചോദിച്ചു: "ഈ അപ്സരസിന്റെയും ഇന്നലെ കണ്ട വിരാധന്റെയും ഉദ്ദേശ്യം ഒന്നു തന്നെയല്ലേ? സന്ന്യാസിമാരിൽ വികാരതീവ്രത ഉണ്ടാക്കുക. ഇവളെയും ശരത്തിനു ലക്ഷ്യമാക്കേണ്ടതാണോ?" ദൈവതങ്ങളും പ്രകൃതിയും മനുഷ്യനും കലർന്നു കിടക്കുന്ന ഈ ലോകത്ത് എന്തോ പന്തികേടുണ്ട്. ഒരാളുടെ സത്യം വേറൊരാളുടെ സത്യമല്ല. ഒരാളുടെ ധർമ്മം വേറൊരാളുടെ മരണമാണ്.

തന്റെ സഹോദരന്റെയും സഹോദരഭാര്യയുടെയും ഇടയിൽ ഒരു അപസ്വരം ഉണ്ടായിട്ടില്ലേ എന്നു ലക്ഷ്മണൻ ശങ്കിക്കുന്നു. ലക്ഷ്മണൻ അവരെ രണ്ടുപേരെയും മാതാപിതാക്കന്മാരെപ്പോലെയാണ് സ്നേഹിക്കുന്നതും ആരാധിക്കുന്നതും. സീത പറഞ്ഞതു തെറ്റായിരുന്നോ? രാമന്റെ നിലപാട് തെറ്റാണോ? ലക്ഷ്മണന് ഒന്നും തീരുമാനിക്കാൻ കഴിയുന്നില്ല. മൂന്നുപേരും ഓരോ ആവർത്തിനിയിൽ പെട്ടതു പോലെയായി.

വെളിയിലുള്ള ലോകം സുന്ദരം. അതിനെ മധുരതരമാക്കുന്ന സൂര്യനും രാത്രിയെ സുന്ദരതരമാക്കുന്ന ചന്ദ്രികയും മനുഷ്യവർഗ്ഗത്തിനു ലഭിച്ച മഹാനുഗ്രഹങ്ങളാണ്. ഈ വനാന്തരത്തിൽ ആനകളെ മസ്തകം തകർത്ത് സിംഹം കൊന്നിരിക്കാം. കാട്ടുപോത്തിനെ വ്യാഘ്രം ഇരയാക്കിയിരിക്കാം. കാട്ടാടുകൾ ചെന്നായ്ക്കൾക്ക് ആഹാരമായിരുന്നിരിക്കാം.

എന്നാൽ ഇപ്പോഴും ആനക്കൂട്ടത്തിന് കുറവ് കാണുന്നില്ല. ഉറങ്ങി കിടക്കുന്ന സിംഹം തന്റെ അടുത്തുകൂടി മാൻ പോകുന്നത് അറിഞ്ഞിട്ടും അതു ശ്രദ്ധിക്കാതെ അലയടങ്ങിയ കടൽപോലെ കിടക്കുന്നതേയുള്ളൂ. വനത്തിന് അതിന്റേതായിട്ടുള്ള സമാധാന നിയമങ്ങൾ ഉണ്ടെന്ന് തോന്നുന്നു. ഇന്നലയെപ്പറ്റി ഈ മൃഗങ്ങൾ ചിന്തിക്കുന്നില്ല. നാളയെ ഓർത്ത് അവർ ആകാംക്ഷപ്പെടുന്നില്ല. നാളെ എന്തു തിന്നും എന്നോർത്ത് അവർ ഇന്നേ ഒന്നിനേയും പിടിച്ച് ഉണക്കിവെയ്ക്കുന്നില്ല. വിശപ്പ് അവർക്ക് നൈമിഷികമാണ്. ഇരയെപ്പിടിക്കുന്നതും അതുപോലെ തന്നെ. ഒരത്യാവശ്യം വരുന്നതുവരെ ഈ മൃഗങ്ങളുടെ ഉള്ളിൽ വേറൊന്നിനെ തനിക്കായി സൃഷ്ടിച്ചിരിക്കുന്നു എന്ന വിചാരം ഇല്ല. മനുഷ്യൻ മാത്രമേ വേറൊരുവനെ തന്റെ ഭൃത്യനാക്കുവാനും തന്റെ അടിമയാക്കുവാനും, തന്റെ വിരോധിയാക്കുവാനും തീരുമാനിക്കുന്നുള്ളൂ എന്നു തോന്നുന്നു.

ഇങ്ങനെ ഓരോന്നും കൂടുതൽ കൂടുതലായി കാണുമ്പോൾ സീതയ്ക്ക് താൻ രാമനോട് പറഞ്ഞത് ഒട്ടും കൂടിപ്പോയി എന്നു തോന്നുന്നില്ല. സീത പിന്നെയും വിചാരിച്ചു: രാക്ഷസനെ കണ്ടാൽ കൊല്ലണം എന്നുതന്നെയാണ് ഇവരുടെ വിചാരം. തന്റെ നേർക്കു വരുന്നത് സ്ത്രീയാണെങ്കിലും അവൾ രാക്ഷസവർഗ്ഗത്തിൽപെട്ടതാണെങ്കിൽ നെഞ്ചിൽ തന്നെ ശരം എയ്തു വീഴ്ത്തണം എന്നു മനുഷ്യന് തോന്നും. അതു തലമുറകളായി മനുഷ്യൻ വളർത്തിയെടുത്ത ഭയഭീതിയാലാണ്. ഭയഭീതനായ അവൻ ശത്രുവിനെ കാണുമ്പോൾ രക്ഷോപായമായി കാണുന്നത് ശത്രുവിന്റെ ഉന്മൂലനമാണ്. ഉന്മൂലനം മാത്രമേയുള്ളോ ഒരു രക്ഷോപായം? പുല്ലുകൾ എത്രയോ പ്രാവശ്യം മാനും മുയലും മാടും തിന്നുപോയിട്ടും പുൽവർഗ്ഗത്തിനു അവയുടെ മരതക കാന്തിയുള്ള ഇലകളിൽ വിഷം നിറച്ചുവച്ച് പുല്ലു തിന്നുന്ന ജീവസഞ്ചയത്തെ ഒടുക്കണമെന്നു തോന്നുന്നില്ലല്ലോ. മനുഷ്യന്റെ ബുദ്ധിയിൽ മാത്രം എന്തുകൊണ്ടാണ് ഇത്ര ഏറെ ഭീതി? ഇത്രയേറെ കരുതൽ? ആ കരുതലിൽ മറ്റുള്ളവരുടെ ജീവൻ മനുഷ്യൻ ഉൾപ്പെടുത്തുന്നോ? സീതയുടെ കൊച്ചു മനസ്സിൽ സുന്ദരമായ ആശയങ്ങളും അതിനെ അപ്പോൾതന്നെ കശക്കികളയുന്ന എതിർ ധാരണകളും കടന്നുവന്നുകൊണ്ടുതന്നെയിരുന്നു.

ദിവസങ്ങൾ പൊഴിഞ്ഞു പോകുന്നു. മാസങ്ങൾ കഴിഞ്ഞു പോകുന്നു. രാമനും സീതയും ലക്ഷ്മണനും ഒരാശ്രമവാടം വിട്ട് വേറൊന്നിലേക്ക് പോകുന്നതിനിടയ്ക്ക് കാണുന്ന വനശോഭയെ സൗന്ദര്യമെന്നു തന്നെ വിളിക്കണം. അതുകൊണ്ടാണല്ലോ രാമായണത്തിലെ ഈ അദ്ധ്യായത്തെ സുന്ദരകാണ്ഡം എന്നു വിളിച്ചിരിക്കുന്നത്. പകലിനോട് രാവ് തുന്നിച്ചേർത്തിട്ടുണ്ട്. മന്ദസമീരൻ വീശുന്നതുപോലെ തന്നെയാണ് പൊടുന്നനെ വനം തകർത്തുകൊണ്ട് കൊടുങ്കാറ്റുയർന്നു വന്ന് ഒരു കാരുണ്യവും ഇല്ലാത്തതുപോലെ ആയിരം കൊല്ലമായി നിശ്ചേഷ്ടമായി നിന്നിരുന്ന മരത്തെ മൂടോടെ പിഴുതെറിയുന്നത്. അങ്ങനെ വീണുപോയ ചില മരങ്ങളുടെ

ചുവട്ടിൽ നിന്നു കാറ്റിന്റെ ധിക്കാരമൊന്നും ഓർക്കാത്ത മാതിരി പുതിയ നാമ്പുകൾ വളർന്നു വന്നു. ചിലത് ശിശുക്കളെപ്പോലെ നിൽക്കുന്നു. ചിലത് ഊർജ്ജസ്വലരായ യുവതീയുവാക്കളെപ്പോലെ തലയാട്ടി നിൽക്കുന്നു.

ഒരു നിശ്ചയമില്ല ഒന്നിനും എന്നാണ് സീതയ്ക്കപ്പോൾ തോന്നിയത്. നാം നിശ്ചയമെന്നു പറയുന്നത് അന്യോന്യം നിരാകരണവും നിരന്തരമായ പാരസ്പര്യവും തമ്മിൽ കലർത്തി നെയ്തെടുത്തിരിക്കുന്ന ഈ പ്രകൃതിയിലെ തികച്ചും നിർണ്ണായകമായിട്ടുള്ള ഒരു സംവിധാനത്തെയാണ്. എപ്പോഴും എല്ലാം തന്റെ പ്രിയാപ്രിയങ്ങൾക്കും സങ്കല്പങ്ങൾക്കും ഇണങ്ങിനില്ക്കണമെന്ന മനുഷ്യന്റെ ധാർഷ്ട്യംകൊണ്ടാണ് പ്രകൃതിക്ക് വ്യവസ്ഥയില്ലെന്ന് തോന്നിപ്പോകുന്നത്.

സീത ഒന്നു തീരുമാനിച്ചു. എല്ലാ നല്ല കാര്യങ്ങളും ചീത്ത കാര്യങ്ങളും സാപേക്ഷമായ ഉപാധികൾ കൊണ്ട് ഉണ്ടാകുന്നതാണ്. അതുകൊണ്ട് ഒരു സാക്ഷിയെപ്പോലെ എല്ലാം നോക്കിക്കാണുക തന്നെ. ദണ്ഡകാരണ്യം ഈ പ്രപഞ്ചത്തിന്റെ തന്നെ ഒരു ദർപ്പണം പോലെയുണ്ട്. മഹാരണ്യകം ഭയഭീതി ഉള്ളവാക്കുന്നതായും സങ്കീർണ്ണത കൊണ്ടു നിറഞ്ഞിരിക്കുന്നതായും ഒക്കെ തോന്നുന്നത് അതിനെ അടുത്തു പരിചയിക്കുന്നതുവരെയേയുള്ളൂ. പരിചയിച്ചു കഴിഞ്ഞാൽ അതിലെ തൃണാവലികൾ പോലെ തന്നെ മഹാമരങ്ങളും നിയമബദ്ധമായ ജീവിതമാണ് നയിക്കുന്നത് എന്നു കാണാം. സീതയ്ക്കിപ്പോൾ രാമനെയും ലക്ഷ്മണനെയും നല്ല പരിചയമുണ്ട്. ലക്ഷ്മണൻ രാമന്റെ ആജ്ഞാനുവർത്തിയാണ്. എന്നാൽ രാമന് സ്വന്തമായ ഒരസ്തിതയും ചിന്തയും കാഴ്ചപ്പാടും തീരുമാനവും നിശ്ചയദാർഢ്യവും കനിവും കാരുണ്യവും ഉള്ളതുപോലെ ലക്ഷ്മണനും അവന്റേതായ എല്ലാ പ്രത്യേകതകളും ഉണ്ടെന്ന് സീതയ്ക്കറിയാം. എന്നിട്ടും ഭാരതീയർ തലമുറകളായി കൊണ്ടുനടക്കുന്ന ചില ചിന്തകളും വിശ്വസിച്ചുപോരുന്ന ചില ധാരണകളും അവർ മാത്രം ഋതം എന്നു കരുതുന്ന ചില ധർമ്മദീക്ഷകളും ഒക്കെ വച്ചു പുലർത്തുന്നു. അതിൽ ചിലതൊക്കെ അപഹാസ്യമാണ്. ചിലതൊന്നും നീതിക്ക് ഇണങ്ങുന്നതല്ല. രാമന്റെ രാജധർമ്മത്തെപ്പറ്റി, മാനവികതയെപ്പറ്റി, പ്രതിജ്ഞാപാലനത്തെപ്പറ്റി, സത്യാവധാരണത്തെപ്പറ്റി ഒക്കെ സീതയ്ക്ക് മനസ്സിൽ ചോദ്യങ്ങൾ ഉയരുന്നുണ്ട്. എന്നാൽ ലക്ഷ്മണൻ ഒന്നു മറുത്തു പറയാത്തതുപോലെ താനും മേലിലൊന്നും മറുത്തു പറയേണ്ടെന്നു അവൾ തീരുമാനിക്കുന്നു.

സീതയ്ക്ക് ഇന്ദ്രാദി ദേവതകളെപ്പറ്റി അറിയാം. രാക്ഷസകുലത്തെപ്പറ്റി അറിയാം. ദേവന്മാരുടെയും അസുരന്മാരുടെയും ഇടയിലാണ് മനുഷ്യർ വർത്തിക്കുന്നതെന്നും അറിയാം. കാട്ടിലെ കടുവയും കൃഷ്ണമൃഗവും മൃഗങ്ങൾ തന്നെയാണ്. കൃഷ്ണമൃഗം അതിന്റെ രക്ഷ കാണുന്നത് വേഗത്തിൽ ഓടി മറയുന്നതിലാണ്. വ്യാഘ്രത്തിന്റെ സ്വഭാവം

ഇരയെ കൊന്നു തിന്നുന്നതും ശത്രുവിനെ ഹനിക്കുന്നതുമാണ്. കാട്ടു ജന്തുക്കളുടെ സഹജമായിട്ടുള്ള പെരുമാറ്റത്തിൽ ഹൃദയനൈർമല്യമുണ്ട്. അവ ചിരിച്ചുകൊണ്ടല്ല കൊല്ലാൻ വരുന്നത്. അവർ കൊല്ലുന്നതിന് നീതി വാക്യം ഒന്നും ഉദ്ധരിക്കുന്നില്ല. കൈകേയിയുടെയും മന്ഥരയുടെയും അത്യന്തം കുടിലമായ മാർഗ്ഗങ്ങൾ അതുപോലെ സരളമായിരുന്നോ? കൊട്ടാരത്തിൽ കൈകേയിയും മന്ഥരയും കഴിയുമ്പോൾ സീത കാട്ടിലെ രാക്ഷസനെ പേടിച്ചു കഴിയുന്നു.

ദൈവകാരുണ്യം വരുന്നത് യദൃച്ഛയാ ആണ്. വിധി വൈപരീത്യം വരുന്നതും യദൃച്ഛയായാണ്. സ്നേഹത്തിൽ തുടങ്ങി ക്രൂരതയിൽ അവ സാനിക്കുന്ന കർമ്മങ്ങളിലുള്ള സാഹസികത രണ്ടു വിരുദ്ധകോടികളുടെ ഇടയിലുള്ള ഊയലാട്ടംപോലെ വരുന്നു. ഇതെല്ലാം സീത വ്യക്തമായി ത്തന്നെ കാണുന്നുണ്ട്. ശ്രീരാമൻ കോദണ്ഡത്തിൽ വിശ്വസിക്കുന്നു. ലക്ഷ്മണൻ വീരനായ ഭ്രാതാവിൽ വിശ്വസിക്കുന്നു. എന്നാൽ സീതയാ കട്ടെ, അവൾ ഏകാകിനിയാണെന്നറിയുന്നു. അവളെന്നു മാത്രമല്ല ഒരു പുൽക്കൊടി മുതൽ ബ്രഹ്മപിതാവുവരെയുള്ളവരെല്ലാം അല്പമാത്രമായി മാത്രം അറിയാവുന്ന കർമ്മബന്ധവും അറിയപ്പെടാത്ത നീതിയുടെ നിർദ്ദേ ശവും കാത്തു നിൽക്കുന്ന നിസ്സാഹായരാണെന്ന് അവൾ മനസ്സിലാ ക്കുന്നു. നിത്യതയിൽ ജീവിക്കുമ്പോൾതന്നെ നൈമിഷികതയുടെ വ്യാസവും മാനങ്ങളും അവൾ അറിയുന്നുണ്ട്. ചിലപ്പോൾ യാദൃശ്ചിക തയ്ക്ക് അവൾ കരുവായിത്തീരുന്നു. അങ്ങനെയുള്ള കാരണാന്തരതയിൽ രാമൻപോലും വഴുതിവീണേക്കുമെന്നു അവൾക്കറിയാം. വേണ്ടി വന്നാൽ ലക്ഷ്മണനെയും കണക്കാക്കേണ്ടതില്ലെന്നും സീതയ്ക്ക് നിശ്ചയമുണ്ട്. അവസാനമില്ലാത്ത ഒരു നാടകത്തിലെ മാറിമാറി വരുന്ന രംഗങ്ങളിൽ തന്നെത്തന്നെ കണ്ടുകൊണ്ടിരിക്കുന്നതുപോലെ സീതയ്ക്കു തോന്നി.

ഇന്നലത്തെ ബാലൻ നാളത്തെ യുവാവ്. ഇന്നത്തെ സർഗ്ഗപ്രതിഭ നാളത്തെ നിരാലംബൻ. മനുഷ്യനു മാത്രം അവനുമുമ്പേ നടക്കുന്ന വലിയ ഒരു കാന്തശക്തിയുണ്ട്. അവൻ അതിനെ സാദ്ധ്യത എന്നു കരു തുന്നു. ആ സാദ്ധ്യതയിൽ ഇരിക്കുകയാണ് അവന്റെ ലക്ഷ്യം. ലക്ഷ്യ ത്തിന്റെ സാക്ഷാത്കാരം അല്പമായിട്ടെങ്കിലും കാണാത്തപ്പോഴും അവന്റെ അഹന്ത, പ്രത്യാശയുടെ വിളംബരങ്ങൾ തന്നോടുതന്നെയും മറ്റുള്ളവരോടായിട്ടും ഉറക്കെ പറഞ്ഞുകൊണ്ടിരിക്കുന്നു. നിറഞ്ഞ പ്രത്യാശ അവനിൽ ഇരിക്കുമ്പോഴും അവന്റെ ഉള്ളിൽ ആകാംക്ഷയുടെ വിതുമ്പലുണ്ട്. അതാണ് അവന്റെ ബലഹീനത. ഉറച്ച ഭൂമിയിൽ നില്ക്കു മ്പോഴും കാലിന്റെ അടിയിൽ അവൻ കമ്പനം അറിയുന്നുണ്ട്. വേടൻ കാട്ടിൽ വല വെയ്ക്കുമ്പോഴും മരത്തിലിരുന്ന് പ്രാതഃകാല സൂര്യനെ നോക്കിപ്പാടുന്ന വാനമ്പാടി ഉണ്ട്. ഇരുളിന്റെ ചതി അറിയാതെ പാടുന്ന രാപ്പാടികൾ ഉണ്ട്. തന്നെ ബന്ധിക്കുവാൻ വരുന്ന ദുഷ്ടന്മാരുണ്ടാക്കിയ കിടങ്ങുകളുടെ മുകളിൽ ഇട്ടിരിക്കുന്ന പടവുകളിൽക്കൂടി നടക്കുവാൻ

തുടങ്ങുന്ന ആനയ്ക്ക് ആപത്ശങ്കയില്ല. അവൻ ശ്രദ്ധിക്കുന്നത് കാട്ടാറിലെ ശുദ്ധജലത്തിന്റെ ഗർഗളനാദത്തിലുള്ള സ്വാഗതത്തിന്റെ നിർത്സരിയാണ്.

മണ്ഡലങ്ങൾ

ദണ്ഡകാരണ്യത്തിനുള്ളിൽ ആശ്രമങ്ങൾ പല വൃത്തങ്ങളിലായി മെടഞ്ഞു കെട്ടി നിറുത്തിയിരിക്കുന്നത് ഒരു മണ്ഡലം പോലെയാണ്. ഓരോ ആശ്രമത്തിലുമുണ്ട് സത്യധനന്മാരായ ബ്രഹ്മചാരികളും ധർമ്മചാരികളും. അവരുടെ കൂട്ടത്തിൽ പുരുഷന്മാരും സ്ത്രീകളുമുണ്ട്. പണ്ഡിതന്മാരും കവികളും പുരോഹിതന്മാരുണ്ട്. എന്തിന്, പരീക്ഷണ നിരീക്ഷണങ്ങൾ നടത്തുന്ന ശാസ്ത്രജ്ഞന്മാരും ധർമ്മനീതികൾ എഴുതിവെയ്ക്കുന്ന ആചാര്യശ്രേഷ്ഠന്മാരുമുണ്ട്. മനക്കോട്ട കെട്ടുന്നവരല്ല അവർ. വസ്തുതയെ നേരിട്ടറിയുന്നവർ. അനുഭവിക്കുന്നവർ. എന്നാലും അവരിൽ പെട്ടെന്നു ക്ഷമ നശിക്കുന്നവരുണ്ട്. കാട്ടിലെ തീ പോലെ അവരുടെ കോപാഗ്നി ഉയരുമ്പോൾ വീണ്ടുവിചാരമില്ലാത്തവരെപ്പോലെ അവർ പരസ്പരം ശപിച്ചെന്നു വരും. അസുരന്മാരാണ് മഹാദ്രോഹികളെന്നു ദേവന്മാർ കരുതുന്നു. ദേവന്മാരുടെ വംശം ഒടുക്കിയാലെ ലോകത്തിനു സമാധാനം വരികയുള്ളൂ എന്ന് അസുരന്മാർ വിശ്വസിക്കുന്നു. അങ്ങനെ ദേവന്മാരും അസുരന്മാരും ഒരുപോലെ ഉന്മൂലനവാദികളാണ്. ചിലർ അവരുടെ നെറ്റിത്തടങ്ങളിൽ ചായങ്ങൾ തേച്ചും വസ്ത്രങ്ങളെ കാഷായത്തിൽ മുക്കിയും ജടാചൂടികളായി നടക്കുമ്പോൾ വേറെ ചിലർ ബാഹ്യത്തിൽ ഒരു താത്പര്യവും ഇല്ലാത്തവരായി ഇരിക്കുന്നു. വിശുദ്ധന്മാരുടെ പുഞ്ചിരി, കുഞ്ഞുങ്ങളുടെ പൊട്ടിച്ചിരി, അമ്മമാരുടെ വാത്സല്യം നിറഞ്ഞ മുഖകമലം ഇതൊക്കെ ആ മണ്ഡലത്തിന്റെ ആകർഷണീയതയെ വർദ്ധിപ്പിക്കുന്നതേയുള്ളൂ.

സീതാരാമന്മാരും ലക്ഷ്മണനും ഓരോ മണ്ഡലത്തെയും നോക്കിക്കണ്ടത് മനുഷ്യജീവിതത്തിലെ അറിയപ്പെടാതിരുന്ന ആശ്ചര്യങ്ങളെ ആദ്യമായി കാണുന്നതുപോലെ ആയിരുന്നു. മണ്ഡലത്തിനു പുറമെയും ആളുകളുണ്ട്. അവരുടെ കൂട്ടത്തിൽ ശരീരത്തെ തപിപ്പിക്കുന്നവരുണ്ട്. ഏറക്കുറെ മൃഗങ്ങളെപ്പോലെയും മറ്റും കാണപ്പെടുന്ന നഗ്നന്മാരുണ്ട്. അവരുടെ വഴിക്കും നടന്നു ചെല്ലുവാൻ സീതയ്ക്കു വൈമുഖ്യം ഉണ്ടാകുന്നു. കഴുത്തോളം വെള്ളത്തിൽ ഇറങ്ങി നിന്നു തപശ്ചര്യ അനുഷ്ഠിക്കുന്നവർ അക്കൂട്ടത്തിലുണ്ട്.

ഭാരതത്തിന്റെ ഈ വൈവിദ്ധ്യം രണ്ടായിരമോ മൂവായിരമോ കൊല്ലം മുമ്പ് എപ്രകാരമായിരുന്നുവോ, അപ്രകാരം തന്നെ ഇന്നും തുടരുന്നു. പുതിയ വേഷവിധാനങ്ങളുണ്ട്. പുതിയ ഭാഷകളിലുള്ള പാട്ടും കൂത്തുകളുമുണ്ട്. എന്നാലും സഹസ്രാബ്ദങ്ങളായി കടിച്ചുപിടിച്ചുപോയ ചില വിശ്വാസങ്ങളിൽ ഇന്ത്യാക്കാരൻ പറ്റിക്കൂടി ജീവിക്കുന്നു. പുറത്തല്ലാതെ

അകത്ത് അവന് മാറ്റം ഉണ്ടാകുന്നില്ല. ഇതെല്ലാം രാമനും സൗമിത്രിയും സർവ്വസാധാരണമെന്നതുപോലെ കാണുമ്പോൾ സീതയുടെ മനസ്സിൽ മാത്രം ഉത്തരമില്ലാത്ത എണ്ണമറ്റ ചോദ്യങ്ങൾ ഉയരുന്നു. അവൾ ഈ മണ്ണിന്റെ മകളാണ്. ഭൂമിപുത്രി. എല്ലാം സഹിക്കുവാനും ക്ഷമിക്കുവാനും അവൾക്കു കരുത്തുണ്ട്. എന്നാലും അവൾ അബലയാണെന്ന് അവളുടെ മുമ്പിലും പിമ്പിലും ആയുധധാരികളായി നടക്കുന്ന പുരുഷന്മാർ കരുതുന്നു. സ്വന്തം മക്കൾ വിവേകഹീനരായി മറിഞ്ഞു വീണു ശരീരത്തിൽ ക്ഷതമേൽക്കുമ്പോൾ ഒരമ്മയ്ക്കു കണ്ണു നിറയും. അവളുടെ മനസ്സു വിതുമ്പും. അതുപോലെ അദ്ധ്യാത്മത്തിന്റെ പേരിൽ ഇന്ത്യയിലെ ഋഷീശ്വരന്മാർ മുതൽ ഇവിടുത്തെ അന്ധവിശ്വാസികൾ വരെ യജ്ഞദാനതപസ്സിൽ മുഴുകിയിരിക്കുന്നത് സീത കാണുന്നു. ഉത്കൃഷ്ടരായ ചില തപോധനന്മാരും അവരുടെ ധർമ്മചാരിണികളായ ആശ്രമമാതാക്കന്മാരും അവളിൽ ആഹ്ലാദവും അഭിമാനവും ജനിപ്പിക്കുന്നു. എന്നാൽ ഏറിയ കൂറും വെറും പ്രാകൃതമായ ജീവിതത്തിൽ ലക്ഷ്യമറിയാതെ അലയുന്നവരായി അവൾ കാണുന്നു. ചിലപ്പോൾ അവൾ തനിയെ ഇരുന്ന് ആലോചിക്കും: 'ഞാൻ ഒരിക്കൽ മൈഥിലി ആയിരുന്നു. മഹാജ്ഞാനിയായ യാജ്ഞവല്ക്യൻപോലും എന്റെ പിതാവിന്റെ മുമ്പിൽ വിനയാന്വിതനായി വന്ന് പരമാർത്ഥകഥനം ചെയ്യുമായിരുന്നു. അങ്ങനെയുള്ള മഹാഭാഗന്മാർ എവിടെ ഈ വനവാസികൾ എവിടെ? അയോദ്ധ്യയിൽപോലും അറിവിന്റെ അംബരചുംബികളായ വിളക്കുമരം പോലെയുള്ളവരുണ്ടായിരുന്നു. വസിഷ്ഠനും വാമദേവനും. അവരുടെ അറിവു തന്നെയാണോ ഇവിടെ ഭയഭീതരായി നടക്കുന്ന ഈ താപസന്മാരുടേത്? എന്നാലും അവരിൽ പലരിലും നിഷ്കളങ്കതയുണ്ട് - അറിവില്ലായ്മ ഉളവാക്കുന്ന ഒരു നിരപരാധിത്വത്തിന്റെ നിഷ്കളങ്കത. അവർക്ക് അറിയാവുന്ന സത്യം തുച്ഛമാണ്. എന്നാൽ സത്യത്തിലുള്ള അവരുടെ വിശ്വാസവും പ്രതിബദ്ധതയും അനുപമേയമാണ്. അവർ അവരെത്തന്നെ പട്ടിണിക്കിടുന്നു. ഇന്ദ്രിയങ്ങളെ മരവിപ്പിക്കുന്നു. സകല സംവേദനങ്ങളെയും ദുഃഖഭൂയിഷ്ഠമാക്കുന്നു. അങ്ങനെ ഒരിക്കൽ ദുഃഖത്തിന് അറുതി വരുത്താമെന്ന് അവർ കരുതുന്നു. അവരുടെ അയുക്തമായ ഈ വിചാരത്തിൽ എന്തെങ്കിലും തെറ്റ് ഉള്ളതായി അവർക്ക് തോന്നുന്നതേയില്ല.

അവൾ തന്റെ ശബ്ദം കഴിയുന്നത്ര മൗനത്തിൽ കലർത്തിക്കൊണ്ട് രാമനോട് പറഞ്ഞു: 'പ്രഭോ! ഒരിക്കൽ രാജാധികാരം വന്ന് അങ്ങയുടെ നിറുകയിൽ ചുംബിച്ചു. ആ ചുംബനത്തിന്റെ ഊഷ്മളത പോകുന്നതിനുമുമ്പുതന്നെ വനത്തിൽ എറിയപ്പെട്ടു. അധികാരത്തിന്റെ ദണ്ഡും ഉടവാളും അങ്ങയിൽ നിന്നും പിടിച്ചെടുത്തു. മരവുരി ചുറ്റിച്ച് കാട്ടിലയച്ചു. എനിക്കത് സഹിക്കാൻ കഴിഞ്ഞില്ല. കൗസല്യാമ്മയും സുമിത്രാമാതാവും ആശ്വസിക്കപ്പെടാതെ വിങ്ങിവിങ്ങി കരഞ്ഞു. എന്നാൽ ആ സമയത്തും മഹാപ്രഭോ, അങ്ങയുടെ മുഖം ഇപ്പോഴത്തെപ്പോലെ തന്നെ

സൗമ്യമായിരുന്നു. കൗസല്യാമ്മയോട് എപ്രകാരമാണോ അങ്ങ് വിട പറഞ്ഞത് അതുപോലെ തന്നെ കൈകേയി അമ്മയോടും സുമിത്രാമ്മ യോടും അങ്ങ് കുശലം പറഞ്ഞാണ് പിരിഞ്ഞത്. അങ്ങേയ്ക്ക് അപ്പോഴു ണ്ടായിരുന്ന ആ നിസംഗതയെ വേണ്ടേ യഥാർത്ഥത്തിലുള്ള സന്ന്യാസ മെന്നു പറയുവാൻ. തപസ്സായി എണ്ണുവാൻ. അങ്ങ് അന്ന് ഉപേക്ഷിച്ചത് അഹന്തയെ ആയിരുന്നുവെന്ന് ഞാൻ കരുതുന്നു.

'ഒരുവൻ തന്റെ ശരീരത്തെ ശത്രുവെന്നതുപോലെ പീഡിപ്പിക്കുകയും അതെല്ലാം സഹിക്കുവാനുള്ള കരുത്ത് പ്രകടിപ്പിക്കുകയും ചെയ്യുമ്പോൾ അതിൽ നിഷേധാത്മകമായ ഒരു അഹന്താ വിജൃംഭണം ഉണ്ടാകുന്നില്ലേ? ധർമ്മാധർമ്മങ്ങൾ തിരിച്ചറിയേണമോ അതോ രണ്ടിനേയും ഉപേക്ഷ യോടു കൂടി നോക്കിക്കാണണമോ? ഇത്രയേറെ വൈവിധ്യം കാണു മ്പോൾ എന്റെ ഉള്ളിൽത്തന്നെ സന്ദേഹം തോന്നുന്നു. ഇതിൽ ഏത് ശരി, ഏത് തെറ്റ്? ധർമ്മാധർമ്മങ്ങൾ തിരിച്ചറിയാനും നന്മതിന്മകൾ അടുത്ത റിയാനുമാണ് മനുഷ്യന് വിവേകവും ബുദ്ധിയും നല്കിയിരിക്കുന്നതെന്ന് ഞാൻ വിചാരിക്കുന്നു. എന്തുകൊണ്ടാണ് അങ്ങ് ഉദാസീനനായ ഒരു മഹർഷിയെപ്പോലെ എല്ലാറ്റിനേയും മന്ദസ്മിതത്തിൽ മാത്രം ഒതുക്കു ന്നത്? നല്ലതിനെ പ്രശംസിക്കുവാനും തിന്മയെ ശിക്ഷിക്കുവാനും രാജാ ക്കന്മാർ വ്യഗ്രത കാണിക്കുന്നുണ്ടല്ലോ. ഞാൻ കാണുന്ന ലോകം തന്നെ യാണോ അങ്ങും കാണുന്നത്? യാജ്ഞവാല്ക്യമഹർഷി എന്റെ പിതാ വിനോട് സംസാരിക്കുമ്പോൾ ഈ ലോകത്തെ പ്രതിഭാസികമായി കാണ പ്പെടുന്ന ഒരു ശൂന്യതയെപ്പോലെ ചിത്രീകരിക്കുന്നത് ഞാൻ കേട്ടിട്ടുണ്ട്. അങ്ങേയ്ക്കിത് പ്രതിഭാസമാണോ മായയാണോ? എന്നാൽ കിരാതന്മാ രായ രാക്ഷസന്മാരെ നേരിടേണ്ടി വരുമ്പോൾ അങ്ങും ഈ കാണുന്ന തെല്ലാം സത്യമായി എടുക്കുന്നുണ്ടല്ലോ. ഒരാളിൽ തന്നെ രണ്ടുമാതിരി യുക്തിയും രണ്ടുമാതിരി ധർമ്മാനുഷ്ഠാനവും ഉണ്ടാകുമോ? ഞാൻ ചോദി ക്കുന്നത് മാപ്പാക്കണം. കൈകേയിയമ്മയ്ക്കു ദുഃഖമുണ്ടാവരുത് എന്ന് അങ്ങേയ്ക്കു നിർബന്ധമുള്ളതുപോലെ തോന്നിയിരുന്നു. എന്നാൽ കൗസല്യാമാതാവും സുമിത്രാമാതാവും എത്ര കരഞ്ഞു വിളിച്ചു കേണ പേക്ഷിച്ചിട്ടും അവരിൽ ഒരു ന്യായവും ഉള്ളതായി അങ്ങേയ്ക്കു തോന്നി യില്ലല്ലോ? അച്ഛന്റെ പ്രതിജ്ഞ ആസ്ഥാനത്തുള്ളതായിരുന്നിട്ടും അത് പാലിക്കണമെന്ന് അങ്ങേയ്ക്ക് തോന്നി. ആ പ്രതിജ്ഞ പാലിക്കപ്പെടേ ണ്ടതല്ലെന്നു മഹാമതിയായ അങ്ങയുടെ പിതാവ് ആവർത്തിച്ചു പറ ഞ്ഞിട്ടും അങ്ങേയ്ക്കത് ബോദ്ധ്യമാകാതിരുന്നത് എന്തുകൊണ്ട്? ഒരു പക്ഷേ, ഭവിഷ്യത്തിൽ കൈവരുത്തേണ്ടുന്നതായ ഏതോ സാക്ഷാത്കാ രത്തിന്റെ ഉപാധിയായിട്ടേ അങ്ങ് ഇതിനെയൊക്കെ കാണുന്നുള്ളുവെന്ന് ഞാൻ വിചാരിക്കുന്നു. ചോദ്യങ്ങൾ ചോദിച്ച് അങ്ങയുടെ മനസ്സിനെ ഞാൻ അലട്ടുന്നില്ല. മറുപടി ഇല്ലാത്ത ഈ ചോദ്യങ്ങൾ ഞാൻ വെറുതെയി രുന്നു പുലമ്പുന്നു എന്നു മാത്രം.

കഥാതന്തുവെച്ചു നോക്കുമ്പോൾ, രാമനോ സീതയോ അറിയാത്തതു പലതും കഥയുടെ കർത്താവ് അറിയുന്നുണ്ട്. രാമായണത്തിനു വാല്മീകി മാത്രമല്ലല്ലോ കർത്താവ്. വാല്മീകി രാമായണത്തിന്റെ കർത്താവ് വാല്മീകിയാണ്. രഘുവംശത്തിന്റെ കർത്താവ് കാളിദാസനാണ്. പ്രതിമാനാടകത്തിന്റെ കർത്താവ് ഭാസനാണ്. ഉത്തരരാമായണത്തിന്റെ കർത്താവ് ഭവഭൂതിയാണ്. രാമചരിതമാസത്തിന്റെ കർത്താവ് തുളസീദാസനാണ്. കമ്പരാമായണത്തിന്റെ കർത്താവ് കമ്പരനാണ്. അതുപോലെ അദ്ധ്യാത്മ രാമായണത്തിന്റെ കർത്താവ് എഴുത്തച്ഛനാണ്. അവരെല്ലാം രാമായണ കർത്താക്കൾ തന്നെയാണ്. അവർക്കുമെല്ലാം ഒരു കഥാകൃത്തിന്റെ ഉത്തരവാദിത്വമില്ലേ? പരിപാവനമായ സീതയെ ഖലന്മാർ സ്പർശിക്കുന്നത് അവർക്കു സഹിക്കുമോ? രാമനും ലക്ഷ്മണനും സീതയും വരാൻ പോകുന്ന ദുരന്തത്തെ എപ്രകാരം സ്വീകരിക്കുമെന്നിരുന്നാലും ഈ ഇതിഹാസ കർത്താക്കൾക്കും അവരുടെതായ ചില സ്വകാര്യ ഉത്തരവാദിത്വങ്ങളുണ്ട്. കമ്പരും എഴുത്തച്ഛനും അതുകൊണ്ട് ആദ്യം തന്നെ സത്യവതിയായ സീതയെ അഗ്നിക്ക് ഏല്പിച്ചുകൊടുക്കുന്നു. അവളുടെ സ്ഥാനത്തു മായാസീതയെ കൊണ്ടു നിറുത്തുന്നു. വാല്മീകിപോലും തന്റെ രാമനെ സീതാവിയോഗത്തിനുശേഷം ഇടയ്ക്കിടയ്ക്ക് ഉന്മത്തരാമനാക്കുന്നു. ഇതൊക്കെ ചേർത്തുവെച്ചുവേണം നാം സീതാകഥ തുടർന്നു മനസ്സിലാക്കുവാൻ.

സീതാദേവിയെ മായയെന്നും ശ്രീരാമനെ പരമാത്മാവെന്നും തുളസീദാസൻ വർണ്ണിക്കുന്നു. നമ്മുടെ എഴുത്തച്ഛനും അങ്ങനെ തന്നെ പറയുന്നു. ആദ്യം ഞാനിതു വായിച്ചപ്പോൾ സീതയുടെ പരിപാവനമായ ആത്മശുദ്ധിയെ ആരും പങ്കിലമാക്കാതിരിക്കാൻ വേണ്ടി, സീത മായാസ്വരൂപിണിയാണ് എന്ന് പറഞ്ഞതായി ധരിച്ചു. എന്നാൽ സൂക്ഷ്മം ആലോചിച്ചു ചെന്നപ്പോൾ സീതയുടെ ലങ്കാപുരിവാസം മാത്രമല്ല, തുടർന്നുണ്ടായ അഗ്നിപരീക്ഷയും പരിത്യാഗവുമെല്ലാം അദ്ധ്യാത്മവാദികൾ മായയിൽ ആരോപിക്കുന്ന തിന്മയുടെ ഭാഗമാണെന്ന് കരുതേണ്ടിയിരിക്കുന്നു എന്ന് എനിക്ക് മനസ്സിലായി.

ദണ്ഡകാരണ്യം വിചാരിച്ചതിലും അധികം വിശാലമായിരുന്നു. അവിടെ ധാരാളം ആശ്രമങ്ങളുണ്ട്. കഴിയുന്നത്ര ആശ്രമങ്ങൾ സന്ദർശിക്കണം. സ്വതവേ നിത്യമായ ഒരു തപസ്സിൽ ആമഗ്നരായിരുന്ന സീതയും രാമലക്ഷ്മണന്മാരും അമംഗളമായി എന്തെങ്കിലും സംഭവിക്കുമെന്നു തീരെ കരുതിയിരുന്നില്ല. എന്നാൽ രാക്ഷസന്മാരെ ശ്രദ്ധിക്കണം. പല കാരണങ്ങളാൽ അവർ രാമനോട് ക്രോധമുള്ളവരാണ്. അവർ പക വീട്ടുവാൻ എപ്പോഴും കാത്തു നടക്കുന്നവരാണ്.

സനാതനധർമ്മമാണ് എല്ലാവരും ആശ്രമങ്ങളിൽ പ്രകീർത്തിക്കുന്നത്. എന്നാൽ ഏവരുടേയും ധാരണയിൽ സമാനതയുണ്ടോ എന്നു സംശയമാണ്. മനുവിന്റെ ധർമ്മശാസ്ത്രത്തെയും സനാതന ധർമ്മമെന്നു

വിളിക്കാറുണ്ട്. ബൃഹദാരണ്യകോപനിഷത്തിന്റെ കാഴ്ചപ്പാടിൽ സനാതനം സർവ്വാന്തര്യാമിയായി വിലാസം ചെയ്യുന്ന അക്ഷരത്തിൽ സുസ്ഥിരമാക്കിയിട്ടുള്ളതാണ്. അതിന്റെ മുകളിലാണ് സനാതനമല്ലാത്ത പല ധർമ്മങ്ങളും പിന്നീട് വന്നു അടിഞ്ഞിട്ടുള്ളത്. ഭാരതത്തിന്റെ ഭാഗ്യ മെന്നു പറയട്ടെ, മരങ്ങൾ എപ്രകാരമാണോ മണ്ണിൽ മറഞ്ഞിരിക്കുന്ന വേരുകൊണ്ട് ആഴത്തിൽ നിന്നും ജീവോർജ്ജം പകർന്നുകൊണ്ടുപോയി ഓഷധികളുടെയും വനസ്പതികളുടെയും ശിഖരത്തിൽ ചിത്രചാതുരി വെളിവാക്കുന്ന പൂക്കളും, സമീരണനിൽ സൗരഭ്യം പരത്തുന്ന പൂമണവും മധുമക്ഷികൾക്കായി തേനും ഒരുക്കിവയ്ക്കുന്നത് അതുപോലെയാണ് വാല്മീകിയും വ്യാസനും ചരിത്രത്തിന്റെ പിന്നിൽ അതിന്റെ ആഴത്തി ലിരുന്നുകൊണ്ട് ഭാരതീയർക്ക് ഒരു സാംസ്കാരിക വ്യവസ്ഥ ആദ്ധ്യാ ത്മിക തത്ത്വങ്ങളിൽ അധിഷ്ഠിതമാക്കി കൊടുത്തിരിക്കുന്നത്. അറിവി ല്ലാതെ എന്നെന്നേക്കുമായി തുടരേണ്ടുന്ന ആ മഹാവാക്യങ്ങൾ സിദ്ധാ ന്തിക്കുന്നതിനെ വേണം സനാതനം എന്നു വിളിക്കുവാൻ.

സദാ സനാതനമായ സത്യത്തിന്റെ ഉണ്മ പൂർണ്ണമായി ഉൾക്കൊണ്ടു ചാഞ്ചല്യമറിയാതെ ജീവിക്കുന്നവളാണ് സീത. സീതാരാമന്മാർ ഭാര്യാ ഭർത്താക്കന്മാരാണെങ്കിലും സീത മൈഥിലിയാണെന്നു നാം മറന്നു പോകരുത്; ജനകപുത്രിയാണ്. ജനകനാകട്ടെ. മൈഥിലിയാകട്ടെ സ്ത്രീയോനിയിൽക്കിടന്ന്, അതിലെ അന്ധകാരവും ശ്വാസംമുട്ടലും ഒന്നും അറിഞ്ഞിട്ടില്ലാത്തവരാണ്. വിദേഹനുണ്ടായ വൈദേഹിയാണു സീത. ഭാരവർഷത്തിന്റെ തനതായ അദ്ധ്യാത്മ പാരമ്പര്യത്തെപ്പറ്റി, ആശ്രമ ത്തിലെ പവിത്രമായ ജീവിതംകൊണ്ട് ശുദ്ധീകരിക്കപ്പെട്ട മനസ്സോടു കൂടിയ മുനിപത്നിയിൽ നിന്നു നേരിട്ടു പഠിക്കുവാനുള്ള വ്യഗ്രത സീത യ്ക്കുണ്ടായിരുന്നു.

സുദക്ഷിണന്റെ ആശ്രമത്തിൽ നിന്നു സീതയും രാമലക്ഷ്മണന്മാരും പിന്നീടു പോയത് അഗസ്ത്യദർശനത്തിനാണ്. അവിടെ നിന്നു അകല ത്തായിരുന്നില്ല, അഗസ്ത്യന്റെ സഹോദരനായ സുദർശനൻ മുനിവാടം കെട്ടി താമസിച്ചിരുന്നത്. അഗസ്ത്യന്റെ പുണ്യവതിയായ പത്നിയാണ് ലോപമുദ്ര. സീത കുട്ടിയായിരിക്കുമ്പോൾത്തന്നെ ലോപമുദ്രയുടെ മഹാ ത്മ്യങ്ങൾ അറിഞ്ഞിരുന്നു. എന്നെങ്കിലും ഒരിക്കൽ സർവ്വാദരണീയയായ ആ മുനിപത്നിയെ കണ്ടു വന്ദിക്കുവാൻ സീത കൊതിച്ചിരുന്നു. ലോപ മുദ്രയുടെ ആദ്ധ്യാത്മപാരമ്പര്യം ഉള്ളവർ തന്നെയാണ് ഗാർഗ്ഗിയും മൈത്രേയിയും അരുന്ധതിയും അഹല്യയും ഒക്കെ. ഇന്നിതാ സീത ലോപമുദ്രയെ നേരിൽ ദർശനം ചെയ്യുവാൻ പോകുന്നു.

ശ്രീരാമചന്ദ്രനും സീതാദേവിയും ലക്ഷ്മണകുമാരനോടൊപ്പം അഗ സ്ത്യാശ്രമത്തിലെത്തിയപ്പോൾ സുതീഷ്ണൻ ആ മംഗളവാർത്ത അഗ സ്ത്യമുനിയെ അറിയിച്ചു. അഗസ്ത്യൻ രാമലക്ഷ്മണന്മാർക്കും സീതാ

ദേവിക്കും തന്റെ ആശ്രമത്തിൽ ആതിഥ്യം കൊടുത്തതിനു ശേഷം ആശ്രമവാസികളെല്ലാം രാമചന്ദ്രന്റെ മുമ്പിൽ ചന്ദ്രനെക്കണ്ട ചകോരങ്ങളെപ്പോലെ സന്തോഷത്തോടെ അവന്റെ മുഖാംബുജം നോക്കിക്കൊണ്ടിരുന്നു. ആ സമയത്ത് അഗസ്ത്യമുനി ശ്രീരാമചന്ദ്രന്റെ മായാവിലാസത്തെപ്പറ്റി പറഞ്ഞുതുടങ്ങി. അഗസ്ത്യൻ രാമന്റെ മായയെ കണ്ടത് ഒരു വലിയ പേരാൽ വൃക്ഷമായിട്ടാണ്. അതിലെ എണ്ണമറ്റ കായകളെ അദ്ദേഹം അനന്തമായ ബ്രാഹ്മണ്ഡകോടിയോട് ഉപമിക്കുന്നു.

ഒരേ മരത്തിൽത്തന്നെ ഒട്ടനേകം പഴങ്ങളുണ്ടെങ്കിലും ഓരോ പഴത്തിലും വസിക്കുന്ന കൃമി ആ പഴത്തെ മാത്രമേ അറിയുന്നുള്ളൂ. അതിലെ ലോകത്തെ മാത്രമേ അറിയുന്നുള്ളൂ. അഗസ്ത്യൻ പറയുന്ന ഈ ഫലങ്ങൾ സംസാരവൃക്ഷത്തിലെ മായാഫലങ്ങളാണ്. ഓരോ മായാഫലത്തിലും വസിക്കുന്ന ഭാര്യാഭർത്താക്കന്മാരും കുഞ്ഞുങ്ങളുമെല്ലാം കീടസമാനരാണ്. തങ്ങളുടെ സുഖദുഃഖങ്ങളാകുന്ന തോടിനുള്ളിൽ കണ്ടും കാമിച്ചും ആലിംഗനം ചെയ്തും ചുംബിച്ചും കടിച്ചും പിടിച്ചും ശണ്ഠകൂടിയും ഉത്സവങ്ങൾ നടത്തിയും രോഗാതുരതയിൽ വീണു വലഞ്ഞും വേറൊന്നുമറിയാതെ സംസാരവൃക്ഷത്തിന്റെ മധുരവും വിധുരവുമായ പഴങ്ങൾ മാത്രം തിന്നു അവർ ജീവിക്കുന്നു. സീതാദേവി കൂടെയുണ്ടായിരുന്നപ്പോൾ രാമദേവന് മറ്റൊരു ചിന്തയും ഉള്ളിലുദിച്ചിരുന്നില്ല. സീതയെ കട്ടുകൊണ്ടു കടന്നുകളഞ്ഞ രാവണനും, സീത തന്റെ ഏറ്റവും വലിയ ആഹ്ലാദവും ദുഃഖവും മരണവുമായി തീർന്നു. ലങ്കാപുരിയിലെ എണ്ണമറ്റ രാക്ഷസന്മാർക്കും രാക്ഷസിമാർക്കും സീത പേടിസ്വപ്നമായി. സീതയെ വീണ്ടെടുക്കാൻ പോയ രാമലക്ഷ്മണന്മാർക്കും സുഗ്രീവവിഭീഷണാദികൾക്കും വാനപ്പടയ്ക്കും സീത മാത്രമായി തങ്ങളുടെ പ്രതിഭാസ പ്രപഞ്ചത്തിലെ ഭൂമിയും ആകാശവും. എത്ര തന്നെ അനർഘമായ മധുരകാരം കൊണ്ടും ഗുണസാകല്യം കൊണ്ടും അനുഗൃഹീതയാണെങ്കിലും ഭൂമിയെപ്പൊതിയുന്ന സൂര്യതാപം പോലെയും രാത്രിയെ വശ്യമാക്കിത്തീർക്കുന്ന ചന്ദ്രികപോലെയും തൈജസാഭിമാനിയായ ജീവന്റെ ഉപബോധത്തെ പൊതിഞ്ഞു നില്ക്കുന്ന നിദ്രപോലെയും അതിൽ സദാ അങ്കുരിച്ചു ചഞ്ചലമായിക്കൊണ്ടിരിക്കുന്ന സ്വപ്നം പോലെയും രാമായണത്തിലെ സീതാദേവി സകലരെയും സകലതിനെയും ഉൾക്കൊണ്ടിരിക്കുകയാൽ പരമാത്മസ്വരൂപത്തിൽ മനസ്സുറപ്പിക്കുവാൻ കഴിയാതെ ലോകം മുഴുവൻ ചഞ്ചലമായിപ്പോയിരിക്കുന്നു. ഈ മായാസ്വരൂപത്തെപ്പറ്റി അഗസ്ത്യൻ ശ്രീരാമനോട് ചോദിക്കുന്നു. എല്ലാമറിയുന്ന മഹർഷിയോട് മായാസ്വരൂപവർണ്ണനം നടത്തുന്നതിനു പകരം ശ്രീരാമൻ മുനിയുടെ അനുഗ്രഹം ചോദിക്കുന്നതേയുള്ളൂ. മുനിയാകട്ടെ രാമലക്ഷ്മണന്മാരെ പഞ്ചവടി സന്ദർശിച്ചിട്ട് ദണ്ഡകാരണ്യത്തിൽ വസിക്കാനായി പറഞ്ഞു വിടുന്നു.

സീതാരാമന്മാരും ലക്ഷ്മണനും അഗസ്ത്യാശ്രമത്തിലെത്തുമ്പോൾ മുനി ഒരു ഹവനം ചെയ്തുകൊണ്ടിരിക്കുകയായിരുന്നു. അഗസ്ത്യൻ രാമലക്ഷ്മണന്മാരോട് ദീർഘമായി ഭാഷണത്തിൽ മുഴുകിയിരിക്കുന്ന നേരത്തു സീത ലോപമുദ്രയെകണ്ടങ്ങ് വന്ദിക്കുവാനായി പോയി. സീത ആ വന്ദ്യമാതാവിന്റെ കാല്ക്കൽ വീണു നമസ്കാരം അർപ്പിച്ചു. അമ്മമാർക്കു മാത്രം ഒരു കുഞ്ഞിനു നല്കാനാവുന്ന വാത്സല്യത്തോടെ ലോപമുദ്ര സീതയെ ആലിംഗനം കൊണ്ടു പൊതിഞ്ഞു. ലോപമുദ്ര പറഞ്ഞു:

"സീതേ, നിന്റെ കദനകഥ നീ എന്നോടു ആവർത്തിച്ചു പറയേണ്ട കാര്യമില്ല. ഞാൻ എല്ലാം അറിഞ്ഞിരിക്കുന്നു. പോറലേല്ക്കാത്ത നിന്റെ നിർമ്മല ഹൃദയത്തിൽ നിറഞ്ഞു നിൽക്കുന്ന ധീരതയെ നീ ഇങ്ങ് എത്തുന്നതിനു മുമ്പുതന്നെ ഞാൻ ആകമേ വാഴ്ത്തിപ്പാടിയിരിക്കുന്നു. മകളേ, സത്യധർമ്മങ്ങളെ മാനിക്കുന്നവർക്കു ജീവിതം സുഗമമായ ഒരു സുമവീഥിയല്ല. മിഥിലാധിപന് നിന്നെ യജ്ഞഭൂമിയിൽ നിന്നു കിട്ടിയപ്പോൾ ആഹ്ലാദത്തോടെ നിന്നെ രണ്ടു കൈയിലുമെടുത്തു നെഞ്ചോടു ചേർക്കുവാൻ എനിക്കും ഭാഗ്യം സിദ്ധിച്ചിട്ടുണ്ട്. മകളേ, സൂക്ഷിക്കേണ്ടിയിരിക്കുന്നു. നിനക്കിതുവരെ ഉണ്ടായിട്ടുള്ള ദുഃഖങ്ങളെല്ലാം താൽക്കാലികമായിരുന്നു. മിന്നുന്നതെല്ലാം പൊന്നല്ല. പൊന്നല്ല ജീവിതം; കാണുന്നതുകൊണ്ട് ആയിരിക്കുന്നു എന്നു നീ കരുതരുത്".

സീത ശബ്ദം താഴ്ത്തിപ്പറഞ്ഞു:

'ഞാൻ പരിശുദ്ധിയെ വേട്ടിരിക്കുന്നു. രാജകീയതയിലാണ് ഞാൻ എന്റെ വരണമാല്യം ചാർത്തിയത്. എന്റെ നാഥൻ എന്റെ ദൈവം തന്നെയാണ്; അല്ലെങ്കിൽ എന്നെ അതിശയിപ്പിക്കുന്ന മഹാധീരൻ. ചിലപ്പോൾ ഞാൻ എന്റെ നാഥനെ സ്വന്തം മകനെപ്പോലെയും കാണുന്നു. എന്നാൽ ഞാൻ അവന് തുല്യയല്ല. ജീവിതസഖിയുമല്ല. ഒരു പുരുഷന് എങ്ങനെ സ്ത്രീയെ ഒപ്പമെന്നു കരുതുവാൻ കഴിയും? അവർ നമ്മെ സുന്ദരികളെന്നു വാഴ്ത്തും; എന്നാലും അബലയെന്നു കരുതും. ആശ്രിതയെപ്പോലെ പിന്നിൽ ഒതുക്കി നിറുത്തും. ഏതോ ശാരീരികമായ ചെറിയ വ്യത്യാസങ്ങളെച്ചൊല്ലി എത്ര കടുത്ത കോട്ടയാണ് പുരുഷൻ സ്ത്രീയെ അടക്കിഭരിക്കുന്നതിന് ഉണ്ടാക്കിയിരിക്കുന്നത്! അതിനെ ഭാര്യാധർമ്മം എന്നു വിളിച്ചിരിക്കുന്നു.

"മാനവവംശത്തിന്റെ അഗാധമായ അബോധത്തിന്റെ ആഴത്തിൽ നിന്നും പിടഞ്ഞ് എഴുന്നേറ്റുവന്ന മുൻവിധിയുണ്ട്. അതു സ്ത്രീശരീരം എടുത്തുവന്ന ഓരോ ശിശുവിന്റെയും പിന്നിൽ നീണ്ടു നീണ്ടു പോകുന്ന കറുത്ത നിഴലായി ആദ്യം മുതലേ ഒട്ടിനില്ക്കുന്നു. അവളിലാണ് മനുഷ്യവർഗ്ഗത്തിന്റെ ഭാവിയെ സുനിശ്ചിതമാക്കേണ്ടുന്നത്. അത് അവൾ ലോകത്തിനു നൽകുന്ന കാരുണ്യമായിട്ടല്ല എണ്ണിപ്പോരുന്നത്. അത് അവളുടെ കടമയാണത്രേ. പുരുഷന്മാരുടെ ലോകം മുഴുവൻ കൂടി തീരുമാനിച്ച് അവളുടെ തലയിൽ കെട്ടിവെച്ചിരിക്കുന്ന കടമ ! ആത്മാവിലുണ്ടോ ഈ

ആണും പെണ്ണും. എന്നാലും വളരുന്ന ഓരോ ദിവസവും പുരുഷനിൽ നിന്നും സ്ത്രീക്കുള്ള അകലം കൂടിക്കൂടി ധ്രുവങ്ങളോളം പോകുന്നു.

"അവൾ സംരക്ഷിക്കപ്പെടേണ്ടവളാണ്. സുന്ദരിയാണ്. പട്ടുകുപ്പായ ങ്ങൾകൊണ്ടും സുരഭിലമായ തൈലങ്ങൾകൊണ്ടും അവളെ മാനി ക്കേണ്ടതാണ്. മുത്തിനും വൈഡൂര്യത്തിനും ശോഭയുണ്ടാകുന്നത് അതു കൊണ്ട് അവളെ വിഭൂഷിതയാക്കുമ്പോഴാണ്. അവൾ മന്ദഗാമിനിയാ യിരിക്കണം. ചുണ്ടിൽ നിന്നും വരുന്നത് തേൻ തുള്ളിയായിരിക്കണം. പഞ്ചമം പാടാനുള്ള തത്തയാണവൾ. അവൾക്കുവേണ്ടി നിർമ്മിക്കുന്ന പഞ്ജരം രത്നഖചിതമായ സുവർണ്ണ പേടകമായിരുന്നുകൊള്ളട്ടെ. അതൊക്കെ പുരുഷന്റെ ഔദാര്യമാണ്. സ്ത്രീ എന്തുചെയ്തുകൂട, എന്തൊക്കെ കൃത്യമായി ചെയ്യണം അതിനു ധർമ്മകോശങ്ങൾതന്നെ അവർ ഉണ്ടാക്കിയിട്ടുണ്ട്.

സീത ഇങ്ങനെയെല്ലാം പറയുമ്പോൾ ലോപമുദ്ര രാമലക്ഷ്മണന്മാരെ ശ്രദ്ധിക്കുകയായിരുന്നു. ത്രികാലജ്ഞാനി എന്നുപോലും പ്രസിദ്ധി യാർജ്ജിച്ചിരുന്ന രാമചന്ദ്രൻ ഇതുകേൾക്കുന്നുണ്ടോ എന്ന് അവർ ശങ്കിച്ചു. സീതയ്ക്ക് അതു മനസിലായി.

"അമ്മേ, ഞാൻ എന്റെ കുഞ്ഞുവായ് തുറന്നു ഉറച്ചു പറയുമ്പോൾ, പൊട്ടിച്ചിരിക്കുമ്പോൾ, മുറ്റത്തു ഉലാത്തുവാൻ ഇറങ്ങുമ്പോൾ, കൊട്ടാര ത്തിലെ സുശിക്ഷിതരായ ചേടിമാർ എന്നോടു പറയും:

'കുഞ്ഞേ, പതുക്കെ പതുക്കെ, പുരുഷന്മാർ കാൺകെ ഓടരുത്, ഉറച്ചു ചിരിക്കരുത്, അവർക്കു കാണത്തക്കവണ്ണം നീ പുറത്തു വന്നു നിൽക്ക രുത്. ഇപ്പോൾ അച്ഛനെ അനുസരിച്ചു പഠിക്കുക, കാലമെത്തുമ്പോൾ ഭർത്താവു വരും. അന്ന് എല്ലാം ഭർത്താവിനു അടിയറ വെയ്‌ക്കേണ്ട വളാണ് നീ. അച്ഛൻ കന്യാദാനത്തിനൊരുങ്ങിയാൽ നീ അതിനു തയ്യാറാവുക. നിന്റെ പരിരക്ഷകനായി വരുന്നവന്റെ മക്കളെ നീ യോനിയിൽ ഏറ്റുവാങ്ങുക. ഗർഭത്തിൽ വളർത്തുക. ചോദ്യങ്ങൾ ചോദി ക്കരുത്.

എന്നാൽ അങ്ങനെയൊന്നുമല്ല കൊട്ടാരത്തിൽ വളർന്ന രാമലക്ഷ്മണ ന്മാരും ഭരതശത്രുഘ്നന്മാരും. അവർ അട്ടഹസിക്കണം. ഉറക്കെ ചിരി ക്കണം. മൽപ്പിടിത്തം നടത്തണം. അവരൊക്കെ നാളെ ഭർത്താക്കന്മാരാ കേണ്ടവരാണ്. രാജകുമാരന്മാരാണ്.യുദ്ധവും വിജയവും കൂട്ടക്കൊലയു മെല്ലാം അവർക്കു ഭൂഷണമാണ്. രാമന്റെ കളിപ്പാട്ടങ്ങൾ ഭടന്മാരായിരുന്നു. ബാല്യകാലം കളിക്കാനുള്ളതായിരുന്നു. അമ്പും വാളും പരിചയും ത്രിശൂ ലവും ഒക്കെയായിരുന്നു അവന്റെ കളിപ്പാട്ടങ്ങൾ. അവൻ സ്വപ്നം കാണേ ണ്ടത് പുഴ ഒഴുകുന്നതുപോലെയുള്ള മനുഷ്യരക്തത്തെ വേണം!

"ആഹാ! മനുഷ്യവർഗ്ഗത്തിനു പരമേശ്വരൻ കനിഞ്ഞു കൊടുത്ത ജീവിതത്തെ ആണിലും പെണ്ണിലും എത്ര വികൃതമായിട്ടാണ് മനുഷ്യർ

അടുക്കി വെച്ചിരിക്കുന്നത്! രാക്ഷസനിൽ തിന്മയുണ്ട്. അതിനെ ജയിക്കുന്ന തിന്മ മനുഷ്യനിൽ വേണം. രാക്ഷസൻ കോപാക്രാന്തനാണ്. എന്നാൽ രാജകുമാരന്മാർ സ്വന്തം കോപാഗ്നിയിൽ മുഴുവൻ ലോകത്തെയും ചുട്ടു ചാമ്പലാക്കണം. സത്യവും ധർമ്മവും പഠിച്ചു വെയ്ക്കുവാനുള്ള വാക്കുകളാണ് എന്നാൽ പ്രവർത്തിക്കുമ്പോൾ ഏതു ഗൂഢതന്ത്രവുമാകാം."

പിന്നെ സീത ലോപമുദ്രയുടെ കണ്ണിലേക്കുറ്റുനോക്കി ദയനീയ സ്വരത്തിൽ പറഞ്ഞു.

"അമ്മേ, പുരുഷന്റെ ഈ തിന്മകളെയൊക്കെ വിളിച്ചു പറയുവാനുള്ള നാക്ക് നീ എനിക്കു തരുമോ? ധാർഷ്ട്യവും അഹങ്കാരവും നിറഞ്ഞ അവന്റെ ഉന്മത്തതയെ തടവി ഒതുക്കി ഒരു കുഞ്ഞിന്റെ ശാലീനത അവനിൽ കൊണ്ടുവരാനുള്ള രഹസ്യം നീ എനിക്കു പറഞ്ഞുതരുമോ?"

ലോപമുദ്ര വാത്സല്യത്തോടെ സീതയെ തന്റെ വിറയാർന്ന കരവലയങ്ങളിൽ ഒതുക്കിക്കൊണ്ടു പറഞ്ഞു.

"രാമനോടൊപ്പം കാട്ടിൽ പോകാൻ നീ തീരുമാനിച്ചത് മനുഷ്യവർഗ്ഗത്തിനു തന്നെ ഒരു വഴിത്തിരിവായിത്തീരും. വീടിന്റെ ഉമ്മറത്തെ കതകു ചാരി അടുക്കളയിൽ കഴിയേണ്ടവളാണ് പെണ്ണെന്ന ധാരണ നീ കാറ്റിൽ എറിഞ്ഞുകളഞ്ഞല്ലോ, മകളേ? ഈ രാജാക്കന്മാർക്കും രാജകുമാരന്മാർക്കും ഒരേ ഒരു വിചാരമേയുള്ളൂ. കയ്യിലിരിക്കുന്ന ആയുധത്തിന്റെ വായ്ത്തല സമസ്യഷ്ടങ്ങളുടെ ഗളനാളത്തിൽ ഉപയോഗിക്കണം. കുഞ്ഞുങ്ങളെ വളർത്തേണ്ടുന്നതു നാളത്തെ പോരാളികളാകാൻ വേണ്ടിവേണം. തോല്വി ഒരിക്കലും സമ്മതിക്കരുത്. അതുവരുമെന്നു കണ്ടാൽ മുമ്പിൽ നിൽക്കുന്നവരെ ഒക്കെയും കൊല്ലണം. തനിയേ ചാവണം. കാമിനിയും കാഞ്ചനവും പുരുഷനു പരിഗ്രഹിക്കുവാൻ വേണ്ടി മാത്രമുള്ള രണ്ടു സമ്മാനങ്ങളാണ്.

"സീതേ, രാമന്റെ കുഞ്ഞുങ്ങൾക്കു നീ അമ്മയാകും. അമ്മ മരിക്കുന്നതു പുതിയ ജീവരൂപങ്ങൾക്കു ഉടലും വപുസ്സും കൊടുക്കുവാൻ വേണ്ടിയാണ്. നീ ലോകമാതൃത്വത്തെ കെടുത്തരുത്. അതു നീ ഒരിക്കലും മറക്കാതിരിക്കുക. മഹർഷിമാർക്കു കൂടി ഗുരുവും മാർഗ്ഗദർശിയുമാണ് നിന്റെ പിതാവ്. ജനകൻ വെറും രാജാവോ ഋഷിയോ അല്ല; രാജർഷിയാണ്. ലോകത്തിന്റെ അനശ്വരത ചാമ്പൽ മൂടിക്കിടക്കുന്ന അഗ്നികുണ്ഡത്തെപ്പോലെയാണ്. അതുപോലെ ആത്മാവും അനിത്യതയിൽ പൊതിഞ്ഞിരിക്കുന്ന നിത്യതയ്ക്ക് ഉദാഹരണമായിരിക്കും."

രാമലക്ഷ്മണന്മാരും സീതയും അവസാനം അഗസ്ത്യനോട് വിട ചോദിച്ചപ്പോൾ മഹർഷി നിരഞ്ജനനായി പറഞ്ഞു:

"എന്നാൽ അങ്ങനെയാവട്ടെ"

പുരുഷന്റെ നിർവ്വികാരമായ തത്ത്വദർശനം പോലെയല്ല എല്ലാറ്റിനോടും പ്രതികരിക്കുവാൻ കഴിയുന്ന സ്ത്രീയുടെ വിശുദ്ധമായ ഹൃദയം. സീതയെത്തന്നെ നോക്കിക്കൊണ്ടു നിന്ന ലോപമുദ്രയുടെ ഹൃദയ കാലുഷ്യം അവൾക്കു തടയാനാവുന്നതായിരുന്നില്ല. കണ്ണുകൾ കലങ്ങിയിരുന്നു. ചേലത്തുമ്പുകൊണ്ട് സ്വന്തം കണ്ണുനീർ തുടച്ചു മാറ്റുമ്പോഴും സീതയ്ക്ക് സംഭവിച്ചേക്കാനിടയുള്ള ആപത്തുകളെല്ലാം ഒരു ചിത്രപടത്തിലെന്നതുപോലെ ലോപമുദ്ര കൺമുമ്പിൽ കാണുന്നുണ്ടായിരുന്നു.

അഗസ്ത്യൻ തന്നോടെന്നതുപോലെ മൃദുവായി പറഞ്ഞു:

‘നന്മയോടു തിന്മ പൊരുതുന്നു. അതു എന്നും അങ്ങനെയായിരുന്നല്ലോ. അങ്ങനെയായിരിക്കുകയും ചെയ്യും. ദണ്ഡകം ഈ ആരണ്യം തന്നെയാണ്. രാവണൻ കടലിനപ്പുറത്തുള്ള ലങ്കയിലാണെങ്കിലും അവൻ ദണ്ഡനം ഏൽക്കേണ്ടിവരുമ്പോൾ ഇവിടെ എത്തും.”

അഗസ്ത്യന്റെ വാക്കുകൾ കേട്ടുകൊണ്ടിരുന്ന ലോപമുദ്ര ഇടയ്ക്കു കയറിപ്പറഞ്ഞു.

‘മനുഷ്യപ്പടയായാലും രാക്ഷസപ്പടയായാലും ആർത്തട്ടഹസിച്ച് ശരാവലി പൊഴിക്കുന്നത് പുരുഷന്മാരാണല്ലോ. അവർ നാശത്തിന്റെ പേക്കൂത്തുകൊണ്ട് രക്തക്കളമുണ്ടാക്കുമ്പോൾ ആമഹാസമുദ്രത്തിലെ ഒരു കൊച്ചു തുരുത്തുപോലെ സീത അവിടെ നിന്ന് എന്തായിരിക്കും ചെയ്യേണ്ടി വരുന്നത്.? സത്യവതിയും സ്നേഹവതിയും ശുദ്ധമതിയും ആയ സീത മനുഷ്യമനസ്സിലെ ഏറ്റവും പവിത്രമായ ഒരു പൂമൊട്ടാണ്. അവളെ ആ ഖലന്മാർ കശക്കി തീയിലെറിഞ്ഞു കളയുകയില്ലേ? അത്രയും പുരുഷന്മാരുടെ ഇടയിൽ തന്റെ ചാരിത്ര്യവും മനോനൈർമ്മല്യവും വാടാത്ത സൗന്ദര്യവും അവളെങ്ങനെ കാത്തുസൂക്ഷിക്കും? ഏതെങ്കിലുമൊരു ഖലൻ അവളോടു അന്യായം കാണിച്ചാൽ അവൾക്ക് അത് തടയുവാൻ കഴിയുമോ? ഇന്നു വാമാംഗിയായി അവളെ കൊണ്ടു നടക്കുന്ന ശ്രീരാമചന്ദ്രൻ പോലും അവളുടെ വിശുദ്ധിയെ സംശയിക്കുകയില്ലേ? തനിക്കു ബോധ്യമായാലും താൻ അറിയുന്ന സീതയുടെ വിശുദ്ധി പാമരന്മാർക്കുകൂടി അറിയുവാൻ രാമൻ അവളെ അഗ്നിയിൽ പ്രവേശിപ്പിക്കുകയില്ലെന്ന് ആരു കണ്ടു.”

അതുകോണ്ട് അഗസ്ത്യൻ പറഞ്ഞു: “ലോപമുദ്രേ സീത ശുദ്ധതേജസ്സാണ്. തേജോമയിയായ അവളുടെ സത്യത്തെ അഗ്നിക്കുപോലും സ്പർശിക്കാനാവുകയില്ല.”

അഗസ്ത്യന്റെ ദീർഘദർശനം കേട്ട ലോപമുദ്ര അൽപ്പം സമാശ്വാസിതയായിത്തീർന്നു. അഗസ്ത്യനോടൊപ്പം അവളും കുടീരത്തിലേക്കു പോയി. ശ്രീരാമന്റെ സാന്നിദ്ധ്യംകൊണ്ട് സർവ്വത്ര ശാന്തമായിത്തീർന്ന ദണ്ഡകാരണ്യത്തിൽ വസിക്കുമ്പോൾ ലക്ഷ്മണൻ തന്നെ തന്റെ ജ്യേഷ്ഠനോട് ഇപ്രകാരം പറയുന്നു.

സുര നര മുനിസചരാചരാസായിം
മേം പൂഛൗം നിജ പ്രഭുകിനായിം

ദേവതകൾ മനുഷ്യർ മുനിമാർ എന്നല്ല എല്ലാ ചരാചരങ്ങളുടെയും സ്വാമി! ഞാൻ അവിടുത്തോട് ഒരു ഉപദേശം ചോദിച്ചു കൊള്ളട്ടെ. അല്ലയോ ദേവ, എന്റെ അറിവിനുവേണ്ടി അവിടുന്ന് ബോധം നൽകണമേ. ഞാൻ എന്തു ത്യജിച്ചാൽ അവിടുത്തെ പാദപാംശുക്കളിൽ എന്റെ മനസ്സ് പൂർണ്ണമായി വിലയം പ്രാപിക്കും. എനിക്കവിടുന്ന് ജ്ഞാനം ഉപദേശിച്ചു തരണം. വൈരാഗ്യത്തിനുള്ള മാർഗ്ഗം പറഞ്ഞുതരണം. മായ എന്താണെന്ന് വിവരിച്ചു തരണം. അവിടുന്ന് കരുണാമയനാണല്ലോ.

ഈശ്വര് ജീവ്ഹി ഭേദ് പ്രഭു
സകല കഹഹു സമുഛായി
ജാതേം ഹോയി ചരൺ രതി
ശോക മോഹ ഭ്രമ് ജായീ.

അല്ലയോ പ്രഭു, എന്താണ് ഈശ്വരനും ജീവാത്മാവും തമ്മിലുള്ള വ്യത്യാസം? അതറിഞ്ഞിട്ടു വേണം എനിക്കവിടുത്തെ പാദരേണുക്കളിൽ ലയിക്കുവാൻ. ശോകമോഹങ്ങളിൽ നിന്നുള്ള മോക്ഷത്തിന് അതേ ഒരു മാർഗ്ഗമുള്ളൂ.

ലക്ഷ്മണകുമാരന്റെ ഈ വാക്കുകൾ കേട്ടിട്ട് ശ്രീരാമചന്ദ്രൻ ഇങ്ങനെ പറഞ്ഞു. പ്രിയ സോദരാ, എല്ലാം ഞാൻ നിനക്കു പറഞ്ഞു തരാം. നിന്റെ ബുദ്ധിയും മനസ്സും ചിത്തവും എന്റെ വാക്കുകളിൽ വെയ്ക്കുക. ഞാൻ, എന്റെ, നീ, നിന്റെ ഇപ്രകാരമുള്ള കൽപ്പനകളെല്ലാം ജീവാത്മാവിനെ ചൂഴ്ന്നു നിൽക്കുന്ന മായാവിലാസമാണെന്നറിയുക. ഇന്ദ്രിയങ്ങൾ ഒട്ടനേകം ലാളനകൾ സ്വീകരിച്ച് വിഷയങ്ങളിൽ രമിക്കുന്നു. മനസ്സ് സദാസമയവും രഞ്ജനത്തിനായി കൊതിക്കുന്നു. പ്രിയസോദരാ, അതു മായയാണെന്നറിയുക. രണ്ടു മാതിരി മായയുണ്ട്. വിദ്യയും അവിദ്യയും. അറിവും അറിവില്ലായ്മയും ഒരുപോലെ പൂത്തു മറിഞ്ഞു കിടക്കുന്ന മായാതരുക്കളാണ്. ഇനി അവയുടെ വ്യത്യാസം മനസ്സിലാക്കുക. അവിദ്യ തിന്മ നിറഞ്ഞതാണ്. അതെപ്പോഴും അസ്വസ്ഥത ഉണ്ടാക്കുന്നു. അതിന്റെ സ്വാധീനത്താൽ ജീവൻ ശരീരബദ്ധനായിരിക്കുന്നു. അതുകൊണ്ട് 'ഞാൻ' 'ഞാൻ' എന്നവർ പറയുന്നു. അഹന്തയുടെ അസ്തിതയിൽ അവൻ അഭിമാനിച്ച് അതിൽത്തന്നെ ബദ്ധനായി നിൽക്കുന്നു. അറിവുകൊണ്ട് പ്രപഞ്ചം വിരചിതമായിരിക്കുന്നു. അതിൽത്തന്നെ ഗുണത്രയവും ഉൾപ്പെടുത്തിയിരിക്കുന്നു. പ്രപഞ്ചവിധാനീയത ഈശ്വരന്റെ ലീല മാത്രമാണ്. എന്നാൽ ആ പ്രപഞ്ചത്തിലെ ഓരോ കല്പനയും അതിനു സ്വതഃ സിദ്ധമായി ഉണ്മയുള്ളതുപോലെ അഭിമാനിക്കുകയും പെരുമാറുകയും ചെയ്യുന്നു.

ഏക് ദുഷ്ട അതിസയ ദുഃഖരൂപാ
ജാ ബസജീവ പരാ ഭവ കൂപാ
ഏക രചൈ ജഗ ഗന ബസജാകേം
പ്രഭു പ്രേരിത നഹി നിജ ബല താകേം
ഗ്യാന മാന ജഹാം ഏകൗ നാഹിം
ദേഖ ബ്രഹ്മ സമാന സബ മാഹിം
കഹി അ താത സോ പരമ ബിരാഗി
തൃന സമ സിദ്ധി തീനി ഗുന ത്യാഗീ
മായാ ഈസ ന ആപു കഹൂം
ജാന കഹി അ സോ ജീവ
ബംധ മോക്ഷപ്രദ സർബപര
മായാ പ്രേരക സീവ
ധർമ്മ തേം ബിരതി ജോഗ തേം ഗ്യാന
ഗ്യാന മോക്ഷപ്രഭ ബേദ ബഖാന
ജാതോം ബേഗി ദ്രവഉൗം മേം ഭാഈ
സോ മമ ഭഗതി ഭഗത സുഖദാഈ.
സോ സുതംത്ര അവലംബ ന ആനാ
തേഹി ആധീന ഗ്യാന ബിഗ്യാനാ
ഭഗതി താത അനുപമ സുഖമൂലാ
മിലഇ ജോ സംത ഹോഹിം അനുകൂലാ
ഭഗതി കി സാധന കഹൈം ബഘാനി
സുഗമ പംഥ മോഹി പാവഹിം പ്രാനി
പ്രഥമഹി ബിപ്രചരന അതിപ്രീതി
നിജ നിജ ധർമ്മ നിത ശ്രുതിരീതി.
എഹി കര ഫല പുനിവിഷയബിരാഗാ
തബ മമ ധർമ്മ ഉപജ അനുരാഗാ
ശ്രവനാദിക നവ ഭഗതി ദൃണ്ഠാഹീം
മമ ലീലാ രതി അതിമനവാഹീം

ശ്രീരാമചന്ദ്രൻ തുടർന്നു പറഞ്ഞു:- അവിദ്യ വളരെ ദുഃഖങ്ങളെ ഉളവാക്കുന്നതാണ്. അതു ബാധിച്ചാൽ ജീവൻ നരകകൂപത്തിൽ വീണതുപോലെ ദുഃഖിതനാകും. വേറൊരു തരത്തിലുള്ള കല്പനയാണെങ്കിൽ അതു ലോകരചനയ്ക്കു കാരണമായിട്ടുള്ളതാണ്. മൂന്നു ഗുണങ്ങളെയും അതിൽ ഉള്ളടക്കി വെച്ചിട്ടുണ്ട്. അതിന്റെ ഭാവരൂപമെല്ലാം സർവ്വേശ്വരന്റെ നിയന്ത്രണത്തിലാണ്. നിനക്കതിന്റെ മുകളിൽ യാതൊരു തരത്തിലും സ്വാധീനം ചെലുത്തുവാൻ കഴിയുകയില്ല. എന്നാൽ മാലിന്യം ഒഴിഞ്ഞിരിക്കുന്നതായ ജ്ഞാനമാകട്ടെ. അഹന്തയുടെ എല്ലാ ദോഷങ്ങളും അകന്നുപോയതാണ്. അത് സർവ്വഭൂതങ്ങളിലും പരാത്മദർശനത്തെ ഒരുപോലെ ഉണ്ടാക്കുന്നതാണ്. സിദ്ധികാമികൾ അല്ലാതിരിക്കുന്ന ത്യാഗീശ്വരന്മാരെ മാത്രമേ അവിദ്യ ബാധിക്കാതിരിക്കുന്നുള്ളൂ.

അതിനെ ജീവാത്മാവ് എന്നു പറയുന്നു. അതിനു മായാമലത്തെ അകറ്റുവാൻ കഴിയുന്നു. ആ അവസ്ഥയിൽ ജീവേശ്വരന്മാർ ഭിന്നമല്ല. ധർമ്മാനുസാരമുള്ള ജ്ഞാനത്താൽ പരിഭൂതമായ മനസ്സുണ്ടായി യോഗ യുക്തനാകുമ്പോഴാണ് ഒരാൾ അദ്ധ്യാത്മജ്ഞാനത്തെ പൂർണ്ണമായി പ്രാപിക്കുന്നത്. അത് ഒരുവനു മുക്തി നൽകുന്നതായി ശാസ്ത്രം അനു ശാസിക്കുന്നു. എന്നാൽ എന്റെ ഹൃദയമാകട്ടെ വേഗത്തിൽ അലിയു ന്നതോ, നിരതിശയമായ ഭക്തി കാണുമ്പോഴാണ്. എപ്പോഴാണ് ഭക്തി അതിന്റെ ശുദ്ധമായ പാരമ്യതയിൽ എത്തുന്നത് അപ്പോൾ ജ്ഞാനം തനിയേ തന്നെ പ്രകാശിപ്പിക്കുന്നു.

"പ്രിയ സോദരാ, ഭക്തിക്ക് തുല്യമായി ഒരാനന്ദവുമില്ല. എന്നാൽ മഹാ ത്മാക്കളുടെ അനുകൂലമുണ്ടായാൽ മാത്രമേ ഭക്തിയുടെ പ്രസന്നത ഒരു വനിൽ ഉണ്ടാകുന്നുള്ളൂ. അതിനുവേണ്ടി ബ്രഹ്മജ്ഞാനികളുടെ പാദാം ബുജങ്ങളിൽ പിന്നെയും പിന്നെയും വന്ദിക്കണം. സ്വധർമ്മപാലനത്തിൽ പൂർണ്ണമായും നിമഗ്നനാകണം. പ്രിയാപ്രിയങ്ങളെ ധ്യാനിക്കരുത്. ശുദ്ധ വൈരാഗ്യം ഹൃദയത്തിൽ നിറയണം. എന്നിൽ നീ ശ്രദ്ധാവാനായി ശുശ്രൂഷ അർപ്പിക്കണം. അപ്പോഴാണ് ഭക്തിയുടെ ഒൻപത് ശുദ്ധഭാവ ങ്ങളും നിന്നിൽ വളരുന്നത്. എന്നുമാത്രമല്ല, അപ്പോൾ ഹൃദയം ആനന്ദ തുന്ദിലമാകുകയും മനസ്സറിയാതെ തന്നെ കീർത്തനങ്ങൾ ആലപിക്കു കയും ചെയ്യും. പ്രാർത്ഥനയിലും സങ്കീർത്തനത്തിലും മനസ്സ് വ്യവസ്ഥ യുള്ളതാക്കി വെച്ച് വാക്കിനെയും വിചാരത്തെയും പെരുമാറ്റത്തെയും എല്ലാം ഗുരുപൂജനത്തിനായി സർവ്വഥാ അർപ്പിക്കണം. അപ്രകാരമുള്ള ഭക്തിസാന്ദ്രത കൊണ്ട് മനസ്സ് നിറയുമ്പോൾ കണ്ണു നിറഞ്ഞൊഴുകും. വികാരവായ്പുകൾകൊണ്ട് വാക്കുകൾ ഇടറും.

ഭഗതിജോഗ് സുനി അതിസുഖപാവാ
ലച്ഛിണ പ്രഭൂ ചരൻ ഹി സിരുനാവ
യഹി ബിഥി ഗാഎ കഛുക ദിൻബീതി
കഹത ബിരാഗാ ജ്ഞാനഗുനനീതി-

ശ്രീരാമചന്ദ്രന്റെ മധുരമായ വാക്കുകൾ കേട്ട് ലക്ഷ്മണന്റെ മനസ്സ് കുളിർത്തു. ലക്ഷ്മണൻ കുനിഞ്ഞ് രാമന് ചരണവന്ദനം നൽകി. ഇങ്ങനെ കുറേ ദിവസം സന്തോഷത്തിന്റെയും സമാധാനത്തിന്റെയും മടിയിൽ രാമലക്ഷ്മണൻമാർ സീതയോടൊപ്പം സന്തോഷമായി കഴിഞ്ഞു. ശ്രീരാമ ചന്ദ്രന്റെ വാക്കുകൾ ലക്ഷ്മണന്റെ സംശയങ്ങളെല്ലാം മാറ്റിക്കഴിഞ്ഞു.

തന്നോടെന്നതുപോലെ ലക്ഷ്മണൻ പിന്നെയും പിന്നെയും പറഞ്ഞു. 'ആത്മാവിലെല്ലാം ഏകം. എല്ലാം അന്തർഗതം. അപ്രകാരം മനസ്സി ലാക്കുമ്പോൾ മാത്രമേ അഹന്തയ്ക്കു ഉള്ളിലിടമില്ലാതാകുന്നുള്ളൂ. ആധിഭൗതികമായ സമ്പത്ത്, പണ്ഡിതമ്മന്യത്വം, യോഗസിദ്ധികൾ, ഇതൊക്കെ ആഗ്രഹിക്കുന്നവർ ആത്മാവിന്റെ ആഴവും പരപ്പും മനസ്സി ലാക്കിയിട്ടില്ലാത്തവരാണ്. സമതയാണ് അവർക്കുണ്ടാകേണ്ടതായിട്ടുള്ള

നന്മ. ജീവൻ എപ്രകാരമാണോ അഹന്തയേയും മായയേയും, ഈശ്വ രനെപ്പോലും അറിയാതെ സർവ്വാശ്ശേഷിയായിരിക്കുന്ന സത്യത്തിൽ അന്യഥാത്വം ഇല്ലാതെ കലർന്നിരിക്കുന്നത്. അപ്പോൾ മാത്രം അവൻ മായയയിൽ നിന്നും മുക്തനാണ്. എല്ലാത്തരത്തിലുള്ള അന്യഥാത്വത്തിൽ നിന്നും ഒരുവന് മുക്തി നേടേണ്ടതുണ്ട്. സത്യം, സമത, സ്വാതന്ത്ര്യം ഇവയെപ്പറ്റിയുള്ള നിരന്തമായ ധ്യാനം തന്നെയാണ് ഭക്തി. വെറും യുക്തി യുക്തതയുടെ വാദപ്രതിവാദങ്ങളല്ല ഒരുവനിൽ ഭക്തിയുണ്ടാക്കുന്നത്. അകാരണമായി എല്ലാ ജീവജാലങ്ങളിലേക്കും തന്നിൽ നിന്നും ഒഴുകി പ്പോകുന്ന പ്രമവും തന്നിലേക്ക് ഒഴുകി വരുന്ന സ്നേഹമഹിമാവും ഒരുമി ക്കുന്ന ഏകമായ സത്യത്തിന്റെ വൈകാരികവും വൈചാരികവും ആധി ഭൗതികവും ആദ്ധ്യാത്മികവും ആധിദൈവികവുമായ ഏകതയാണ് ഭക്തി.

ഭ്രാതാവിന്റെ വചനാമൃതത്തെപ്പറ്റി ലക്ഷ്മണൻ ഇപ്രകാരം ധ്യാനിച്ചു കൊണ്ടിരിക്കുമ്പോൾ പച്ചിലകൾകൊണ്ട് തളിർത്ത് ഉലഞ്ഞു കൊണ്ടി രുന്ന മാമരങ്ങളെല്ലാം കാറ്റിൽ അവരുടെ ശിരസ്സ് മെല്ലെ ആട്ടി നിൽക്കു ന്നുണ്ടായിരുന്നു. പൂക്കളെല്ലാം ആഹ്ലാദത്തോടെ അവയുടെ ഇതളുകൾ വിടർത്തി സൂര്യന്റെ ഊഷ്മളമായ കിരണാവലിയിൽ അവയുടെ മുഖ കാന്തി ചൊരിഞ്ഞു നിൽക്കുന്നുണ്ടായിരുന്നു. തേനീച്ചകൾ ആഹ്ലാദ ത്തോടെ പൂക്കളിൽ നിന്ന് തേൻ കുടിക്കുകയായി. മന്ദമാരുതൻ ഇതിനെ യെല്ലാം തഴുകി സൗരഭ്യത്തെ ഏറ്റുവാങ്ങി നാലുപാടേയ്ക്കും വീശിക്കൊ ണ്ടിരുന്നു. പക്ഷികൾ മരച്ചില്ലകളിലിരുന്ന് മധുരകൂജനം ചെയ്തു. പുഴ കളെല്ലാം ഗർഗള ശബ്ദം ഉതിർത്തുകൊണ്ട് ഒഴുകുന്നുണ്ടായിരുന്നു. വേറൊരു തരത്തിൽ പറഞ്ഞാൽ മനുഷ്യൻ അവന്റെ ഹൃദയത്തിൽ ഭക്തി യുടെ ആനന്ദം കണ്ടെത്തുമ്പോൾ അവനെ പൊതിഞ്ഞു നിൽക്കുന്ന പരി സരവും അവന്റെ ആത്മഗീതത്തിൽ അലിഞ്ഞു ചേരും.

ഇപ്രകാരം ഭക്തിയുടെ സവിശേഷതയെ പ്രകീർത്തിച്ചതിനു ശേഷം എപ്രകാരമാണ് ഭക്തിയെ വളർത്തിയെടുക്കേണ്ടതെന്ന് രാമൻ ലക്ഷ്മണ നോട് പറയുന്നു. ബ്രഹ്മതത്ത്വം ഗ്രഹിച്ചു വെച്ചിരിക്കുന്ന മഹത്തുക്കളുടെ നിരന്തമായ സാമീപ്യമുണ്ടായാൽ മനസ്സിലുണ്ടായിരിക്കുന്ന വിലക്ഷണ മായ സാമീപ്യമുണ്ടായാൽ മനസ്സിലുണ്ടായിരിക്കുന്ന വിലക്ഷണമായ അഹന്തയുടെ ഇരുൾ മാഞ്ഞു പോകും. അവിടെ സത്യപ്രകാശം ഉണ്ടായി സ്വാത്മാവിന്റെ സാന്നിദ്ധ്യത്തെ ബോധ്യപ്പെടുത്തി കൊടുക്കും. തന്റെ സ്വഭാവത്തിനും സ്വരൂപത്തിനും ഇണങ്ങി നിൽക്കുന്ന ധർമ്മം മനസ്സി ലായിത്തുടങ്ങും. ആ സ്വധർമ്മത്തിൽ കൂടുതൽ കൂടുതൽ മുഴുകുന്തോറും പ്രപഞ്ചത്തിനു മുഴുവൻ ആധാരമായിരിക്കുന്ന ധർമ്മത്തിൽ സ്വധർമ്മം എപ്രകാരം ഉൾപ്പെട്ടിരിക്കുന്നു എന്ന് ബോധ്യമാകും. അപ്പോൾ ശ്രേയ സ്കരമായ ധർമ്മചര്യയിൽ മനസ്സ് സഹജമായി ചരിച്ചു തുടങ്ങും. അഹന്ത ഉള്ളിലിരുന്ന് വിജൃംഭിക്കാത്തതുകൊണ്ട് ഇന്ദ്രിയങ്ങളേയോ മനസ്സി നേയോ പ്രത്യേകമായി പരിപോഷിപ്പിക്കാൻ തോന്നുകയില്ല. സകല

ജനങ്ങളുടെയും സന്തോഷത്തിനായി സദാ കാത്തു നിൽക്കുന്ന എന്റെ സേവനത്തിനും സഹായത്തിനുമായി എന്നെ സമീപിക്കുന്നവർക്ക് ഞാൻ എപ്രകാരമാണോ എന്നെ പൂർണ്ണമായി അർപ്പിച്ചുകൊടുക്കുന്നത്. അതു പോലെ അയാളുടെ കർത്തൃത്വ നിർവ്വഹണത്തിനായുള്ള അവസരം സഹജമായി ഉണ്ടായി വന്ന് ഉത്കൃഷ്ട ജീവിതത്തിലേക്ക് അയാളെ നയിച്ചു കൊണ്ടുപോകും. ചെറിയ കാട്ടാറുകൾ തമ്മിൽ ചേർന്നു മഹാ നദികളാകുന്നതുപോലെ മനസ്സിൽ വന്നു ചേരുന്ന ഗുണഭൂയിഷ്ഠമായ സങ്കല്പങ്ങൾ സ്വയമേവ എന്നതുപോലെ ഭക്തിയെ വളർത്തുന്നു. അന്തരാത്മാവിന്റെ പ്രശാന്തിയുള്ള സൗന്ദര്യം അന്തഃകരണങ്ങളേയും ബാഹ്യലോകത്തേയും ഒരുപോലെ തഴുകി നിൽക്കുമ്പോൾ ഉള്ളിലു ണ്ടാവുന്ന പ്രശാന്തി അഹങ്കാരജന്യമല്ല, ആത്മജന്യമാണ്.

രാമായണകർത്താവായ വാല്മീകി മുതൽ അതിന്റെ വിവർത്തകരാ യിട്ടുള്ളവർ വരെ ഈ സന്ദർഭം വരാൻ കാത്തു നിൽക്കുകയാണെന്നു പറയാം. ഇവിടെ രാമായണത്തിലെ സർവ്വേശ്വരനായ ശ്രീരാമചന്ദ്രന്റെ പ്രതിദ്വന്തമായ രാക്ഷസചക്രവർത്തി രാവണനെ അവതരിപ്പിക്കാൻ പോകുന്ന ഘട്ടമായിരിക്കുന്നു. ലോകത്തിലെ ദുരന്തനാടകങ്ങളിലെല്ലാം പല മാതിരി ആവിഷ്കാരം കൊണ്ട് ജീവിതത്തിന്റെ നാടകീയതയെ പ്രപഞ്ചത്തെ പൊതിഞ്ഞുനിൽക്കുന്ന വൈരുദ്ധ്യാത്മികതയുടെ ഏറ്റവും കൊടിയ ആഴത്തിലേക്ക് കൊണ്ടുപോകുന്ന സന്ദർഭമാണ് കാണുന്നത്.

ഇന്ത്യയിലെ സാഹിത്യനിരൂപണങ്ങളെപ്പറ്റി ആലോചിക്കുമ്പോൾ അതിനോടു ഏറ്റവും അടുത്തു നിൽക്കുന്നത് ഗ്രീക്കു പൗരാണിക സാഹിത്യമാണെന്നു വേണം പറയാൻ. നമ്മുടെ ഇതിഹാസങ്ങളിലെ നായകന്മാരുടെ വംശാവലിയും മറ്റും പറഞ്ഞുവരുമ്പോൾ അവർ ചരിത്ര പുരുഷന്മാരായിരുന്നുവെന്നു കുറെയൊക്കെ സമ്മതിക്കേണ്ടി വരും. എന്നാൽ അവരുടെ വംശാവലിയും മറ്റും തേടിച്ചെല്ലുമ്പോൾ ചിലരുടെ യെല്ലാം ഉത്ഭവം, മാനുഷികമായ ചരിത്രങ്ങളിൽ ഉൾപ്പെടുത്താൻ കഴി യാത്തതാണ് എന്നു കാണാം. ഉദാഹരണത്തിനു ശ്രീരാമനും സീതയുടെ പിതാവെന്നു കരുതപ്പെടുന്ന ജനകനും ഇക്ഷ്വാകുവംശത്തിൽ നിന്നും വന്നവരാണ്. എന്നാൽ ഇക്ഷ്വാകുവാക്ടടെ സൂര്യനായ വൈവസ്വദദേ വിനിൽ നിന്നും ഉണ്ടായതാണ്. പരസ്പരം മിത്രങ്ങളായി ജീവിക്കുന്നവ രുടെ പൂർവ്വകഥ തേടിച്ചെന്നാൽ അവർ ബദ്ധശത്രുക്കളായിരിക്കേണ്ടവ രാണ് എന്നു തോന്നിപ്പോകും. അങ്ങനെയുള്ള ചില അടിസ്ഥാനപരമായ ബന്ധമാണ് ശ്രീരാമനും ജനകനും തമ്മിലുള്ളത്. ഇതെല്ലാം, ഈ നായക ന്മാരെ ഉൾപ്പെടുത്തി രചിച്ചിട്ടുള്ള ഇതിഹാസകർത്താക്കളെ സാർവ്വഭൗമ ന്മാരായ മനീഷികളാക്കുന്നുണ്ട്.

ഗ്രീസിലെ നാടകർത്താക്കളായ എസ്കിലസ്, യൂറിപ്പിഡിസ്, സോഫാ ക്ലിസ് എന്നിവരുടെ ദുരന്തനാടകങ്ങൾ നോക്കിയാൽ, ദുരന്തം മനുഷ്യർക്കു

മാത്രമല്ല ഉണ്ടായിരുന്നത് ദേവതകൾക്കുമുണ്ടായിരുന്നു എന്നു കാണാം. അതിനെയെല്ലാം മാതൃകയാക്കിക്കൊണ്ടാണ് അരിസ്റ്റോട്ടിൽ അദ്ദേഹത്തിന്റെ പോയറ്റിക്സിൽ (Poetics) കാവ്യകലയിൽ വരുന്ന ദുരന്തത്തെ വിവരിക്കുന്നത്.

രാമായണവും മഹാഭാരതവും ഹോമറിന്റെ ഇല്ലിയഡും ഒഡീസ്സിയും പോലെയുള്ള ഇതിഹാസങ്ങളാണെങ്കിലും അതിലെല്ലാം ഒന്നിനെത്തുടർന്നു ഒന്നായി വരുന്ന ദുരന്തകഥകളെ കോർത്തിണക്കി വെച്ചിരിക്കുന്നതു, നാടകങ്ങളുടെ ശൃംഖല പോലെയാണ്. കവിതകളായി എവുതിയിട്ടുള്ള രാമായണത്തിലും മഹാഭാരതത്തിലും നാടകീയത വരുത്തിയിട്ടുള്ളത് കഥാവസ്തുവിന്റെ വിവരണത്തിൽക്കൂടിയാണെങ്കിലും, കഥാവസ്തുവിന്റെ വിവരണത്തിൽക്കൂടിയാണെങ്കിലും, നാടകത്തിനും മറ്റും തിരക്കഥ എഴുതിയിരിക്കുന്നതു പോലെയാണ് എല്ലാ രംഗങ്ങളും അനുവാചകന്റെ മുമ്പിൽ വെച്ചിരിക്കുന്നത്. അതുകൊണ്ടു ഈ ഇതിഹാസങ്ങൾ വായിക്കുമ്പോൾ അതിൽ പറയുന്നതെല്ലാം കണ്ണിന്റെ മുമ്പിൽ കാണുന്നതുപോലെ നമുക്കനുഭവമാകും. ഈ സവിശേഷതകളുള്ളതുകൊണ്ടാണ് സീതാകഥ ചുരുളഴിച്ചു നോക്കുന്ന ഈ അവസരത്തിൽ രാമായണത്തിൽ വാല്മീകി ഒരുക്കിയിരിക്കുന്ന നാടകീയതയെ പ്രയോജനകരമായ ഒരു നിരൂപണത്തിനു വിധേയമാക്കുവാൻ നമുക്കു കഴിയുന്നത്.

■

ഭാഗം രണ്ട്

ചിന്താവിഷ്ടയായ സീത
ഒരു പഠനം

ഒരു ഇംഗ്ലീഷ് സൈക്കോ അനാലിസ്റ്റായ (English Psycho Analyst) ആൻ മാർഷൽ (Ann Marshal) എന്ന മഹതി നല്ലൊരു ഗുരുവിനെ ലഭിക്കണം എന്ന ഉദ്ദേശ്യത്തോടു കൂടി ഇന്ത്യയിൽ വന്ന് കന്യാകുമാരി മുതൽ കാശ്മീരം വരെ ഗുരുവിനെത്തേടി നടക്കുകയുണ്ടായി. അതിനിടയ്ക്ക് കാണുവാനിടയായ എല്ലാ മനുഷ്യരുടെയും അന്തഃസ്പന്ദം അവർ അറിയാതെയിരുന്നില്ല. അതെല്ലാം കൂടി അവർ ഒരു ചെറിയ വാചകത്തിൽ രേഖപ്പെടുത്തിയിരിക്കുന്നു: "ഇന്ത്യക്കാരുടെ ആദ്ധ്യാത്മികമായ അന്തരംഗത്തിൽ നിറഞ്ഞു നില്ക്കുന്നത് ഒരു വലിയ രാമനും ഒരു വലിയ സീതയുമാണ്" ആൻ മാർഷൽ പറയുന്ന ഈ വലിയ രാമൻ സീതയുടെ ഒരു നിഴൽ മാത്രമേ ആകുന്നുള്ളൂ. സീതയെക്കാൾ മനുഷ്യജീവിതത്തിന്റെയും സ്ത്രീത്വത്തിന്റെയും ഉത്തുംഗ ഭാവങ്ങളുടെയും വികാരവൈവശ്യത്തിന്റെയും പൂർണ്ണിമ പ്രതിഫലിപ്പിക്കുന്ന വേറൊരു കല്പനയില്ലെന്നു പറയാം.

ഹർഷനെപ്പോലെയോ അശോകനെപ്പോലെയോ അക്ബറെപ്പോലെയോ ചരിത്രത്തിന്റെ താളുകളിൽ ചിരപ്രതിഷ്ഠ ലഭിച്ച പൗരാണികനായ ഒരു രാജാവല്ല രാമൻ. പ്രാതഃകാലങ്ങളിലും സായംസന്ധ്യകളിലും കോടാനുകോടി ഭാരതീയ ഹൃദയങ്ങളിൽ കൃത്യമായി വേലിയേറ്റങ്ങൾ ഉണ്ടാക്കിക്കൊണ്ടിരിക്കുന്ന ഒരദ്ഭുത പ്രഭാവമാണ്. എന്നാൽ സീതയാകട്ടെ, മനസ്സിന്റെ പിന്നിൽ ചിരസ്ഥായിയായി മറഞ്ഞുകിടക്കുന്ന ബോധംപോലെ, ഭാരതീയന്റെ എല്ലാ പേലവമായ ചിന്തകൾക്കും തീവ്രമായ വികാരപരതയ്ക്കും ഉന്നതമായ ആദർശശുദ്ധിക്കും ഊഷ്മാവും ചൈതന്യവും നൽകിക്കൊണ്ടിരിക്കുന്ന നിത്യസത്യമാണ്.

മഹാകവി കുമാരനാശാന്റെ നളിനിയെപ്പറ്റി ഞാനെഴുതിയ നിരൂപണാത്മകമായ ഒരു പഠനത്തിന്റെ അവതരണം വായിക്കുവാനിടയായ മഹാകവി ജി. ശങ്കരക്കുറുപ്പ് ആശാന്റെ സീതയെപ്പറ്റി ആ മാതിരിയൊരു പഠനം നടത്തുന്നത് വളരെ പ്രയോജനകരമായിരിക്കുമെന്ന് എന്നെ ഉപദേശിക്കുകയുണ്ടായി. മഹാകവി 'ജി'യ്ക്ക് ആശാന്റെ സീതയോട് തോന്നിയിട്ടുള്ള പ്രതിപത്തി കുറേക്കാലം

പ്രേരണയുടെ ഒരു ബീജമായി മാത്രം എന്റെ മനസ്സിൽ തങ്ങി നിന്നു. തുടർച്ചയായി ഉണ്ടായിക്കൊണ്ടിരുന്ന വൈദേശിക ജീവിതവും തിരക്കുള്ള പരിപാടികളും സീതയിലേക്കു തിരിയുവാനുള്ള അവസരത്തെ മാറ്റിവെയ്ക്കുവാൻ നിർബന്ധിച്ചുകൊണ്ടിരുന്നു. ഇന്ത്യയിൽ മടങ്ങി വന്നതിനുശേഷം ചിന്താവിഷ്ടയായ സീത ശ്രദ്ധാപൂർവ്വം വായിക്കുവാൻ കൈയ്യിലെടുത്തപ്പോൾ പുരാണ പുരുഷന്റെ വാമാംഗിയായിരുന്ന സീതയ്ക്ക് പകരം ഈ നൂറ്റാണ്ടിലെ വിചാര സ്വാതന്ത്ര്യമുള്ള ഒരു മുപ്പതുവയസ്സുകാരി മുമ്പിൽ നിൽക്കുന്നതുപോലെ തോന്നി. അതിന്റെ പിന്നിൽ ഓരോ കാലഘട്ടത്തിലേയും സ്ത്രീത്വത്തിന്റെ പ്രതിബിംബമെന്നപോലെ ഒട്ടേറെ മഹാകവികൾ അവതരിപ്പിച്ചിട്ടുള്ള മറ്റു സീതമാരെയും കാണുവാനിടയായി. വാല്മീകിയുടെ സീത മുതൽ ആശാന്റെ സീതവരെ, നമ്മുടെ സീതാഭാവം ഒരു സീതയുടേതല്ല. ദാർശനികന്മാരും കവികളുമായ പുരുഷന്മാരുടെ ഹൃദയങ്ങളിൽ നൂറ്റാണ്ടുകളായി വളർന്നുകൊണ്ടിരിക്കുന്ന സ്ത്രീയുടെ ഒരു പരിണാമ ചരിത്രമാണ്.

'ചിന്താവിഷ്ടയായ സീത'യോടു നീതി കാണിക്കണമെങ്കിൽ വിവിധ കാലങ്ങളിൽ വിവിധ ദേശങ്ങളിൽ ക്രാന്തദർശികളും ഭാവനസമ്പന്നരും ആയിരുന്ന മഹാകവികൾ അവതരിപ്പിച്ചിട്ടുള്ള മറ്റു സീതമാരെയും ആദരവോടെ അടുത്തു ചെന്ന് അവരുടെയെല്ലാം ഹൃദയത്തിലെ താളലയങ്ങളും നെടുനിശ്വാസങ്ങളും മനസ്സിലാക്കേണ്ടതുണ്ട്. വാല്മീകി, കാളിദാസൻ, ഭവഭൂതി, തുളസീദാസൻ, കമ്പർ, കണ്ണശ്ശൻ, എഴുത്തച്ഛൻ, ആശാൻ എന്നിവരെ ഒന്ന് തൊട്ടു കാണിക്കുവാൻ മാത്രമേ എനിക്ക് കഴിഞ്ഞിട്ടുള്ളൂ. എന്നെങ്കിലും ഒരിക്കൽ ഈ മഹാന്മാരുടെ സീതമാരെ വളരെ അടുത്തറിഞ്ഞതിനു ശേഷം മഹാകവി കുമാരാശാന്റെ ചിന്താവിഷ്ടയായ സീത ഒരു സമഗ്രമായ പഠനത്തിന് വിധേയമാക്കണമെന്ന് ആഗ്രഹമുണ്ടായിരുന്നെങ്കിലും, ശരീരത്തിൽ ജീവനെ നമ്മുടെ സൗകര്യമനുസരിച്ച് ബന്ധിച്ചു നിറുത്തുവാൻ നിവൃത്തിയില്ലാത്തതുകൊണ്ട് കിട്ടിയ ഒരവസരത്തിൽ ചെയ്യാവുന്നത്രയും ധൃതിയിൽ ഒന്നെഴുതി വെയ്ക്കുവാനേ നിവൃത്തിയുള്ളൂ എന്ന് തോന്നുകയാലാണ് ഈ പഠനം ഇത്രയേറെ ചുരുക്കേണ്ടി വന്നത്. കൂടുതൽ വിപുലമായ രീതിയിൽ, നൂറ്റാണ്ടുകളിലൂടെ ജീവിക്കുന്ന സീതയെ അവതരിപ്പിക്കുവാൻ ഏതെങ്കിലും സഹൃദയൻ മനസ്സുവെയ്ക്കുമെന്നാശിച്ചുകൊണ്ട്, ഈ കൃതി ഇപ്പോൾ പ്രസിദ്ധപ്പെടുത്തുകയാണ്. സന്മതികളായ വായനക്കാർക്ക് പണ്ഡിതനല്ലാത്ത ഈ പഠിതാവിന്റെ സമീപനം സന്തോഷത്തിന് ഇടനല്കണമേ എന്ന പ്രാർത്ഥനയോടു കൂടി ഈ ലഘുപഠനം സാദരം സമർപ്പിച്ചു കൊള്ളുന്നു.

വ്യഷ്ടിഗതമായ ബോധം ആദ്യം അങ്കുരിക്കുന്നത് സംവേദനാപ്രധാനമായ ചേതനയുടെ ഒരു ഏകകമായിട്ടാണ്. ജനിച്ച നാൾ മുതൽ അന്തിമനിമിഷം വരെയും, അതിലോരോരോ പ്രതീതികളോ സംഭവങ്ങളോ വന്ന്, അതാതിന്റെ ഭാവവും അർത്ഥവും, ചരിതവും, രസവും മുദ്രണം ചെയ്യുന്നുണ്ട്. ആ മുദ്രണം ഒരു മൃദുമന്ദഹാസത്തേക്കാൾ മധുരരോദാരമാകാം; പുണ്ണിൽ തറച്ച കൂരമ്പുപോലെ വേദനാജനകവുമാവാം. ആദ്യമെല്ലാം പ്രാകൃതികമായുണ്ടാകുന്ന ആകർഷണ വികർഷണങ്ങൾ പിന്നെപ്പിന്നെ, ബോധപൂർവ്വമുള്ള ആസ്വാദനമോ വിലാപമോ ഒഴിഞ്ഞുമാറലോ ആയിത്തീരുന്നു. നിൽക്കാതെ വന്നുകൊണ്ടിരിക്കുന്ന ഈ മുദ്രണങ്ങളെ, ഒന്നിനോടൊന്നു തുന്നിയും ചൊരുകിയും വെച്ച് മനസ്സിന്റെ വ്യാസം വലുതാക്കുന്നു. അതിനു ഉയർന്നു പറക്കാനുള്ള സൂക്ഷ്മപ്രപഞ്ചം ഉണ്ടാക്കിക്കൊടുക്കുന്നു. ആരാഞ്ഞിറങ്ങിച്ചെല്ലുവാനുള്ള ആഴം ഉണ്ടാക്കിക്കൊടുക്കുന്നു. ഉറ്റുനോക്കുവാൻ അതീവ ദൂരസ്ഥമായ ഒരു ഭാവിയെ ഉണ്ടാക്കിക്കൊടുക്കുന്നു. ഓർമ്മയുടെ അറ്റം ജീവധാരയുടെ ആദ്യബിന്ദുക്കൾ ഊറി വന്ന കാലത്തിന്റെ തന്നെ പ്രഭാതത്തിലേക്ക് കടന്നു ചെല്ലുവാൻ കഴിയുമാറുള്ള പൂർവ്വാപര ബന്ധമുള്ളതാകി വെയ്ക്കുന്നു.

> വേണ്ടാ ഖേദമെടോ, സുതേ! വരികയെ-
> ന്നോതും മുനീന്ദ്രന്റെ കാൽ-
> ത്തണ്ടാർ നോക്കി നടന്നധോവദനയായ്
> ചെന്നസ്സഭാവേദിയിൽ
> മിണ്ടാതന്തികമെത്തി, യൊന്നനുശയ-
> ക്ലാന്താസ്യനാം കാന്തനെ-
> ക്കണ്ടാൾ പൗരസമാക്ഷ, മന്നിലയിലീ-
> ലോകം വെടിഞ്ഞാൾ സതീ.

എന്നിങ്ങനെ മഹാകവി കുമാരനാശാന്റെ സീതയുടെ തിരോധാനം വായിച്ച്, വേദനയോടെ നിശ്വസിക്കുന്ന എന്റെ മനസ്സിൽ നിറഞ്ഞു നിൽക്കുന്ന സീത എവിടെ നിന്നുണ്ടായി? അവൾ ഉയർന്നു വന്ന യാഗഭൂമി എന്റെ അപബോധസ്മൃതിതന്നെയാണ്. അതിൽ കലപ്പച്ചാലുണ്ടാക്കിയത്

മഹാകവി കുമാരനാശാന്റെ തൂലികയാണെന്നു പറയാം. വേറൊരു തരത്തിൽ പറഞ്ഞാൽ, എന്നിലെ ആത്മാരാമന് അവന്റെ വാമാംഗിയായ സീതയെ നല്കിയ ജനകൻ ആശാനാണ്.

ആശാന്റെ വാക്കുകളുടെ സാരവും ഭാവവും, അവയെ പരിവേഷം ചെയ്തു നില്ക്കുന്ന അഭിനന്ദനവും എന്റെ മാത്രം പ്രതികരണമായി ഉണ്ടായതല്ല. ആദ്യമായി ആ ഖണ്ഡകാവ്യം ഒരു സഹൃദയന്റെ കരൾത്തുടിപ്പോടുകൂടി പാടിത്തന്ന എന്റെ പ്രിയ പിതാവും, അതിലെ ഓരോ ശ്ലോകത്തിലുമിരുന്ന് മിന്നിത്തിളങ്ങുന്ന കാവ്യാലങ്കാരങ്ങൾ എനിക്ക് തൊട്ടു കാണിച്ചു തന്ന ഗുരുനാഥനും, ഞാൻ ഇതു പല ആവർത്തി വായിച്ചാസ്വദിച്ചപ്പോഴൊക്കെയും അടുത്തിരുന്ന് തലയാട്ടിയും താളം പിടിച്ചും പ്രോത്സാഹിപ്പിച്ച രസിക ശിരോമണിമാരും, എന്നിൽ ഉറങ്ങിക്കിടന്നിരുന്ന സ്ത്രൈണചേതനയിൽ നിന്നും രൂപംകൊണ്ട സീതയുടെ രൂപഭംഗിയിലും ഭാവഭംഗിയിലും വിഭൂഷണകളണിയിച്ചവരാണ്.

ആശാന്റെ സീതയുടെ പിന്നിൽ മറഞ്ഞു നില്ക്കുന്ന മറ്റൊരു സീതയുടെ തിരോധാനം ഞാൻ കാണുന്നു:

ഭർത്താവു തന്നെയൊഴിഞ്ഞന്യപുരുഷന്മാരെ-
ച്ചിത്തത്തിൽ കാംക്ഷിച്ചേനില്ലേകദാ മാതാവേ ഞാൻ
സത്യമിതെങ്കിൽ മമ നല്കീടൊരനുഗ്രഹം
സത്യമാതാവേ! സകലാധാരഭൂതേ! നാഥേ!

എന്നിങ്ങനെ തുഞ്ചന്റെ മധുരശബ്ദത്തിൽ രാമനോട് വിടവാങ്ങിയ സീത,

തൽക്ഷണേ സിംഹാസനഗതയായ് ഭൂമി പിളർ-
ന്നക്ഷീണാദരം സീത തന്നെയുമെടുത്തുടൻ
സസ്നേഹം ദിവ്യരൂപം കൈക്കൊണ്ടു ധരാദേവി
രത്നസിംഹാസനേവച്ചാശു കീഴ്പ്പോട്ടു പോയാൾ.

എഴുത്തച്ഛന്റെ സീത മറഞ്ഞേടത്തു തന്നെ കുറച്ചുകൂടി ഇരുണ്ട നിറമുള്ള ഒരു സീതയെക്കൂടി ഞാൻ കാണുന്നു. തമിഴന്റെ രാമഭക്തിയിൽ അടിമുടി മുഴുകി. നില്ക്കുന്ന ആ സീതയടെ ജനനം വിദേഹത്തിലായിരുന്നില്ല. അവൾ പാണ്ഡ്യരാജ്യത്ത് കമ്പന്റെ തൂലികച്ചാലിൽ നിന്നും ഉണർന്നെണീറ്റു വന്നവളാണ്. അത് സീതാവതാരങ്ങളുടെ അനന്തശൃംഖലയിലെ ഒരു കണ്ണി മാത്രമാണ്. അതിനു മുമ്പും സീതയുണ്ടായിരുന്നു. അതാ ഭവഭൂതിയുടെ സീതാദേവി പൃഥ്വീദേവിയാലും ഭാഗീരഥിയായും സമാശ്വാസിതമായി രാമ സവിധത്തിൽ നില്ക്കുന്നു.

ദേവി സീതേ നമസ്തേസ്തു
ഗതിർനഃ പുത്രകൗ ഹി തേ
യയോർദാതാ രഘൂദ്വഹഃ (12-10)

അവിടെയും അവസാനിക്കുന്നില്ല സീതാദർശനം. കാളിദാസ മഹാകവിയും നമ്മെ ഗംഗാതീരത്തിലേക്ക് കൂട്ടിക്കൊണ്ടു പോകുന്നു. പിന്നെയും നാം ആ ദാരുണമായ കാഴ്ച കാണുകയാണ്.

സാ ലുപ്തസംജ്ഞാ ന വിവേദ ദുഃഖം,
പ്രത്യാഗതാസുഃ സമപതപ്യതാന്തഃ;
തസ്യാഃ സുമിത്രാത്മജ യത്നലബ്ധോ
മോഹാദഭൂത് കഷ്ടതരഃ പ്രബോധഃ (രഘുവംശം - 50)

അവൾ ബോധംകെട്ടു കിടക്കേ ദുഃഖം അറിഞ്ഞില്ല. ചേതന വീണ്ടു കിട്ടിയപ്പോൾ അകമേ വെന്തെരിയുകയായി. അവൾക്ക് സൗമിത്രിയുടെ പ്രയത്നംകൊണ്ട് തിരിച്ചുകിട്ടിയ ബോധം മോഹാലസ്യത്തെക്കാൾ കവിഞ്ഞ കഷ്ടമായിത്തീർന്നു.

കാളിദാസനിലെ മനുഷ്യന് ഭവഭൂതിയുടെയും കമ്പരുടെയും തുളസീദാസന്റെയും തുഞ്ചത്തെഴുത്തച്ഛന്റെയും ഭക്തിപ്രചുരിമയെക്കാൾ ഊഷ്മളതയുള്ള മനുഷ്യത്വം കൂടും. കാളിദാസന്റെ സീതാദേവി രാമനോടു ചെന്നു പറയുവാൻ ലക്ഷ്മണനോടു പറഞ്ഞയയ്ക്കുന്ന വാക്ക് കേൾക്കുക:

വാച്യസ്ത്വയാ മദ്വചനാൽ സ രാജാ,
വഹ്നൗ വിശുദ്ധാമപി യൽ സമക്ഷം
മാം ലോകവാദശ്രവണാദഹാസീഃ
ശ്രുതസ്യ കിം തൽ സദൃശം കുലസ്യ? (രഘുവംശം - 55)

നീ ഞാൻ പറഞ്ഞതായിട്ട് ആ രാജാവിനോട് പറയണം, കൺമുമ്പിൽ വെച്ച് അഗ്നിയിൽ വിശുദ്ധയായിട്ടും എന്നെ ആളുകളുടെ പറച്ചിൽ കേട്ടിട്ട് കൈവെടിഞ്ഞുവല്ലോ. അത് (അങ്ങയുടെ) പഠിപ്പിനു ചേർന്നതോ, അതോ വംശത്തിനു ചേർന്നതോ?

ഇവിടെ കാളിദാസനെ മാനുഷിക വികാരങ്ങളിൽ നിന്നും ആദികവി തടഞ്ഞിരിക്കണം. ദേവി മനസ്സടക്കുന്നു. കാളിദാസന്റെ സീതയ്ക്ക് പിന്നൊന്നും പറയാൻ കഴിയാതെ വിധിക്കുവിധേയമായി മൗനം ഭജിക്കുവാനാണ് ആദികവി നിർദ്ദേശിച്ചിട്ടുള്ളത്. കാളിദാസന്റെ സീതാദേവിയുടെ തുടർന്നുള്ള വാക്കുകൾ തമസാ തീരത്തുവെച്ച് വാല്മീകിയുടെ സീത പറഞ്ഞ വാക്കുകളുടെ പ്രതിധ്വനി മാത്രമാണ്. നമുക്ക് വാല്മീകിയുടെ സീതാദേവിയെത്തന്നെ തമസയുടെ തീരത്തുപോയിക്കാണാം. ലക്ഷ്മണന്റെ കർണ്ണകഠോരമായ വാക്കുകേട്ട് മൂർച്ഛിച്ചു കിടന്ന ദേവി ഉണരുന്ന കാഴ്ചയാണ് നാം കാണുന്നത്.

സാ മുഹൂർത്തമിവാസംജ്ഞാ
ബാഷ്പപര്യാകുലേക്ഷണാ
ലക്ഷ്മണം ദീനയാ വാചാ
ഉവാച ജനകാത്മജാ.

മാമികേയം തനുർനൂനം
സൃഷ്ടാ ദുഃഖായ ലക്ഷ്മണ,
ധാത്രായസ്യാസ്തഥാ മേ/ദ്യ
ദുഃഖമൂർത്തിഃ പ്രദൃശ്യതേ.
(വാല്മീകി രാമായണം, 48, 1, 2)

(ജനകസുതയായ അവൾ, കണ്ണീരിനാൽ കലങ്ങിയ നേത്രങ്ങളോടു കൂടിയവളായി ഒരു മുഹൂർത്തകാലം തീരെ മൂർച്ഛിച്ചു കിടന്നു: ലക്ഷ്മണ നോടായി വ്യാകുലതയെ കാണിക്കുന്ന വാക്കു കൊണ്ട് ഇപ്രകാരം അരുളിചെയ്തു.

ലക്ഷ്മണാ, എന്റെ ഈ ശരീരം, ബ്രഹ്മദേവനാൽ ദുഃഖം അനുഭവിപ്പാൻ വേണ്ടിയാണ് നിശ്ചയമായും സൃഷ്ടിക്കപ്പെട്ടിരിക്കുന്നത്. അപ്രകാരം തന്നെ, എനിക്കത് ഇപ്പോൾ ദുഃഖം മൂർത്തീകരിച്ചതായിത്തന്നെ കാണപ്പെടുന്നു.)

ഇപ്രകാരം വിലപിക്കുവാനേ സീതയ്ക്ക് വാല്മികീ സ്വാതന്ത്ര്യം നല്കിയിരുന്നുള്ളൂ. പിന്നെ ഒരു രണ്ടായിരമോ നാലായിരമോ സംവത്സരങ്ങൾക്കു ശേഷമോ അഥവാ യുഗാന്തരത്തിലോ സ്വേച്ഛപോലെ വിചാരധാരയെ ഒഴുക്കുവാൻ സീതയ്ക്ക് ആശാന്റെ തൂലികയിൽക്കൂടിയാണ് അവസരം ലഭിച്ചത്. അങ്ങനെ യുഗയുഗാന്തരങ്ങളായി അസ്വതന്ത്രമായിരുന്ന ഒരു വിചാരധാരയുടെ ഉയിർത്തെഴുന്നേല്പാണ് ആശാന്റെ ചിന്താവിഷ്ടയായ സീത സഹൃദയ ഹൃദയത്തിലേക്ക് കൊണ്ടു വരുന്നത്. ഗതി കിട്ടിയ ആ വിചാരധാരയിൽക്കൂടി നമുക്കിനി കുറഞ്ഞൊന്നു സഞ്ചരിക്കാം.

സുതർ മാമുനിയോടയോദ്ധ്യയിൽ
ഗതരായോരളവന്നൊരന്തിയിൽ
അതിചിന്ത വഹിച്ചു സീത പോയ്-
സ്ഥിതി ചെയ്താളുടജാന്തവാടിയിൽ (ചി. സീത 1)

സീതയെ നമ്മുടെ ചരിത്രാനുഭവത്തിലെ ഒരവിഭാജ്യഘടകമായി ആശാൻ കണക്കാക്കിയിരിക്കുകയാണ്. അവൾ ഇന്ന കാലത്ത് ജീവിച്ചിരുന്ന ഇന്ന രാജാവിന്റെ മകളെന്നോ, ഇന്ന രാജാവിന്റെ രാജ്ഞിയെന്നോ പറയേണ്ട. സൂര്യൻ, ചന്ദ്രൻ തുടങ്ങി നമ്മുടെ നിത്യജീവിതത്തിലെ സുപരിചിത സങ്കേതങ്ങൾ പോലെയോ, ആത്മാവ്, മനസ്സ് മുതലായവയെപ്പോലെയോ, അകത്തു തന്നെ സ്വയമേ പ്രകാശിച്ചു നിൽക്കുന്നതായ അനുഭവം പോലെയോ ആണ് സീതയും. ദശരഥന്റെ പുത്രാമേഷ്ടി യാഗവും, രാമലക്ഷ്മണന്മാരുടെ ജനനവും, സീതാപരിണയവും, രാമന്റെ വനവാസവും, രാമരാവണയുദ്ധവും വാല്മീകിയുടെ രാമായണ രചനയും, ലവകുശന്മാർ രാമായണം പഠിച്ചതും എല്ലാം നാം ഓർമ്മിച്ചുകൊണ്ടു തന്നെ നടക്കുന്നതായി സങ്കല്പിച്ചുകൊണ്ട് ആ ഓർമ്മയുടെ അടുത്ത

കണ്ണിയെന്ന പോലെ നമ്മുടെ മനസ്സിൽ നിന്നുതന്നെയാണ് ആശാൻ ഈ ഖണ്ഡകാവ്യം തുടങ്ങുന്നത്. വാല്മീകി മഹർഷിയുടെ തൂലികയിൽ നിന്നും യുഗയുഗാന്തരങ്ങളുടെ സ്മൃതിമണ്ഡലങ്ങളിലേക്കു കടന്നു വന്ന സീത രാമവിരഹം താങ്ങാനാവാതെ വിലപിക്കുന്നത് രാമനിന്ദയായി മാറിയേക്കുമോ എന്നു ഭയന്നു സീതയെ വിധിക്കു വശംവദയായി മൗനം ഭജിക്കുവാൻ വിടുകയാണ് വാല്മീകി ചെയ്തത്. എന്നാൽ വാല്മീകിയുടെ രാമായണത്തോടു കൂടി സീതയും സീതയുടെ കദനഭാരത്തിന്റെ കഥയും അവസാനിക്കുന്നില്ല. ഭാരതത്തിനുതന്നെ പിന്നീടൊരായിരം പരിവർത്തനമുണ്ടായി. അതോടൊപ്പം സീതയ്ക്കു വന്നുചേർന്ന പരിവർത്തനവും ഒട്ടൊന്നുമല്ല. കന്യാകുമാരി മുതൽ കാശ്മീരം വരെയും, സൂററ്റു മുതൽ ബാലിദ്വീപങ്ങൾ വരെയും ജനഹൃദയങ്ങളിൽ പുതിയ അയോദ്ധ്യയും വിദേഹവുമുണ്ടായി. ഓരോ ഹൃദയത്തിനും അതിന്റേതായ ദണ്ഡകാരണ്യവും ലങ്കാപുരിയും ഉണ്ടായി. അതിലൊക്കെയും രാമരാവണയുദ്ധവും സീതാപരിത്യാഗവും നടന്നു. സീതയുടെ കണ്ണുനീർ നൂറ്റാണ്ടുകളായി ഭാരതീയരുടെയും മലയന്റെയും കാംബോജി നിവാസികളുടെയും ജാവാക്കാരുടെയും ബാലിഹിന്ദുക്കളുടെയും കണ്ണുകളെ നനച്ചു കൊണ്ടുതന്നെയിരിക്കുന്നു. സീതാദുഃഖത്തിന്റെ ഗദ്ഗദം അവരുടെയൊക്കെയും ശബ്ദത്തിൽ ഇന്നും പതർച്ചയുണ്ടാക്കുന്നു. ഈ ജന്മമൊക്കെയും ആയിരത്താണ്ടുകളായി അനുഭവിച്ചു പോന്നതൊന്നും അവരുടെ ആത്മാവിന്റെ വെളിച്ചവും ശാലീനതയും ക്ഷമയും സ്ഥൈര്യവുമൊക്കെയായിരുന്ന സീതാദേവിയിൽനിന്നും പിരിച്ചു നിറുത്താവുന്നതായിരുന്നില്ല. അങ്ങനെ ജനതയുടെ ആത്മാവിൽ വളരുകയും മാറുകയും ചെയ്ത സീതയെ നാം കുമാരനാശാന്റെ ഹൃദയാന്തവാടിയിൽ പൂവണിഞ്ഞു നിന്ന വിയോഗിനിയായിട്ടാണ് കാണുന്നത്. ചരിത്രവസ്തുതകൾ മനസ്സിന്റെ പാവാണെങ്കിൽ അതിൽ കോർത്ത് നെയ്തെടുക്കുവാനുള്ള ഊടാണ് ദൈനംദിന ജീവിതാനുഭവം. ഇങ്ങനെ മനസ്സ് നെയ്തെടുക്കുന്ന ലീലാപടത്താൽ, വ്യാകൃതായി വരുന്ന വിചിത്രവും വിവിധവുമായ പ്രതീകങ്ങൾ ഊടിന്റേതെന്നോ പാവിന്റേതെന്നോ പിരിച്ചു നിറുത്തി മനസ്സിലാക്കുവാൻ കഴിയുന്നതല്ല.

നിലമൊടു നീരതുപോലെ കാറ്റു തീയും
വെളിയുമഹംകൃതി വിദ്യയും മനസ്സും
അലകളുമാഴിയുമെന്നു വേണ്ടയെല്ലാ-
വുലകുമുയർന്നറിവായി മാറിടുന്നു.

എന്ന് ആത്മോപദേശ ശതകത്തിൽ നാരായണഗുരു പറഞ്ഞിരിക്കുന്നു. ഏതിനോടു ബന്ധപ്പെടണമെങ്കിലും നമ്മുടെ മനോവൃത്തി ആ രൂപം കൈക്കൊള്ളുക തന്നെ വേണം. ഭാഗ്യവശാൽ ഏതു രൂപാന്തരത്തിനും സാദ്ധ്യതയുള്ള ഒന്നാണ് മനുഷ്യമനസ്സ്. അതിനു സ്വശരീരം വിട്ടു പുറത്തുപോകാതെ തന്നെ അഹംബുദ്ധിയെ സാക്ഷിയായി നിറുത്തിക്കൊണ്ട് ത്വംപദ്യർത്ഥമായി അച്ഛനോ അമ്മയോ ഭാര്യയോ മകനോ

ഭൂമിയോ ആകാശമോ എന്തായിട്ടു വേണമെങ്കിലും വിവർത്തിക്കാം. അങ്ങനെ ആത്മാവിൽ ആരോപിതമായി വരുന്ന വൃത്തി വ്യവഹാരക്ഷമമായ സ്വരൂപമുള്ളവയായിരിക്കുകയും ചെയ്യും. സ്വപ്നം കണ്ടുകൊണ്ടിരിക്കുന്നവൻ ക്രീഡാലിംഗനാദികൾക്കു വിധേയമായി കാണപ്പെടുന്ന കാമിനിയെ തന്നിൽനിന്നും അന്യയെന്നു ശങ്കിച്ച് ആ തൈജസവൃത്തിയെ ഭോഗവിഷയമാക്കുന്നതുപോലെ, കവിയിൽനിന്നും ഒരു വിധത്തിലും അന്യമായി കരുതുവാൻ കഴിയാത്ത കല്പനയെ, സഹൃദയലോകം നിരപേക്ഷമായി നില്ക്കുവാൻ കഴിയുന്ന ഒരു വ്യക്തിയായിട്ട് ഭ്രമബുദ്ധിയാൽ വ്യവഹരിച്ചു പോരുന്നു. ആശാൻ അവതരിപ്പിക്കുന്ന സീത ആശാന്റെ ആത്മാവിലെ സ്ത്രൈണഭാവങ്ങൾക്ക് കാല്പനികമായ വ്യക്തിത്വം ലഭിക്കുകയാൽ അതിൽ നിന്നും ഭാഷാദർപ്പണത്തിലേക്ക് പകർത്തപ്പെട്ടിട്ടുള്ള ഒരു പ്രതിച്ഛായ മാത്രമാണ്. അതുപോലെ തന്നെ സഹൃദൻ ചിന്താവിഷ്ടയായ സീതയുടെ ശോകഭാരം ഏറ്റുവാങ്ങി ആ മനസ്സിന്റെ ചലനങ്ങളെ സാത്മീകരിക്കുമ്പോൾ സ്വന്തം ആത്മാവിന്റെ സ്ത്രൈണഭാവത്തിൽ നിന്നും തന്റേതായ ഒരു സീതയെ ആവിഷ്കരിക്കുക കൂടി ചെയ്യുന്നു. മായാവി തന്റെ ഇന്ദ്രജാലംകൊണ്ട് ഉണ്ടാക്കുന്ന ലോകം അയാളിൽനിന്നും അന്യമായി കാണപ്പെടുന്നതുപോലെ, കവി മെനഞ്ഞു കൂട്ടിയ ലോകത്തെയും പാത്രങ്ങളെയും കവിയിൽ നിന്നടർത്തി മാറ്റി വെച്ചാണ് നാം കാവ്യാസ്വാദനം നടത്തുന്നത്. ആശാന്റെ സീതാകാവ്യത്തിനു തന്നെ ഉണ്ടായിട്ടുള്ള നിരൂപണങ്ങൾ വായിച്ചാൽ ബുദ്ധിമാന്മാർക്കു പോലും ഉണ്ടാകുന്ന ഈ ഭ്രമബുദ്ധിയുടെ മഹിമ നമുക്ക് മനസ്സിലാകുന്നതാണ്.

തോടു പൊട്ടിയൊഴുകുന്ന ഒരു മുട്ടയുടെ വെള്ളക്കരുവും മഞ്ഞക്കരുവും കോഴിക്കുഞ്ഞായി വളരേണ്ടുന്ന ബീജവും തമ്മിൽ കലർന്നു കിടക്കുന്നതുപോലെ, കവിയുടെ ശുദ്ധചേതസ്സും പ്രതീകാത്മകമായി രൂപം കൊള്ളുന്ന കല്പനാവൈഭവവും വാഗ്രൂപമായി മാറിക്കഴിഞ്ഞ പ്രതിഭയും ഒന്നിനോടൊന്നൊട്ടിക്കിടക്കുന്നതിനുദാഹരണമായി ഇതിലെ മൂന്നു മുതൽ ആറുവരെ ശ്ലോകങ്ങൾ എടുത്തു കാണിക്കാവുന്നതാണ്.

രവി പോയി മറഞ്ഞതും സ്വയം
ഭുവനം ചന്ദ്രികയാൽ നിറഞ്ഞതും
അവനീശ്വരി ഓർത്തതില്ല......(3)

എന്നു പറയുന്നേടത്ത് പ്രേക്ഷകനായ കവി തന്റെ മനസ്സിൽ തന്നെയിരുന്നുകൊണ്ട് കാലനിർണ്ണയം ചെയ്യുന്നതേയുള്ളൂ.

പുളകങ്ങൾ കയത്തിലാമ്പലാൽ
തെളിയിക്കും തമസാസമീരനിൽ
ഇളകും വനരാജി, വെണ്ണിലാ-
വൊളിയാൽ വെള്ളിയിൽ വാർത്തപോലെയായ് (4)

ഇവിടെ കവി മറഞ്ഞിരുന്നുകൊണ്ട് തന്റെ കല്പനയിലേക്കു നോക്കുവാൻ സഹൃദയനോടാവശ്യപ്പെടുന്നു.

വനമുല്ലയിൽ നിന്നു വായുവിൻ
ഗതിയിൽ പാറിവരുന്ന പൂക്കൾ പോൽ
ഘനവേണി വഹിച്ചു കൂന്തലിൽ
പതിയും തൈജസകീടപംക്തിയെ. (5)

ഇവിടെ പ്രകൃതിയുടെ രമണീയതയിൽ അലിഞ്ഞു നിന്നിരുന്ന കല്പനയ്ക്ക് രൂപാന്തരം പ്രാപിച്ച് പാത്രത്തിന്റെ രചനയിലേക്കു വരുന്നതിന് യാതൊരായാസവും തോന്നുന്നില്ല. തമസാസമീരനെപ്പോലെയോ, വെണ്ണിലാവിനെപ്പോലെയോ, സ്വേച്ഛപോലെ ഏതു രൂപത്തെയും തഴുകുവാൻ കവിയുടെ പ്രതിഭ സമർത്ഥമാണ്.

പരിശോഭ കലർന്നിതപ്പൊഴ-
പ്പുരിവാർകുന്തളരാജി, രാത്രിയിൽ
തരുവാടിയിലൂടെ കണ്ടിടു-
ന്നൊരു താരാപഥഭാഗമെന്നപോൽ (6)

ഒരു കൈപ്പത്തിയെക്കാൾ വലുതല്ലാത്ത സീതയുടെ മുടിക്കെട്ടിൽ വന്നു പറ്റിയ മിന്നാമിനുങ്ങെവിടെ? ശൂന്യാകാശത്തിൽ അനന്തവിസ്തൃതമായിക്കിടക്കുന്ന താരാപഥമെവിടെ? എന്നിരുന്നാലും പിണ്ഡാണ്ഡത്തെ ബ്രഹ്മാണ്ഡത്തിലും, ബ്രഹ്മാണ്ഡത്തെ പിണ്ഡാണ്ഡത്തിലും കലർത്തിവെച്ചു കാണുന്ന കവിയുടെ പ്രതിഭ ആസ്വാദകൻ വേണ്ടവണ്ണം ശ്രദ്ധിച്ചാലേ ഈ കാവ്യരചന നടത്തുന്ന കവിയുടെ കല്പനാസ്വാതന്ത്ര്യം അറിയുകയുള്ളൂ. കവിക്കു തന്റെ പാത്രത്തെ പുറത്തിരുത്തി വർണ്ണിക്കാവുന്നതുപോലെത്തന്നെ തന്റെ പ്രതിഭയുടെ ഉള്ളിൽ തന്നെ ഒതുക്കി നിറുത്തിക്കൊണ്ട് വിവരിക്കുവാനും കഴിയും.

നിലയെന്നിയെ ദേവിയാൾക്കക-
ത്തലതല്ലുന്നൊരു ചിന്തയാം കടൽ
പല ഭാവമണച്ചു മെല്ലെ നിർ-
മ്മലമാം ചാരുകവിൾത്തടങ്ങളിൽ (10)

സൂര്യൻ അസ്തമിച്ചതിനുശേഷം മരച്ചുവട്ടിൽ വൃക്ഷഛായയിൽ ഇരിക്കുന്ന സീതയുടെ കണ്ണുകൾ നോട്ടമില്ലാതിരുന്നതും, നിർമ്മലമായ ചാരുകവിൾത്തടങ്ങളിൽ ചിന്തയാം കടൽ പല ഭാവങ്ങൾ ഇണക്കുന്നതും പുറത്തുനിന്ന് കാണാൻ സാധിക്കുന്നതല്ലല്ലോ. കവിയുടെ കൽപനയിൽ നിന്നും അന്യമല്ലാതിരിക്കുന്ന പാത്രത്തിന്റെ ധമനിയിലെ താളലയങ്ങളും ചൂടും കവി തന്നെ അറിഞ്ഞ് നമ്മോടു പറഞ്ഞു തരേണ്ടതാണ്.

ചിന്താവിഷ്ടയായ നളിനിക്ക് അവളുടെ കദനഭാരമൊഴിവാക്കുവാൻ കവി ഒരു 'ഡയലോഗ്' തന്നെ ഏർപ്പെടുത്തിക്കൊടുത്തു. അതും ഒരു

പരിത്യാഗത്തിന്റെ കഥയായിരുന്നു. ദിവാകരൻ നളിനിയെ കാട്ടിൽ എറിഞ്ഞുകളയുകല്ല ചെയ്തത്. കാട്ടിലേയ്ക്കോടിപ്പോവുകയാണു ണ്ടായത്.

ചിന്താവിഷ്ടയായ സാവിത്രി പരിത്യക്തയായ കഥ പറയുന്നത് മൈനയോടാണ്. എന്നാൽ ചിന്താവിഷ്ടയായ സീതയാകട്ടെ തന്റെ പരി ദേവനം നടത്തുന്നത് ആശാന്റെ മനസ്സിൽ ഇരുന്നുകൊണ്ട് കവിയോടു തന്നെയാണ്. അതുകൊണ്ട് പ്ളേറ്റായുടെ ഡയലോഗുകളിൽ കാണുന്ന സോക്രട്ടീസ് വചനങ്ങൾ പ്ളേറ്റായുടെതെന്നോ സോക്രട്ടീസിന്റേതെന്നോ ഒപ്പം പറയാവുന്നതുപോലെത്തന്നെ ചിന്താവിഷ്ടയായ സീതയുടെ വിചാരധാര സീതയുടെതായിരിക്കുന്നതുപോലെത്തന്നെ ആശാന്റേ തുമാണ്.

സീമയറ്റഴലിലൊട്ടു സൂചിത-
ക്ഷേമമൊന്നഥ ചലിച്ചു, മീനിനാൽ
ഓമനച്ചെറു മൃണാളമെന്ന പോൽ
വാമനേത്രയുടെ വാമമാ കരം. (നളിനികം)

നളിനിയുടെ ഈ ചിത്രം വരയ്ക്കുവാൻ ഉപയോഗിച്ച തൂലികയുടെ ചായക്കൂട്ടു തന്നെ സീതയുടെ ചിത്രത്തിലും നമുക്കു കാണാം.

പുഴുപോലെ തുടിക്കയല്ലി, ഹാ!
പഴുതേയിപ്പൊഴുമെന്നിടത്തു തോൾ
നിഴലിൻ വഴി പൈതൽപോലെ പോ-
യുഴലാ ഭോഗമിരന്നു ഞാനിനി. (സീത 17)

വിരക്തി വന്ന ഒരു തത്ത്വജ്ഞാനി എത്ര ഉപേക്ഷയോടു കൂടിയാണ് തന്റെ ആത്മരതിയിൽനിന്നും ഒഴുകി മറഞ്ഞുപോയ പ്രണയലീലകളെ പ്പറ്റി അലസമായി ചിന്തിക്കുന്നത്? അതുപോലെയുള്ള ഒരരതിയാണ് ആദ്യമേ സ്ഫുരിക്കുന്നത്. പ്രേമത്തെപ്പറ്റി ഉപന്യസിക്കുവാൻ തൂലിക യെടുത്ത എമേഴ്സൺ തന്റെ 17-ാംമത്തെ വയസ്സിൽ ഊഷ്മളായ ജ്വാല കളുയർത്തിക്കൊണ്ട് പ്രകാശിച്ചിരുന്ന പ്രേമനിർവൃതി 70-ാമത്തെ വയസ്സിൽ വിസ്മൃതിയുടെ ശിശിരത്തിൽ തണുത്തുറഞ്ഞു കിടക്കുന്ന ശവകുടീരമായി കണ്ടനുതപിക്കുന്നു,

സ്വയമിന്ദ്രിയ മോദഹേതുവാം
ചില ഭാവങ്ങളൊഴിഞ്ഞു പോകയാൽ
ദയ തോന്നിടുമാറു മാനസം
നിലയായ് പ്രാക്കൾ വെടിഞ്ഞ കൂടുപോൽ (21)

ഉദായസ്തമയങ്ങളെന്നി, യെൻ-
ഹൃദയാകാശമതിങ്കലെപ്പൊഴും
കതിർവീശി വിളങ്ങി നിന്ന വെൺ-
മതിതാനും സ്മൃതിദർപ്പണത്തിലായ്.

തറയിൽക്കൂടി ഓടുന്ന വിമാനത്തിന്റെയും ആകാശത്തിലേക്കു പറന്നുയരുന്ന വിമാനത്തിന്റെയും ചലനത്തിനുള്ള മാധ്യമങ്ങൾ രണ്ടാണ്. ഒന്ന് ഉറപ്പുള്ള ഭൂമി, വേറൊന്ന് സൂക്ഷ്മരൂപത്തിലുള്ള വായു. ഓരോ തലത്തിലും അതിന്റേതായ പ്രകൃതിനിയമങ്ങൾ അനുസരിക്കേണ്ട തായിട്ടുണ്ട്. അതുപോലെ കവിയുടെ ഭാവനയും ലൗകികമായ വ്യവഹാരത്തിന്റെ ലോകത്ത് തറപറ്റി ഓടുന്നു. പിന്നീട് കാവ്യാനുഭൂതി യുടെ സ്വതന്ത്രവിഹായസ്സിലേക്കുയർന്ന് ലൗകികം കൊണ്ടു നിയന്ത്രി ക്കാൻ കഴിയാത്തതായി മാറുന്നു. ഇവിടെ നമ്മളും കവിയും സീതയു മെല്ലാം ഇപ്പോഴും തറപററി നിൽക്കുന്നതേയുള്ളൂ.

പഴകീ വ്രതചര്യ, ശാന്തമായ്
കഴിവൂ കാലമിതാത്മവിദ്യയാൽ
അഴൽ പോയ്-അവമാനശല്യമേ-
യൊഴിയാതുള്ളൂ വിവേകശക്തിയാൽ (23)

ഈ ശ്ലോകം ചിന്താവിഷ്ടയായ സീതയെക്കൊണ്ട് പറയിക്കുന്നതിനു പകരം 'ഗ്രാമവൃക്ഷത്തിലെ കുയിലി'നെക്കൊണ്ട് പറയിച്ചാലും സംഗ തമായിട്ടേ നമുക്ക് തോന്നുകയുള്ളൂ.

സ്വയമാർന്നുടൽ വിട്ടിടാതെ ഞാൻ
ദയയാൽ ഗർഭഭരം ചുമക്കയാൽ

എന്നും,

മൃതി വേണ്ടുകിലും സ്വഹത്യയിൽ
പതിയാതായ് മതി ഗർഭ ചിന്തയാൽ

എന്നും,

മൃതി തേടിയഘത്തിൽ മാനസം
ചരിയാതായത് ഭാഗ്യമായിതേ.

എന്നും ആവർത്തിച്ചാവർത്തിച്ച് വരുന്ന ആത്മഹത്യാവിചാരവും അതിന്റെ തുടർക്കണ്ണിപോലെത്തന്നെ ഓരോ പ്രാവശ്യവും ഉയർന്നു വരുന്ന ശുഭപ്രതിജ്ഞയും യോഗമീമാംസാനിപുണനായ കവിയുടെ മനസ്സിന്റെ സങ്കീർണ്ണതയിലേക്ക് ആസ്വാദകന്റെ ശ്രദ്ധയെക്കൊണ്ടു വരുന്ന പക്ഷം, മഹാപ്രതിഭാശാലിയായ ഒരു കവിയുടെ അന്തരംഗം വിശ ദമായി കാണാൻ അതു കാരണമായി ഭവിക്കും. ഇവിടെ ഈ സഹൃദ യന്റെ നിരൂപണബുദ്ധി ഫ്രോയിഡിന്റെ കൈവിരലുകളിൽ തൂങ്ങി അപഥ സഞ്ചാരം ചെയ്യുന്നെങ്കിൽ സ്നേഹിതന്മാർ പൊറുക്കണേ എന്നപേക്ഷിച്ചു കൊണ്ട് നിങ്ങളുടെ ശ്രദ്ധയെ വേറൊരു വഴിക്ക് തിരിച്ചുകൊള്ളട്ടെ.

രാമായണസന്ദർഭത്തിൽ ലക്ഷ്മണന് സീതയോടുള്ള സംബന്ധം പുത്രനു മാതാവിനോടെന്നതുപോലെ അതീവ ശുദ്ധമായിട്ടുള്ളതാണ്. ഈ സാമൂഹ്യവീക്ഷണത്തെ തലകീഴുക്കാൻ പാടുപിടിക്കുമ്പോൾ

കിട്ടുന്ന ഗുപ്തമായ ഒരു താത്പര്യത്തെയാണ് ഫ്രോയിഡ് 'ഈഡിപ്പസ് കോംപ്ളക്സി'ൽ കൊണ്ടു വരുന്നത്. ഈഡിപ്പസ് കോംപ്ളക്സുള്ള പുത്രൻ അമ്മയെ കാമിക്കുന്നു. എന്നു പറഞ്ഞാൽ അച്ഛനെ കൊല്ലുന്നു എന്നർത്ഥം. ഇവിടെ മുകളിൽ എടുത്തുകാട്ടിയ ആത്മഹത്യാവിചാരത്തോടു തൊട്ടിണങ്ങിയാണ് സീതയ്ക്ക് ലക്ഷ്മണസ്മരണയുണ്ടാകുന്നത്. ഉപേക്ഷയുടെ തമോവൃതി നീങ്ങിയ സീതയുടെ സ്മൃതിധാര പുതുപുഷ്പം കലരുന്ന വല്ലിപോലെ പൂവണിഞ്ഞപ്പോൾ അതിൽ ആദ്യം വിടർന്ന പൂവ് പിരിയാനരുതാഞ്ഞ് കണ്ണുനീർ ചൊരിയുന്ന ലക്ഷ്മണന്റേതായിരുന്നു.

കനിവാർന്നനുജാ! പൊറുക്ക ഞാൻ
നിനയാതോതിയ കൊള്ളിവാക്കുകൾ
അനിയന്ത്രിതമായ് ചിലപ്പൊഴീ-
മനമോടാത്ത കുമാർഗ്ഗമില്ലെടോ! (50)

നിരപരാധമായൊരു മനസ്സിന്റെ നിസർഗ്ഗസുന്ദരമായൊരാവിഷ്കരണം എല്ലാ നല്ല മനുഷ്യരും ഈ ശ്ലോകത്തിൽ കാണുമ്പോൾ, ഫ്രോയിഡിന്റെ ചിന്താഗതികൊണ്ട് നിറഭേദം വന്നിട്ടുള്ള നിരൂപകന്റെ മനസ്സ് ഇതിലെ 'അനിയന്ത്രിതമായി' എന്ന പ്രയോഗത്തിന്റെയും 'കുമാർഗ്ഗം' എന്ന പ്രയോഗത്തിന്റെയും അടിയിൽ ചുവന്ന വരയിട്ട് വേണ്ടാത്ത വഴിക്ക് ചിന്തിച്ചു ചെല്ലുവാൻ ഇടയുണ്ട്. മകന് സമാനമായ ലക്ഷ്മണനെ മാതാവിന്റെ പ്രാക്തനപ്രതീകമായിരിക്കുന്ന സീത സ്നേഹിക്കുന്നു എന്നു പറയുന്നതിൽ ഫ്രോയിഡ് മരണവാസന (death instinct) കാണുക തന്നെ ചെയ്യും. തീരെ മര്യാദ കെട്ട ഭാഷയിൽ ഇതിനൊരു വിശദീകരണം നൽകിയാൽ, സ്വഭർത്താവായ രാമന്റെ ആശയപമായ ഹത്യയാണ് ഈ ലക്ഷ്മണസ്തുതിയിൽ അടങ്ങിയിരിക്കുന്നത് എന്ന് ഫ്രോയിഡ് പറഞ്ഞേക്കാൻ ഇടയുണ്ട്. വാല്മീകിയുടെ സീതയിൽ മനമുരുകി ആരാധനയ്ക്കൊരുങ്ങിയിറങ്ങിയിരിക്കുന്ന ഭക്തന്മാർ ഈ പ്രസ്താവം കേട്ട് വെരളി പിടിക്കേണ്ട കാര്യമില്ല. സാമൂഹ്യമായ അവബോധസ്മൃതിയിൽ നിന്നും പൊങ്ങി വരുന്ന പ്രാക്തനപ്രതീകം എങ്ങനെ, നൂറ്റാണ്ടുകളുടെ ചുവടുവെയ്പുകളിലുള്ള താളക്രമത്തെയും വൈരുദ്ധ്യപ്രവണതകളെയും ഒരു കവിയുടെ പ്രതിഭയിൽ ഗുപ്തസങ്കേതങ്ങളെ കരുവാക്കിക്കൊണ്ട് സമ്മേളിപ്പിക്കും എന്നിങ്ങനെയുള്ള യുങിന്റെ പ്രാക്തനപ്രതീകപഠനത്തിന് ഞാനിവിടെ ഒരു ഉദാഹരണം എടുത്തു കാണിച്ചു എന്നേയുള്ളൂ.

മുനി കാട്ടിടുമെൻ കിടാങ്ങളെ-
ക്കനിവാൽ നീ സ്വയമാഞ്ഞു പുൽകിടാം
അനസൂയ വിശുദ്ധമിന്നു നിൻ-
മനമാനന്ദസരിത്തിൽ നീന്തിടാം (53)

എന്നിങ്ങനെ ലക്ഷ്മണനെപ്പറ്റി പറയുമ്പോൾ രാമനെപ്പറ്റി സീത പറയുന്നത് ഇത്രമാത്രമാണ്:

മുനി ചെയ്ത മനോജ്ഞകാവ്യമ-
മ്മനുവംശാധിപനിന്നു കേട്ടുടൻ
അനുതാപമിയന്നിരിക്കണം!
തനയന്മാരെയറിഞ്ഞിരിക്കണം. (18)

54-ാംമത്തെ ശ്ലോകം മുതൽ അവരോഹണക്രിയയിൽ കഴിഞ്ഞ കവിയുടെ മനസ്സ് എഴുപത്തിയൊന്നാമത്തെ ശ്ലോകത്തിനുശേഷം ധർമ്മരോഷംപൂണ്ടുയരുകയായി:

ഇടപെട്ടിവരൊത്തു മേവുവാ-
നിടയാക്കീടിനി ദുർവ്വിധിക്കഹോ!
പടുശല്യഭിഷക്കിനെന്നപോ-
ലൊടുവിൽ താനൃണബദ്ധയായി ഞാൻ (72)

സീതയുടെ ധർമ്മരോഷം പ്രകടമാക്കുവാൻ കവി ഇവിടെ ആദ്യമായി തിരഞ്ഞെടുത്ത മാർഗ്ഗം അന്യാപദേശമാണ്. സീതയുടെ ജീവിതത്തെ അഗാധമായി സ്പർശിക്കുന്ന രണ്ടു മൂല്യസഞ്ചയങ്ങളുടെ മദ്ധ്യബിന്ദുക്കളാണ് രാമനും വാല്മീകിയും. ആശ്രമവാസികളുടെ ആരണ്യജീവിതം വാല്മീകിയെ അവരുടെ മദ്ധ്യബിന്ദുവാക്കിയിരിക്കുന്നു. നഗരവാസികളുടെ പൗരജീവിതത്തിന്റെ മദ്ധ്യബിന്ദുവാണ് ശ്രീരാമൻ. സീതയ്ക്ക് ഈ അവസരത്തിൽ വാല്മീകിയോടു തോന്നിയിരിക്കുന്ന ചേതോവികാരം അളവറ്റ ഭക്തിയും ആഴമേറിയ കൃതജ്ഞതയുമാണ്. മാനുഷികമായ ചേതോവികാരങ്ങൾ പ്രാകൃതികമായി ഉണ്ടാകുവാൻ അനുവദിച്ചാൽ ബഹിഷ്കൃതയായ ഒരു ഭാര്യ എന്ന നിലയിൽ സീയ്ക്കുണ്ടാകേണ്ടത് രാമനോടുള്ള അവജ്ഞയും വിരോധവുമാണ്. വാല്മീകിയുടെയും ഭവഭൂതിയുടെയും സീതയ്ക്കുണ്ടാകാത്ത ആ പ്രതികരണം ആശാന്റെ സീതയിലുണ്ടാകുന്നു എങ്കിൽ അതിന് ആശാൻ ഉത്തരവാദിയായിത്തീരുന്നതാണ്. ആശാൻ കർമ്മധീരനും ധർമ്മശൂരനും ആണെന്ന് നമുക്കറിയാമെന്നിരുന്നാലും മനസ്സിന്റെ വേറൊരറ്റത്ത് അതീവ പേലവമായിരുന്ന വേറൊരു ഭാവം കൂടിയുണ്ടായിരുന്നു. മഹാകവി വളരെക്കാലം നാരായണഗുരുവിന്റെ അന്തേവാസിയായിരുന്നു എന്നുള്ള വസ്തുത നാം ഓർമ്മിക്കുന്നത് നന്നായിരിക്കും.

ആരായുകിലന്ധത്വമൊഴിച്ചാദിമഹസിൽ
നേരാം വഴി കാട്ടും ഗുരുവല്ലോ പരദൈവം

എന്നിങ്ങനെ ഗുരുവിനെ ദൈവമായിത്തന്നെ കരുതി ആരാധിച്ചുപോന്നിരുന്ന കുമാരനാശാന്റെ 'ആൾട്ടർ ഈഗോ' നാരായണഗുരു ആയിരുന്നു. കുമാരനാശാന്റെ ആത്മാവ് വാല്മീകിയോടു ബന്ധപ്പെടുമ്പോഴും ബുദ്ധദേവനോടു ബന്ധപ്പെടുമ്പോഴും അവർക്കൊക്കെ നാരായണഗുരുവിന്റെ മുഖച്ഛായ ഉണ്ടായിരുന്നു. കുമാരനാശാന്റെ ചിന്തകൾക്ക്

കടിഞ്ഞാണിടുവാൻ ആർക്കെങ്കിലും കഴിഞ്ഞിട്ടുണ്ടെങ്കിൽ അത് നാരായണഗുരുവിന് മാത്രമാണ് താനും. ഒരാളുടെ ജീവിതത്തെ അച്ചടക്ക ച്ചിട്ടയുള്ളതാക്കുവാൻ ഈ 'ആൾട്ടർ ഈഗോ' കൂടക്കൂടെ ലഘുവായി നിയന്ത്രണങ്ങൾ ഏർപ്പെടുത്തുന്നത് ആശാന്റെ കൃതികൾ ശ്രദ്ധിച്ചു വായിച്ചു നോക്കിയാൽ കാണാം. 'കൊച്ചുകിളിയിൽ:

> ചിത്രമിങ്ങു പുഴ, കുന്നിവറ്റ തെ-
> ല്ലത്തലെന്നി കിളി, നീ കടപ്പതും
> എത്തി വന്മുതല മേലു, മാനതൻ-
> മസ്തകത്തിലു, മിരുന്നിടുന്നതും!   (4)
>
> ചേണിയന്ന ചിറകാർന്നൊരോമന-
> പ്രാണി, നിൻ തടവകന്ന ലീലകൾ
> കാണുകിൽ കൊതി വരും - പഠിക്കുവാൻ-
> പോണു കൊച്ചുകിളിയായതില്ല ഞാൻ!   (5)

ഇവിടെ 'പഠിക്കുവാൻ പോണു' എന്നു പറയുന്നിടത്ത് 'ആൾട്ടർ ഈഗോ'യുടെ വിലക്കു കാണാം. ഇനി 'പൂക്കാല'ത്തിൽ നിന്നു വേറൊരുദാഹരണം നോക്കുക:

> നാഗത്തിൽ നിന്നോമനേ, നിന്നെ വിട്ടീ-
> ലോകത്തിനാനന്ദമേകുന്നതീശൻ
> ഈ കൊല്ലമീ നിന്റെ പാദം തൊഴാം ഞാൻ
> പോകൊല്ല പോകൊല്ല പൂക്കാലമേ നീ!
>
> ചിന്തിച്ചിളങ്കാറ്റുതൻ നിസ്വനത്താ-
> ലെന്തോന്നുരക്കുന്നു നീ? ഞാനറിഞ്ഞു;-
> "എന്താതനാം ദേവനോതുന്നതേ ഞാ
> നെന്താകിലും ചെയ്യു"വെന്നല്ലയല്ലീ?

പിന്നെയും ആ 'ആൾട്ടർ ഈഗോ' ഇവിടെ ദേവാജ്ഞയായി വരുന്നു. അതേ 'ആൾട്ടർ ഈഗോ' തന്നെ ജ്യേഷ്ഠനായി വന്ന് താക്കീത് കൊടുക്കുന്നതും നോക്കുക:

> എന്നു കൈപൊക്കിയോടി നാന്മുഖൻ
> കുന്നേറാനൊരു സാഹസി ബാലകൻ
> ചെന്നു പിന്നിൽ ഗൃഹപാഠ കാലമാ-
> യെന്നു ജ്യേഷ്ഠൻ തടങ്ങു ഞെട്ടും വരെ. (അമ്പിളി) (8)

ഈ 'ആൾട്ടർ ഈഗോ' തന്നെയാണ് വാൽമീകിയായി വന്ന് ആശാന്റെ സീതയോടു പക തോന്നരുതെന്നു ചെവിയിൽ മന്ത്രിച്ചു കൊടുക്കുന്നത്. അത് ആശാൻ അനുസരിക്കുന്നു.

പ്രിയനിൽ പക തോന്നീടാതെയും
ഭയവും നാണവുമോർമ്മിയാതെയും
സമയമങ്ങനെയത്തമസ്സുതൻ
കയമാർന്നെൻ മതി താണു നിന്നിതേ (57)

ഒരു കാര്യം നാം ഇവിടെ ശ്രദ്ധിക്കേണ്ടതായിട്ടുണ്ട്. പ്രിയനിൽ പക തോന്നാതിരിക്കാൻ മതിയായ ഒരു കാരണം കൂടി ആശാൻ ഇവിടെ പറഞ്ഞിട്ടുണ്ട്. സീത മുർച്ഛിച്ചു പോയിരുന്നു. അതിൽനിന്നും സീത മൂർച്ഛിച്ചിരുന്നില്ലെങ്കിൽ പക തോന്നുമായിരുന്നു എന്നു ധ്വനിക്കുന്നു. ശ്രീരാമന്റെ നാഗരികതയേയും വാല്മീകിയുടെ ആരണ്യകതയേയും ചേർത്തുവെച്ച് ആശാൻ ഉപമിക്കുന്നത് നോക്കുക.

എരിയുന്ന മഹാവനങ്ങൾ ത-
ന്നരികിൽ ശീതളനീർത്തടാകമോ?

അവിടം തൊട്ടങ്ങോട്ട് വാല്മീകിപ്രതീകത്തിന്റെ വിസ്തൃതരൂപമായിട്ട് വരുന്നത് ആശ്രമജീവിതമാണ്.

സ്വകപോലെവെളിച്ചമീർഷ്യയാം
പുകമൂടാത്ത മുനീന്ദ്രയോഷമാർ
ഇടരെന്നി ലസിക്ക! സൗമ്യമാ-
മുടജത്തിന്റെ കെടാവിളക്കുകൾ. (63)

അങ്ങനെ തുടങ്ങി,

സ്മൃതി വിസ്മൃതമാകിലും സ്വയം
ശ്രുതി കാലാബ്ധിയിലാണ്ടു പോകിലും
അതിപാവനശീലമേലുമി-
സ്സതിമാർ വാണീടുമൂഴി ധന്യമാം. (69)

എന്നിങ്ങനെ ആശ്രമജീവിതത്തെ വിലയിരുത്തിയതിനു ശേഷം ശ്രീരാമനെ ഗ്രസിച്ചിരിക്കുന്ന നഗരജീവിതം അനുസ്മരിക്കുകയായി.

പരിതൃപ്തിയെഴാത്ത രാഗമാ-
മെരിതീയ്ക്കിന്ധനമായി നാരിമാർ
പുരിയിൽ സ്വയമാത്മജീവിതം
കരിയും ചാമ്പലുമാക്കിടുന്നിതേ!

എന്നിങ്ങനെ അവജ്ഞയിൽ തുടങ്ങി അമർഷമായി വളർന്ന് അതവസാനം പരിഹാസമായി മാറുന്നു.

വിധുകാന്തിയെ വെന്ന ഹാസവും
മധു തോൽക്കും മധുരാക്ഷരങ്ങളും
അതിഭീഷണപൗരഹൃത്തിലെ-
ച്ചതി രക്ഷോവരചാരരെന്നുമേ. (79)

നാഗരികതയെ പൊതുവേ ആക്ഷേപിച്ചിട്ടും മതിയായില്ല. ഇനി പേരു പറയാതെ രാജാവിനെത്തന്നെ വിമർശിക്കാമെന്നായി.

കൊടി തേർപട കോട്ട കൊത്തളം
കൊടിയോരായുധമൊന്നുമെന്നിയേ
നൊടിയിൽ ഖലജിഹ്വ കൊള്ളിപോ-
ലടിയേ വൈരിവനം ദഹിക്കുമോ (80)

നൃപഗാഢ വിചിന്തനം കഴി-
ഞ്ഞപരോക്ഷീകൃതമായ കൃത്യവും
അപഥം വഴി സത്വരം കട-
ന്നുപജാപം തലകീഴ്മറിക്കുമേ (81)

എല്ലാ അച്ചടക്ക നിബന്ധനകളും ഇവിടെ അവസാനിക്കുന്നു. സീതയുടെ വായ്മൂടുവാൻ ആശാനിഷ്ടമില്ല. അതുകൊണ്ട് വിമർശനത്തിന്റെ പ്രകാശിക (Spot light) ശ്രീരാമന്റെ മുഖത്തേക്കുതന്നെ തിരിക്കുന്നു:

മുടിയിൽ കൊതിചേർത്തു പുത്രനെ-
ജ്ജടിയാക്കും ചിലർ; തൽകുമാരരോ
മടിവിട്ടു മഹാവനത്തിലും
വെടിയും ദോഹദമാർന്ന പത്നിയേ. (83)

തുടർന്നങ്ങോട്ടു വായിക്കുന്നതിനു മുമ്പ് കവിയുടെ ഒരു വ്യക്തിത്വാപഗ്രഥനം (personality analysis) നടത്തേണ്ടത് അത്യാവശ്യമായിരിക്കുന്നു.

ഒരു വ്യക്തിയിൽ ജീവന്റെ പൊതുസ്വഭാവം അടിസ്ഥാനമായി വരുന്നു. ജൈവികമായി മാത്രം നോക്കിയാൽ ഒരു ബാക്റ്റീരിയയും ഒരു ഗജേന്ദ്രനും ഒരു കുമാരനാശാനും എല്ലാം ജീവന്റെ ഓരോ കണങ്ങൾ മാത്രമാണ്. ഇവയെയൊക്കെ ഭരിക്കുന്ന പ്രകൃതിശക്തി ഒന്നുതന്നെയാണ്. അതുപോലെ പ്രധാനമാണ് വ്യക്തിയുടെ മനസ്സിന്റെ വേരുകൾ ഏതു മാനവ സംസ്കൃതിയുടെ അപബോധസ്മൃതിയിൽ അവയുടെ അടിസ്ഥാന ധാരണകളയും വിശ്വാസങ്ങളെയും കണ്ടെത്തിയിരിക്കുന്നു എന്നുള്ളത്. ഒരു ജനതയിൽത്തന്നെ ഉണ്ടായിരിക്കുന്ന വ്യക്തികളായാലും, കാലം, ദേശം, ചരിത്രത്തിന്റെ ഒഴുക്ക്, സാമൂഹ്യഘടന, സാമ്പത്തിക നിലവാരം, കീഴ് വഴക്കങ്ങൾ, പോർവിളികളും എതിർവിളികളും ഉണ്ടാക്കുന്ന കൂറുകൾ, പൈതൃകമായ പാരമ്പര്യം ഇതെല്ലാം ഓരോ വ്യക്തിയുടെയും നിലപാടിൽ വിശേഷസ്വഭാവമുണ്ടാക്കുന്നു. കേരളീയ സമുദായങ്ങളിൽ ആര്യമതത്തെ പൊതുവേ അംഗീകരിച്ച്, വർണ്ണവ്യവസ്ഥയെ ഉപബോധത്തിൽ സമ്മതിച്ച്, വൈഷ്ണവ പ്രതിപത്തിയുള്ള ഒരു പുത്തൻ കൂറുണ്ടായി വന്നു. അതിനുമുമ്പു തന്നെ ബൗദ്ധധർമ്മത്തിൽ വളരെക്കാലം ജീവിച്ചു പഴകി, അതിൽക്കൂടി വർണ്ണാശ്രമ വിരോധികളായിത്തീർന്ന ഒരു ജനതയുണ്ട്. അവരുടെ പൂർവീകമായ വേരുകൾ

ചരിത്രാതീതകാലത്തിലെ ശിവമതത്തിന്റേതായിരുന്നു. അതിൽനിന്നും പൊട്ടിയുണർന്നുവന്ന ശാക്തേയപക്ഷപാതം ഈ വിഭാഗത്തിന്റെ ബൗദ്ധ സംസ്കൃതിയെ ഏറക്കുറെ വികലമാക്കി. എന്നിരുന്നാലും അവരുടെ പൂർവികന്മാർക്ക് പരിചിതമായിരുന്ന പാലിഭാഷയുടെ സാദൃശ്യം കൊണ്ട് സംസ്കൃതത്തിലേക്കാകൃഷ്ടരാവുകയും, വൈദ്യവും ജ്യോത്സ്യവും ജീവിതത്തിലെ മുഖ്യ താത്പര്യങ്ങളാക്കി വളർത്തിയെടുക്കുകയും ചെയ്തു. ഈ വിഭാഗമാകട്ടെ വൈദികത്തെയും യാഥാസ്ഥിതികതയേയും പൊതുവേ അവിശ്വസിക്കുന്നവരും ആയിരുന്നു. അവരിൽ തന്നെ അവിടെയും ഇവിടെയുമായി ചിലർ അവസരവാദികളായി വൈഷ്ണവ മതത്തോടും വർണ്ണാശ്രമസമ്പ്രദായത്തോടും കൂറു കാണിക്കുന്നു മുണ്ടായിരുന്നു. ആശാന്റെ പശ്ചാത്തലം ശൈവ-ബൗദ്ധ-ശാക്തേയ-വൈദ്യ-ജ്യോതിഷികളുടെതായിരുന്നു എന്നു പറയാം. നാരായണ ഗുരുവിന്റേതും അതിൽനിന്നും ഭിന്നമായിരുന്നില്ല. നാരായണഗുരുവിന്റെ മനസ്സ് വളരുവാനും ഉയരുവാനും ഇടയായത് തേവാരത്തിന്റേയും, ശിവപുരാണത്തിന്റേയും, തിരുമന്തിരത്തിന്റേയും, തിരുനൂലിന്റേയും മാറ്റൊലി സർവധാ പ്രതിദ്ധ്വനിച്ചുകൊണ്ടിരുന്ന തമിഴ്നാട്ടിലെ ശൈവലോകത്താ യിരുന്നു എങ്കിൽ, കുമാരനാശാന്റെ മേധയ്ക്കു മൂർച്ചയുണ്ടാക്കിക്കൊടുത്തത് യാഥാസ്ഥിതികരായ പൂർവമീമാംസാക്കാരുടെ മുഖ്യ ആയുധമായ സംസ്കൃത ഭാഷയിൽ മെനഞ്ഞെടുത്ത ന്യായവൈശേഷിക പ്രപഞ്ചമാണ്. അദ്ദേഹത്തിന്റെ കരവാളം ഭാട്ടപ്രഭാകരാദികളുടെ തർക്കം തന്നെയായിരുന്നു. ആശാന്റെ പടച്ചട്ട വൈഷ്ണവരായ വൈശേഷികരുടേതായിരുന്നു എങ്കിലും വീരസ്യം അതിനു കടകവിരുദ്ധമായി വളർന്നുയർന്നു നിന്നിരുന്ന ബൗദ്ധപ്രതിപത്തിയുള്ള ഉല്പതിഷ്ണുവായ ശാക്തേയന്റേതാണ്. ഇതിലെ വൈരുദ്ധ്യങ്ങളുടെ പരസ്പര നിരാകരണത്താലാകാം അദ്ദേഹം ശൈവനുമായില്ല, ശാക്തേയനുമായില്ല; വൈഷ്ണവനുമായില്ല, വൈശേഷികനുമായില്ല. നേരേമറിച്ച് മാനുഷികമൂല്യങ്ങളുടെ കറയറ്റ ഉപാസകനും, നീതിക്കും സ്വാതന്ത്ര്യത്തിനും വേണ്ടി പൊരുതുന്ന പടയാളിയുമായി. ഇപ്രകാരം അതീവ സങ്കീർണ്ണമായിരുന്ന ആശാന്റെ അപബോധസ്മൃതി, പ്രാഗ്വൈദികത്തിന്റെയും വൈദികത്തിന്റെയും നൂറ്റാണ്ടുകളിൽക്കൂടി നടന്ന സംഘട്ടനങ്ങളുടെയും സംവാദത്തിന്റെയും സംയോഗത്തിന്റെയും സങ്കരസന്താനമായി വന്ന ഒരു സംസ്കൃതിയുടെ അസാധാരണ സ്വാഭാവമുള്ളതും ആയിരുന്നു. ഋഷിവാടങ്ങളിലായാലും ബൗദ്ധവിഹാരങ്ങളിലായാലും ഗുരുവിന്റെ കാലടികളെ ശരണം ഗമിക്കുന്നത് സ്വാഭാവികമാണ്. ഇത് ആശാനും സുപ്രധാനമായിരുന്നു:

ബോധാചാര്യക്കഴൽച്ചെങ്കമലമതിനടി-
ക്കാണു നിർവ്വാണലോകം

എന്നു 'നിജാനന്ദവിലാസ' ത്തിൽ തന്റെ നിലപാട് വിശദമാക്കുമ്പോൾ ബോധാചാര്യനെന്നും, നിർവ്വാണമെന്നും ബൗദ്ധച്ചുവയുള്ള വാക്കുകൾ

ഉപയോഗിച്ചിരിക്കുന്നത് ബോധപൂർവ്വമല്ല. ആ കാരണം കൊണ്ടുതന്നെ ആ വാക്കുകൾ ആത്മാവിന്റെ ആഴത്തിൽ നിന്നും വന്നവയാണെന്നു പറയാം.

എന്നംബികേ കരുണ ചെയ്യുകെനിക്കു നിന്റെ
പൊന്നംബുജത്തൊടെതിരായ പദങ്ങളെന്യേ
അന്യം നിനയ്ക്കുകിലൊരാശ്രയമില്ല ദേവീ
ധന്യത്വമേകി മയി തൂകുക തൃക്കടാക്ഷം.

എന്ന പ്രാർത്ഥന ബംഗാളിൽ പോയി ദേവീഭക്തി മുഴുത്തതുകൊണ്ടെഴുതിയതല്ല. അതും പശ്ചാത്തലത്തിന്റെ പരിമളമുള്ള വാക്കുകളാണ്. ആശാനെ സംബന്ധിച്ചിടത്തോളം ജീവിതം പനിനീർ തൂകിയ രാജപാതയായിരുന്നില്ല.

പുഞ്ചിരിനിലാവൊളി പുറത്തിരുളകത്തായ്
നെഞ്ചിൽ വിഷമായ് മൊഴിയിൽ നല്ല നറുതേനായ്
വഞ്ചന മുഴുത്തു ഭുവനത്തിലിനി നല്ലോ-
രഞ്ചണമനതോർത്തു സരളേ, യഴുവതോ നീ?
'ഏകരസമായ് ഗുണമെഴില്ലറികയെങ്ങും
ലോകമിതിൽ നന്മയൊടു തിന്മ പൊരുതുന്നു.

ഈ യാഥാർത്ഥ്യം നല്ലതുപോലെ മനസ്സിലാക്കിയിരുന്ന ആശാന് ഖഡ്ഗധാരിയെപ്പോലെ തൂലികയെടുത്ത് ധർമ്മയുദ്ധം ചെയ്യുവാൻ ഒരു കൂസലുമില്ലായിരുന്നു. അത് ആശാനെ ജാതിചിന്ത അലട്ടുമ്പോഴൊക്കെയും വ്യക്തമായി കാണാമായിരുന്നു.

ഉണരിനുണരിനുള്ളിലാത്മ ശക്തി-
പ്രണയമെഴും സഹജാതരേ ത്വരിപ്പിൻ!
രണപടഹമടിച്ചു ജാതിരക്ഷ-
സ്സണവൊരിടങ്ങളിലൊക്കെയെത്തി നേർപ്പിൻ.
നരനു നരനശുദ്ധ വസ്തു പോലും
ധരയിൽ നടപ്പതു തീണ്ടലാണു പോലും
നരകമിവിടമാണു ഹന്ത കഷ്ടം
ഹര! ഹര! ഇങ്ങനെ വല്ല നാടുമുണ്ടോ?

ഇപ്രകാരം ശബ്ദമുയർത്തുന്ന ആശാന് അതീവ ശാന്തനായി,

'മോഹം കുറയ്ക്ക സുഖദങ്ങളിലേവരേയും
സ്നേഹിക്കയാമ്പൽനിരയെക്കുളിർതിങ്കൾപോലെ.

എന്നു ലോകത്തെ ഉപദേശിക്കുവാനും കഴിയുമായിരുന്നു. ഇതിന്റെയെല്ലാമിടയിൽക്കൂടി ആശാന് ഒരു തീയക്കുട്ടിയുടെ വിചാരം ഇല്ലാതിരുന്നില്ല.

ഈ പശ്ചാത്തലത്തിൽ വേണം സ്ത്രീ ശ്രീരാമന്റെ നേർക്കു തന്നെ തിരിഞ്ഞിരുന്നു ചോദിക്കുന്ന ചോദ്യങ്ങൾ മനസ്സിലാക്കുവാൻ.

നെടുനാൾ വിപിനത്തിൽ വാഴുവോ-
നിടയായ് ഞങ്ങളതെന്റെ കുറ്റമോ?
പടുരാക്ഷസ ചക്രവർത്തിയെ-
ന്നുടൽ മോഹിച്ചതു ഞാൻ പിഴച്ചതോ? (91)

അവിടുന്നിങ്ങോട്ട് 116-ാമത്തെ ശ്ലോകം വരെ നൂറ്റാണ്ടുകളായി സീതാ ഹൃദയത്തിലിരുന്ന് പുകഞ്ഞിരിക്കാവുന്ന ചിന്തകൾ മുഴുവനും യാതൊരു ദാക്ഷിണ്യവും കൂടാതെ ആശാന്റെ തൂലിക രേഖപ്പെടുത്തിയിരിക്കുക യാണ്. 'ഭാവത്തിൻ പരകോടിയിൽ സ്വയമഭാവത്തിൽ സ്വഭാവം വരാം' എന്നു വേറൊരിടത്ത് ആശാൻ പറഞ്ഞിരിക്കുന്നത് ഇവിടെ വാസ്തവ മായി വരുന്നു. ഉത്ക്കടമായ വേദനയോടും വെറുപ്പോടും കൂടി രാമനെ സ്മരിച്ച സീതയ്ക്ക് ആ വേദനയുടെ പരകോടിയിൽ എത്തിയപ്പോൾ നിർവൃതി നിറഞ്ഞ ആ പഴയ ദിവസങ്ങൾ ഓർമ്മ വരുന്നതായി കവി ചിത്രീകരിക്കുന്നു:

നിയമങ്ങൾ കഴിഞ്ഞു നിത്യമാ-
പ്രിയഗോദാവരിതൻ തടങ്ങളിൽ
പ്രിയനൊത്തു വസിപ്പതോർപ്പു ഞാൻ
പ്രിയയായും പ്രിയശിഷ്യയായുമേ.

പിന്നെ കുറച്ചു സമയത്തേക്ക് സ്നേഹഗായകനായ കവി സ്നേഹ ത്തിന്റെ ഉപാസന തന്നെ ചെയ്യുകയാണ്.

ഒരു ദമ്പതിമാരുമൂഴിയിൽ
കരുതാത്തോരു വിവിക്തലീലയിൽ
മരുവീ ഗതഗർവർ ഞങ്ങളെ-
ങ്ങിരുമെയ്യാർന്നൊരു ജീവിപോലവെ.

എന്നു തുടങ്ങി,

മൃതിയും സ്വയമിങ്ങു രാഗമേ!
ക്ഷതിയേകില്ല നിനക്കു വാഴ്‌വു നീ,
സ്മൃതിയാം പിതൃലോകസീമയിൽ
പതിവായശ്രുനിവാപമുണ്ടു മേ.

വൈക്ലബ്യമെല്ലാം വിട്ടു ചിന്ത മധുരതരമാകുന്നുണ്ട്. ആനന്ദത്തെ ക്കാൾ അധികമായി ജീവിതത്തെ ഭരിക്കുന്ന ഒരു ശക്തിയുമില്ല. ജീവിത മാകട്ടെ, 'രതിരഥമേറി രമ്യരൂപത്തെ തേടുന്നു' താനും, എത്ര ദുസ്സഹ മായ വെറുപ്പിന്റെ വേലിയേറ്റമുണ്ടാകുന്നതിനിടയ്ക്കും രാഗത്തിന്റെ ഒരു ചെറിയ കണം ആനന്ദം നല്കുമെന്നുണ്ടെങ്കിൽ മനസ്സ് മറ്റെല്ലാം മറന്ന് പ്രേമമയമായിത്തീരും. അവിടം തൊട്ട് കവിയുടെ മനസ്സ് അവരോഹണം ചെയ്യുകയാണ്. വീണ്ടും കവിയുടെ തൂലിക ചൂടുള്ളതായിത്തീരുന്നു.

ഒരിക്കൽക്കൂടി ധർമ്മരോഷം ആളിക്കത്തുകയായി. രോഷം ഉഗ്രതരമായപ്പോൾ പണ്ടത്തെ ശരികൾ ഇപ്പോൾ തെറ്റായി തോന്നുന്നു:

പലതുണ്ടിതുപോലെ ഭാനുമൽ-
കുലചൂഡാമണി ചെയ്ത സാഹസം
ചില വീഴ്ച മഹാനു ശോഭയാം
മലയിൽ കന്ദരമെന്ന മാതിരി.

തെറ്റുകൾ രാമന്റെ സാഹസപ്രകൃതിയിൽ നിന്നു മാത്രം വന്നതല്ല. അതിന്റെ ഒരു പാരമ്പര്യം കൂടി രാമനുണ്ടെന്നു പറഞ്ഞുകൊണ്ട്, രാമന്റെ പിതാവായ ദശരഥനും പിതാമഹനായ അജനും സാഹസികരായ വിചാര ശൂന്യന്മാരായിരുന്നു എന്നും പറയുവാൻ മടിക്കുന്നില്ല. ആ രോഷാഗ്നി അടങ്ങുന്നത്,

അതിസങ്കടമാണു നീതിതൻ-
ഗതി; കഷ്ടം! പരതന്ത്രർ മന്നവർ;
പതി നാടുകടത്തിയെന്നെ, മൽ
പ്രതിമാരാധകനാവതായ് ഫലം! (148)

അവിടം മുതൽ ദാക്ഷിണ്യബുദ്ധി ഏറുകയാണ്. ഭർത്താവായി സ്നേഹിക്കാൻ കൊള്ളുകയില്ലെങ്കിലും ഒരു യതിയായി രാമനെ മാനിക്കാതിരിക്കുവാൻ വയ്യ.

അതിമാനുഷ ശക്തിയെങ്കിലും
യതിയെക്കാൾ യമശാലി രാഘവൻ
ദ്യുതിയേറിയ ധർമ്മദീപമ-
മ്മതിമാൻ മാന്യനെനിക്കു സർവ്വഥാ. (161)

നൂറ്റി എഴുപതാമത്തെ ശ്ലോകം മുതൽ ഭാരതീയ മനസ്സിന് നൂറ്റാണ്ടുകളായി അനുഭവിക്കേണ്ടിവന്ന ഏറ്റവും വലിയ ട്രാജഡിയെന്നു പറയാവുന്ന സീതാതിരോധാനം സമുചിതമായി അവതരിപ്പിക്കാൻ കവി തൂലിക ചലിപ്പിക്കുന്നു. ആശാന്റെ സീതയുടെ വിടവാങ്ങൽ വാല്മീകിയുടേതുപോലെ നാടകീയമല്ലെങ്കിലും കരുണമായിരുന്നു.

ഇനി യാത്ര പറഞ്ഞിടട്ടെ ഹാ!
ദിനസാമ്രാജ്യപതേ! ദിവസ്പതേ!
അനിയന്ത്രിതദീപ്തിയാം കതിർ-
ക്കനകാസ്ത്രാവൃതനാം ഭവാനു ഞാൻ. (171)

സുസിതാംബരനായി വൃദ്ധനായ്
ബിസിനീതന്തു മരീചികേശനായ്
ലസിതസ്മിതനായ ചന്ദ്രികാ-
ഭസിതസ്നാത! മൃഗാങ്ക! കൈതൊഴാം. (172)

> അതിഗാഢതമസ്സിനെത്തുര-
> ന്നെതിരേ രശ്മികൾ നീട്ടി ദൂരവേ
> ദ്യുതി കാട്ടുമുഡുക്കളേ! പരം
> നതി നിങ്ങൾക്കതിമോഹനങ്ങളേ!   (173)

അങ്ങനെ സൂര്യചന്ദ്രനക്ഷത്രങ്ങളോളം വിസ്തൃതമായിക്കിടന്ന ജീവിത താത്പര്യങ്ങളെയെല്ലാം ഒന്നൊന്നായി ഉപസംഹരിച്ച് തിരോധാനം ചെയ്യുന്ന സീത,

> പ്രിയരാഘവ! വന്ദനം ഭവാ-
> നുയരുന്നു ഭുജശാഖ വിട്ടു ഞാൻ
> ഭയമറ്റു പറന്നു പോയിടാം.
> സ്വയമിദ്യോവിലൊരാശ്രയം വിനാ.   (183)

ഈ കാല്പനികമായ വിടവാങ്ങലിനെ അവസാനം കവി വാസ്തവീകരിച്ച് കഥ അവസാനിപ്പിക്കുന്നു.

> മിണ്ടാതന്തികമെത്തി, യൊന്നനുശയ-
> ക്ലാന്താസ്യനാം കാന്തനെ-
> ക്കണ്ടാൾ പൗരസമക്ഷ, മന്നിലയിലീ-
> ലോകം വെടിഞ്ഞാൾ സതി.

വാല്മീകിയുടെ ചിത്രണം അത്യാശ്ചര്യത്തെയും ഉത്കടമായ ദുഃഖത്തെയും ഒന്നിച്ചു വായനക്കാരന്റെ മനസ്സിലേക്ക് കൊണ്ടു വരുന്നു വെങ്കിൽ ആശാൻ വരച്ചു കാട്ടുന്ന സീതാതിരോധാനം സുപ്രസിദ്ധ ചിത്രകാരനായ ലിയനാർഡോ ഡാവിഞ്ചിയുടെ 'മോണാലിസ' പോലെയും, സംഗീതസാമ്രാട്ടായ ബിഥോവന്റെ 'മൂൺലൈറ്റ് സോണറ്റ്' പോലെയും യോഗയുക്തമായ ഒരു സമരസത്തിലാണ് ആസ്വാദകന്റെ മനസ്സിനെ കൊണ്ടെത്തിക്കുന്നത്. ഋഷിയും ഗുരുവുമായ കവിക്കു പ്രണാമങ്ങൾ!

അനുബന്ധം

ചിന്താവിഷ്ടയായ സീതയെക്കുറിച്ച്...

ഡോ. എം. ലീലാവതി

കാവിത ഒരു മനസ്സിൽനിന്ന് ജനിച്ച് ആയിരം മനസ്സുകളിൽ ജീവിക്കുന്നു. കവിതയിൽ അഭിരമിക്കുകയേ വേണ്ടൂ എങ്കിൽ ആ മനസ്സുകൾക്ക് ജനകമനസ്സിനെപ്പറ്റി അറിഞ്ഞേ കഴിയൂ എന്നില്ല. എന്നാൽ ആ അഭിരാമതയുടെ ജനകശക്തികളേതൊക്കെയെന്ന് അറിയാനിച്ഛിക്കുന്നവർക്ക് അന്വേഷണം നിഷിദ്ധവുമല്ല. ഒരറിവും ഒരിക്കലും പരിപൂർണ്ണമല്ല എന്നിരിക്കെ തുറക്കാവുന്ന കവാടങ്ങളെല്ലാം തുറന്നു നോക്കാൻ ജിജ്ഞാസ പ്രലോഭിപ്പിക്കുമ്പോൾ അതിനെ ആരും ചെറുത്തു നില്ക്കാറില്ല. ചിലപ്പോൾ 'പാൻഡോര'യുടെ പെട്ടിതുറന്നപ്പോഴെന്നപോലെ അഴലും അല്ലലും ശല്യങ്ങളുമായിരിക്കാം ആത്മാവിലേക്കു പറന്നണയുന്നത്. എന്നാലും അറിവിന്റെ ഔന്നത്യത്തിലേക്ക് ആരോഹണം ചെയ്യുന്നതിനുവേണ്ടി കൊടുക്കുന്ന വലിയ വിലയെക്കുറിച്ച് മനീഷിയായ സാഹസിക മനുഷ്യൻ പരിതപിക്കുന്നില്ല. കവിതയുടെ ആസ്വാദനത്തിൽ മാത്രം മുഴുകുന്നവൻ പശ്ചാത്തല ചരിത്രത്തെക്കുറിച്ച് അറിയാനാഗ്രഹിച്ചില്ലെന്നു വരാം. എന്നാൽ കവിതാതത്ത്വാന്വേഷകന്നാകട്ടെ അറിയേണ്ടാത്തതായി ഒന്നുമില്ല എന്നു പറയുമ്പോൾ അറിവിന്റെ എല്ലാ സീമിതത്വങ്ങൾക്കും അയാൾ വിധേയനാണ് എന്നു കൂടി സമ്മതിച്ചുകൊടുക്കേണ്ടതുണ്ട്. ഇന്ന് ഉണ്മയെന്നു കരുതപ്പെടുന്നത് നാളെ തണ്മയെന്നു വിധിക്കപ്പെട്ടേയ്ക്കാം. ഒരാൾക്ക് നന്മയായി അനുഭവപ്പെടുന്നത് മറ്റൊരാൾക്ക് തിന്മയായി തോന്നിയേക്കാം. ഒരിടത്തു ശിവമായി കരുതപ്പെട്ടത് മറ്റൊരിടത്ത് ശാപമായി കരുതപ്പെടാം. കാലം, വ്യക്തി, സ്ഥലം എന്നിവയോട് അനിവാര്യമായും അനിഷേധ്യമായും ബന്ധപ്പെട്ടിരിക്കുന്നു. ധർമ്മം, അതനുസരിച്ച് സീമിതമാണ് അറിവും. ഇന്ന് മനസ്സത്യങ്ങളെന്നു പൊതുവെ കരുതപ്പെടുന്നവയെ കാലം ചവറ്റു കൊട്ടയിലേക്കറിഞ്ഞു കൂടായ്കയില്ല. അതിനും പുറമെ, മനസ്സത്യങ്ങളുടെ കാര്യത്തിൽ

സർവ്വാദൃതമായ ഏക പദ്ധതിയല്ല ഇപ്പോൾ തന്നെ ഉള്ളത്. തന്നിമിത്തം സ്വീകരിക്കുന്ന പദ്ധതിയുടെ സ്വഭാവമനുസരിച്ചായിരിക്കും അനാവൃതമായിത്തീരുന്ന അറിവിന്റെ സ്വഭാവം. ഇത് നീക്കുപോക്കില്ലാത്ത പരിമിതിയാണ്. നീലച്ചില്ലിലൂടെ നോക്കിയാൽ പ്രപഞ്ചം മഞ്ഞയായി കാണുകയില്ല. എന്നുവെച്ച് ചില്ലുകളെല്ലാം വഞ്ചകങ്ങളാണെന്ന് മുൻവിധി കൈക്കൊള്ളുന്നതിലും അർത്ഥമില്ല. വസ്തുക്കളെ വിപുലീകരിച്ചു കാട്ടുന്ന, മധ്യോന്നത കാചം (ഭൂതക്കണ്ണാടി) സൂക്ഷ്മദർശനത്തിനുതകുക തന്നെ ചെയ്യും. കവിതാത്തത്വാന്വേഷകർക്ക് അറിയേണ്ടാത്തതായ ഒരു ശാസ്ത്രവുമില്ല എന്നു പറഞ്ഞത്, എല്ലാ ശാസ്ത്രങ്ങളും ജീവിതത്തിന്റെ സൂക്ഷ്മ ഘടകങ്ങളെ വിശദീകരിച്ചു കാട്ടിത്തരാൻ ശക്തമായ മധ്യോന്നതകാചങ്ങളാവാൻ ഉദ്ദിഷ്ടങ്ങളാണെന്നതു കൊണ്ടു തന്നെയാണ്. മാർഗ്ഗഭേദവും തത്ഫലമായ ദർശന ഭേദവും എല്ലാ വിജ്ഞാനശാഖകളിലുമുണ്ട്. മനോവിജ്ഞാനീയത്തിൽ മാത്രമല്ല. ഉദാഹരണത്തിന് സമൂഹ വിജ്ഞാനീയത്തിൽത്തന്നെ എത്രയെത്ര പദ്ധതി ഭേദങ്ങളുണ്ട്! ധനവിജ്ഞാനീയത്തിലോ? അവയിൽ നിന്നും കിട്ടുന്ന വെളിച്ചത്തിലൂടെയും കവിതയെ പരിശോധിക്കാവുന്നതുമാണ്. അങ്ങനെ ചെയ്യപ്പെട്ടിട്ടുണ്ടുതാനും. പദ്ധതിഭേദമനുസരിച്ചുണ്ടാകുന്ന ദർശനഭേദങ്ങളോരോന്നും അതതിന്റെ പരിധിക്കുള്ളിൽ മാത്രമേ പരിപൂർണ്ണതയിലേയ്ക്കു പ്രയാണം ചെയ്യുന്നുള്ളൂ. ഫോട്ടോഗ്രാഫിയിൽ ഓരോ 'ആംഗളി(Angle)ൽ നിന്നെടുക്കുന്ന 'സ്റ്റഡി' (study) പോലെയാണ് ഓരോ പദ്ധതിയെ ആലംബമാക്കി കവിതാതത്ത്വപ്രകാശനത്തിൽ നടത്തുന്ന ഓരോ 'സ്റ്റഡി'യും. വിഭിന്നമായ കോണുകളിൽ നിന്നുള്ള വീക്ഷണങ്ങൾ ഏകത്ര സമന്വയിപ്പിക്കുന്നതാകട്ടെ ഒരു 'ഹോളോഗ്രാഫിക്' ചിത്രത്തിന്റെ ഫലം ചെയ്യും. ഫോട്ടോഗ്രാഫിയും ഹോളാഗ്രോഫിയും വിഭിന്നങ്ങൾ തന്നെ. ഒന്നു മറ്റേതിനു പകരം നില്ക്കുകയില്ല. ഒന്നിനു പകരം മറ്റേതു മതി എന്നും വരികയില്ല.

മനോവിജ്ഞാനീയത്തിന്റെ വെളിച്ചത്തിൽ കവിതയെ കാണുകയും കാണിക്കയും ചെയ്യാനുള്ള ശ്രമങ്ങൾ ഇതര വിജ്ഞാനീയ പ്രകാശങ്ങളിൽ കവിതയെ പഠിക്കുന്നതിനെക്കാൾ അഭിജാതമല്ല; അനർത്ഥാത്മകവും വ്യർത്ഥവുമല്ല.

'ചിന്താവിഷ്ടയായ സീത'യെക്കുറിച്ച് മേധാവിയും മനീഷിയും പ്രതിഭാവാനുമായ ശ്രീ നിത്യചൈതന്യയതി സാധിച്ചിട്ടുള്ള പഠനം ഈ പുതിയ മാർഗ്ഗത്തിലുള്ള സഞ്ചാരമാണ്. 'അസ്ത്യനേകോ ഗിരാം മാർഗ്ഗഃ എന്നത് കവിക്കു മാത്രമല്ല, കാവ്യനിരൂപകനും ഉള്ള സ്വാതന്ത്ര്യം തന്നെ. പുതിയ

മാർഗ്ഗത്തിലൂടെ സഞ്ചരിച്ച് ഒരു പുതിയ വെളിച്ചത്തിലൂടെ ഈ കാവ്യത്തെ അറിയാൻ അദ്ദേഹം സഹായിക്കുന്നു. ആശാന്റെ കാവ്യദേവതയുടെ സർവ്വാംഗീണ സൗന്ദര്യത്തെ വാഴ്ത്തിപ്പാടുന്ന ചിലർ പോലും ചിന്താവിഷ്ടയായ സീതയുടെ രാമോപാലംഭത്തെ ന്യായീകരിക്കാനാകാതെ കുഴങ്ങാറുണ്ട്. ചിലർ അതു സീതയുടെ ഉപബോധമനോവ്യാപാരമെന്ന നിലയിൽ നോക്കിക്കണ്ട് ക്ഷന്തവ്യമെന്നു വിധിക്കുമ്പോൾ, മറ്റു ചിലർ, 'എങ്കിൽ അതുതന്നെയാണല്ലോ സീതയുടെ അന്തഃസത്യ'മെന്നു പറഞ്ഞ് സാധൂകരണത്തെ നിരാകരിക്കുന്നു. മൗലികമനസ്തത്ത്വങ്ങളുടെ അറിവിനെക്കുറിച്ച് പ്രസക്തി വരുന്നത് ഇവിടെയാണ്. കാവ്യാസ്വാദനത്തിന് സാധൂകരണമോ നിരാകരണമോ അനുപേക്ഷണീയഘടകമാണെന്നു വരുമ്പോൾ സാധൂകരണത്തിനോ നിരാകരണത്തിനോ പ്രേരകമായ അറിവ് അനിവാര്യമായിത്തീരുന്നു. മനുഷ്യമനസ്സിനെക്കുറിച്ചും, അതിന്റെ പ്രവർത്തനങ്ങളെക്കുറിച്ചും, ചിന്താവ്യാപാരത്തിൽ ദേശകാല സാഹചര്യാദികൾ എത്രത്തോളം പ്രേരണ ചെലുത്തുന്നു എന്നതിനെക്കുറിച്ചും, വ്യക്തി നേടിയ ശമദമയമനിയമാദികൾ ഏതേതു സന്ദർഭത്തിൽ എത്രത്തോളം ഫലപ്രദമാകുമെന്നതിനെക്കുറിച്ചുമുള്ള അന്വേഷണം 'ചിന്താവിഷ്ടയായ സീത' പോലുള്ള ഒരു കാവ്യത്തിന്റെ ആസ്വാദനത്തിനു പോലും ആവശ്യമായിത്തീരുന്നു. എന്തെന്നാൽ വേണ്ടുംവണ്ണം അറിയുക എന്ന പ്രക്രിയയിൽ നിന്ന് നിർമ്മുക്തമല്ല അതിന്റെ ആസ്വാദനമെന്ന പ്രക്രിയ. പല നിരൂപകരും പറഞ്ഞു കഴിഞ്ഞിട്ടുള്ളതുപോലെ സന്ദർഭസവിശേഷതയാണ് സീതയുടെ വിചിന്തനത്തിന് പ്രസക്തിയുളവാക്കുന്നത്. തന്നെ പരിത്യജിച്ചത് രാമന്റെ ഭർതൃധർമ്മവിലോപമാണെന്നും അത് ധർമ്മവിലോപം മാത്രമല്ല, പരിത്യാഗം അപവാദത്തെ ദൃഢീകരിക്കാനുതകുമെന്നതുകൊണ്ട് കൃപണോചിത വൃത്തിയായിപ്പോയെന്നും,

(കൃപണോചിത വൃത്തിമൂലമെ-
ന്നപവാദം ദൃഢമാക്കിയില്ലയോ? - 105)

ആ ക്രൗര്യം രാജ്യലോഭത്തോടു ബന്ധപ്പെട്ട മമത്വലോപത്തിന്റെ പരിണിതഫലമാണെന്നും, അതിനെ രാജധർമ്മനിർവ്വഹണത്തിന്റെ പേരിൽ ന്യായീകരിക്കാൻ വയ്യെന്നുമുള്ള ചിന്തകൾ പരിത്യാഗത്തിനുശേഷം സീതയുടെ മനസ്സിൽ ഏറെക്കാലം ഉമിത്തീയെന്നപോലെ നീറിക്കൊണ്ടു കിടന്നു. അന്തരാത്മാവിലെ ഉണങ്ങാത്ത വ്രണം. എന്നാൽ ആശ്രമത്തിലെ ശീതളാന്തരീക്ഷവും യമനിയമാദിവ്രതചര്യകളും നരജീവിതമെന്ന വേദനയ്ക്ക് ഔഷധമായ അർഭകരും ആ വ്രണത്തിന്റെ

പുറംതൊലി കൂടാനും അതു തീരെ ഉണങ്ങിയ പോലെ തോന്നിക്കാനും ഉതകി. പതിരാഗജങ്ങളായ ഭാവങ്ങൾക്ക് ഉന്മൂലനാശം വന്നില്ലെങ്കിലും അവ മനസ്സിലൂന്നാതെയായി. പ്രണയം നിദ്രാണമായ അണലിപ്പാമ്പുപോലെയായി. ഭാവങ്ങളുടെ ഒരു തരം 'ഹൈബർനേഷൻ'. (Hibernation). ഇന്ദ്രിയമോദഹേതുക്കളായ ഭാവങ്ങൾ പറന്നുപോയി. അങ്ങനെ മാനസം പ്രാക്കൾ വെടിഞ്ഞ കൂടുപോലെ നിലകൊണ്ടു. ഹൃദയാകാശത്തിൽ കതിർ വീശിയിരുന്ന രാമചന്ദ്രൻ പോലും സ്മൃതിദർപ്പണത്തിലെ പ്രതിഫലിതചന്ദ്രനായിത്തീർന്നു. വ്രതചര്യകൾ പഴകി. ആത്മവിദ്യ ശീലിച്ചതുകൊണ്ട് പ്രശാന്തത കൈവന്നു. പഴയ അഴലെല്ലാം മറന്ന പോലായി. എന്നിട്ടും അപമാന ശല്യം മാത്രം ഒഴിഞ്ഞില്ല. മാനഹേതുവാലുള്ള ഒഴിയാത്ത ആർത്തി മനുഷ്യന്നു മാത്രം ഉള്ളെന്നാണല്ലോ. ആ അമ്പിന്റെ മുന കൂടക്കൂടെ പഴയ വ്രണത്തിന്റെ പുറം തൊലിമേൽ കുത്തിക്കൊണ്ടിരുന്നു. എന്നാലും ഏറ്റവും ശക്തിയുള്ള വ്രണവിരോപണൗധങ്ങളായ കാലവും സന്താന സുഖവും വ്രതചര്യകളും അമ്പിന്റെ മുനയെ ചെറുത്തു കൊണ്ടു നിന്നു. അങ്ങനെ ഓളമില്ലാതെ നിശ്ചലമായിക്കിടന്ന ജലാശയത്തിലാണ് പെട്ടെന്ന് ഒരു കനത്ത കല്ലു വന്നു വീണത്-അർഭകർ തന്നിൽ നിന്ന് അകലാനുള്ള സന്ദർഭം എത്തിച്ചേർന്നത്. "മുനി ചെയ്ത മനോജ്ഞകാവ്യം അദ്ദേഹം കേട്ടു കഴിഞ്ഞിരിക്കും. തനയന്മാരെ തിരിച്ചറിഞ്ഞിരിക്കും. അയോദ്ധ്യാരാജ്യത്തിന്റെ സിംഹാസനത്തിന് അവകാശികളായ അവരെ അവരുടെ സ്ഥാനത്തിരിക്കാൻ താൻ അനുവദിച്ചേ മതിയാവൂ. എന്നാൽ ഇനിയും ഒരിക്കൽകൂടി തന്നെ പ്രലോഭിപ്പിക്കാൻ ആ സിംഹാസനം ശക്തമാകയുമില്ല.

(നിഴലിൻ വഴി പൈതൽ പോലെ പോ-
യുഴലാ ഭോഗമിരന്നു ഞാനിനി - 17)

അപ്പോൾ പുത്രന്മാരോടുള്ള വേർപാട് അനിവാര്യം. വിരിയുന്ന പൂവിന്റെ പിന്നിലെ ദളം പോലെ. താൻ കൊഴിയാനുള്ള കാലം ആസന്നമായി. ആ സിംഹാസനം തന്നിൽനിന്ന് ഒരിക്കൽ പതിയെ വേർപിരിച്ചു. ഇന്നിതാ അത് മക്കളേയും വേർപിരിക്കാൻ പോകുന്നു" ഇത്തരം ചിന്തയേക്കാൾ കൊടിയൊരു ആഘാതം ബാഹ്യമായ ആ പ്രശാന്ത നിശ്ചലതയിലേയ്ക്കാപതിക്കാനില്ല. സീതയുടെ ചിന്താവേശത്തിനുള്ള സന്ദർഭൗചിത്യം ഇതാണ്. പുതിയ ആഘാതം കൊണ്ട് പഴയ വ്രണം വീണ്ടും പിളരുന്നു. ദമനം ചെയ്യപ്പെട്ടിരുന്ന ചിന്തകൾ ഇരട്ടിശക്തിയോടെ കുതിച്ചു പൊങ്ങുന്നു. ഒരിക്കൽ ചിന്തിതമായ ഒന്നും തന്നെ വ്യക്തി മനസ്സിൽ നിന്ന് ഒരിക്കലും നശിക്കുന്നില്ല; അഗാധതകളിലേക്കു

തള്ളിമാറ്റപ്പെടുന്നതേയുള്ളൂ. തോട്ടത്തിന്റെ മൂലയിലേക്ക് ചെത്തിക്കൂട്ടിയ പാഴ്ച്ചെടി കാലവർഷം അനുകൂലമാകുമ്പോൾ പൊട്ടിത്തഴയ്ക്കുമ്പോലെ, ദാന്തമായ 'അഹിത' ചിന്തകൾ അവയുടെ കാലം വരുമ്പോൾ പുറത്തേയ്ക്ക് വാന്തമായിത്തീരുന്നു. അവയ്ക്ക് ഉന്മൂലനാശം വന്നിരുന്നില്ലെന്നു കണ്ടെത്തുന്ന വ്യക്തിയെ അഭയവിഹ്വലതയിലാഴ്ത്തുകയും ചെയ്യുന്നു. അതായിരുന്നു സീതയുടെ അനുഭവം. ഈ മനസ്സത്യം തിക്തവും പരുഷവും രൂക്ഷവുമാകാം. സത്യത്തിന്റെ മുഖം പലപ്പോഴും അപ്രകാരം ഭീകരമാണ്. ആ സത്യവും അനിഷേധ്യമത്രേ. 'ചിന്താവിഷ്ടയായ സീത'യിൽ ആശാൻ ബോധപൂർവ്വമായും ധീരതയോടെയും ആവിഷ്കരിക്കുന്ന സത്യം ഇതാണ്. ഇതിന്റെ നേരേ നോക്കാൻ കരുത്തുള്ളവർ ഈ കവിത ആസ്വദിച്ചാൽ മതിയെന്നദ്ദേഹം ഉള്ളിൽ കണ്ടിട്ടുണ്ടാവണം. 'ചിന്താവിഷ്ടയായ സീത' യിലുള്ളത് സീതയുടെ അനിയന്ത്രിതവും അനിവാര്യവുമായ ചിന്തകളാണെന്ന പ്രാഥമിക വസ്തുതപോലും പലരും വിസ്മരിക്കുമ്പോലെ തോന്നുന്നു. ചിന്തകളുടെ ലോകത്തെ ഭരിക്കുന്നത് ഭാഷണത്തിന്റെ ലോകത്തിലെ ഔചിത്യ വിചാരചർച്ചകളല്ല. ചിന്തയെന്ന പ്രക്രിയ അനിച്ഛാ വിധേയമാണ്. ഭാഷണമാകട്ടെ ഇച്ഛാവിധേയമാണ്. വിവേക ശക്തിയുള്ളവർക്ക് ഭാഷണത്തെ നിയന്ത്രിക്കാം (അബോധാക്രമണത്തിന് ബോധമനസ്സ് വിധേയമായിത്തീരുന്ന ഉന്മാദാവസ്ഥയിലും നിദ്രയിലും, 'ആവിഷ്ട'മെന്നു വിശേഷിപ്പിക്കാവുന്ന 'അബ്നോർമൽ' (abnormal) സ്ഥിതിവിശേഷങ്ങളിലുമൊഴികെ). രഘുവംശം പതിനാലാം സർഗ്ഗത്തിലെ

> ന ചാവദദ് ഭർത്തുരവർണ്ണമാര്യാ
> നിരാകരിഷ്ണോർ വൃജിനാദൃതേപി

എന്ന ശ്ലോകത്തിലെ 'ന അവദത്' എന്ന പ്രയോഗം പ്രത്യേകം ശ്രദ്ധേയമാണെന്ന് പണ്ടേ മുണ്ടശ്ശേരി ചൂണ്ടിക്കാണിച്ചിട്ടുണ്ട്. ആ തീവ്രവികാരാവിഷ്ടഘട്ടത്തിൽ പോലും ഭാഷണത്തെ സീത നിയന്ത്രിച്ചു. എന്നാൽ സീതയ്ക്കുപോലും ഭാഷണത്തെയേ നിയന്ത്രിക്കാനാവൂ. ചിന്തയെ നിയന്ത്രിക്കാവതല്ല. രാമനെപ്പറ്റി സീതയ്ക്കുള്ള പരാതികൾ വിഭാവനജന്യങ്ങളോ അടിസ്ഥാനരഹിതങ്ങളോ ആയിരുന്നെങ്കിൽ സീതയുടെ ചിന്തകൾ അസ്ഥാനസ്ഥമെന്നും അസ്വാഭാവികമെന്നും വിശേഷിപ്പിക്കാൻ കഴിയുമായിരുന്നു. നിർഭാഗ്യവശാൽ അവ അപ്രകാരമായിരുന്നില്ല. വിഭാവനജന്യമാണെങ്കിൽ പോലും, വിഭാവനം മനുഷ്യമനസ്സിന്റെ ശക്തിമത്തായ ഒരു പ്രവണത ആയതിനാൽ, അതിന്റെ പേരിൽ ചിന്താവിഷ്ടരെ കുറ്റപ്പെടുത്തിക്കൂടാ. അഥവാ ചിന്തയുടെ

ലോകത്ത് കുറ്റപ്പെടുത്തലിന് സ്ഥാനമില്ല. 'അങ്ങനെ ചിന്തിച്ച തെന്തിന്, ഇങ്ങനെ ചിന്തിക്കാമായിരുന്നില്ലേ?' എന്ന ചോദ്യത്തിനു പ്രസക്തിയില്ല. അങ്ങനെ ചിന്തിച്ചതെന്തുകൊണ്ട് എന്നതിനേ പ്രസക്തിയുള്ളൂ. എന്നാൽ, രാമനെപ്പറ്റി സീതയ്ക്കുള്ള പരാതി കൾ സീത മറ്റൊരാളോടു പറയുകയാണെങ്കിൽ, സ്ഥിതി മാറും. പറയുന്നതിന്റെ ശൈലി, ഭാഷാരീതി, സ്വരം, പറയുന്ന കാര്യ ങ്ങൾ മുതലായവയെല്ലാം ലൗകികമായ ഔചിത്യ വിചാരസീമ യിൽ ഉൾപ്പെടും. ലവണാസുരവധത്തിലെ ഹനുമാനെപ്പോലുള്ള ഒരു കഥാപാത്രത്തോടോ ആശ്രമത്തിലെ തപസ്വിനിമാരോടോ മറ്റോ ആണ് സീത ഭാഷണം ചെയ്യുന്നതെങ്കിൽ, കഥ വേറെ. അപ്പോൾ ലൗകിക മര്യാദകളുടെ പ്രശ്നങ്ങൾ പൊങ്ങിവരും. 'ചിന്താവിഷ്ടയായ സീത' യിലെ രാമോപാലംഭം പൊറുക്കാൻ കഴിയാത്ത നിരൂപകരെല്ലാം സീത ആരോടോ സംസാരിക്കുക യാണെന്ന് വിഭാവനം ചെയ്യുമ്പോലെ തോന്നുന്നു. രാമന്റെ സ്വഭാ വത്തെപ്പറ്റിയുള്ള സീതയുടെ ചിന്തകൾ ഉണ്മയിലല്ല, കല്പന യിലാണ് വേരോടിയിരിക്കുന്നതെന്ന് വന്നാൽ മാത്രമേ പ്രതീതി ഭംഗമുണ്ടാകൂ.

നെടുനാൾ വിപിനത്തിൽ വാഴുവാ-
നിടയായ് ഞങ്ങളതെന്റെ കുറ്റമോ?
പടു രാക്ഷസചക്രവർത്തിയെ-
ന്നുടൽ മോഹിച്ചതു ഞാൻ പിഴച്ചതോ? (91)

എന്ന് സീത മറ്റൊരാളോടു പറയും പോലെയാണ് അവർ കരുതുന്നത്. വാല്മീകിയുടെ സീത രാമനോടു നേരിട്ടു പറയുന്ന കാര്യമാണിത്, അഗ്നി പ്രവേശനത്തിനു മുമ്പ്.

ഗാത്രസ്പർശം വശക്കേടാ-
ലല്ലോ പറ്റീ-മ്മ പ്രഭോ
അതെന്റെയിച്ഛയാലല്ലാ
കുറ്റം ദൈവത്തിനാണതിൽ

പടു എന്ന പദത്തിനാണ് കുറ്റമെങ്കിൽ തനി മലയാളമട്ടിൽ 'പടു'വിനെ ദുഷ്ടമെന്നു വ്യാഖ്യാനിക്കാം (പടുമുള). അഭിധാനി യാമകങ്ങളുടെ ശക്തിയാൽ ദുഃസാമർത്ഥ്യക്കാരനെന്നും വ്യാഖ്യാ നിക്കാം. ചിന്താവിഷ്ടയാകുന്ന നായികയ്ക്ക് ചിന്തയിൽ നിന്നുള്ള മോചനം ഇച്ഛാവിധേയമല്ല എന്ന വസ്തുത പഠിച്ചു മനസ്സിലാ ക്കുന്നതിനു പകരം, കാവ്യത്തിൽ ലയിക്കുമ്പോൾ സ്വയം അറി യുന്നവർക്കു മാത്രമേ ആ ചിന്തകൾക്കുള്ള സത്യോജ്ജ്വലത യിൽ മുങ്ങി ഹിരൺമയകാന്തി ഏറ്റെടുക്കാനാവൂ. ആസ്വാദ കന്റെ ആത്മാവിൽ നിലീനമായ സ്ത്രൈണചേതന ആശാൻ

ആവിഷ്കരിച്ച സീതയോടു സാത്മ്യം പ്രാപിക്കത്തക്കവണ്ണം സമാനധർമ്മാവായി രൂപപ്പെടണ്ടിയിരിക്കുന്നു. ഈ സത്യത്തിലേക്കു വെളിച്ചം വീശുന്ന പഠനമാണ് സ്വാമിജി സാധിച്ചിരിക്കുന്നത്.

"ആശാൻ അവതരിപ്പിക്കുന്ന സീത ആശാന്റെ ആതമാവിലെ സ്ത്രൈണ ഭാവങ്ങൾക്ക് കാല്പനികമായ വ്യക്തിത്വം ലഭിക്കുകയാൽ അതിൽനിന്നും ഭാഷാദർപ്പണത്തിലേക്കു പകർത്തപ്പെട്ടിട്ടുള്ള ഒരു പ്രതിച്ഛായ മാത്രമാണ്. അതുപോലെത്തന്നെ സഹൃദയൻ ചിന്താവിഷ്ടയായ സീതയുടെ ശോകഭാരം ഏറ്റുവാങ്ങി ആ മനസ്സിന്റെ ചലനങ്ങളെ സാത്മീകരിക്കുമ്പോൾ സ്വന്തം ആത്മാവിന്റെ സ്ത്രൈണഭാവത്തിൽ നിന്നും തന്റേതായ ഒരു സീതയെ ആവിഷ്കരിക്കുക കൂടി ചെയ്യുന്നു" എന്ന ഉൾക്കാഴ്ച മുറ്റിയ വ്യാഖ്യാനത്തിൽ ആസ്വാദന വൈവിദ്ധ്യത്തിന്റെയും ആസ്വാദകർക്കുണ്ടാകാവുന്ന ഭ്രമബുദ്ധിയുടെയും അടിസ്ഥാന രഹസ്യം ധ്വനിപ്പിച്ചിട്ടുണ്ട്. സീതയുടേത് ചിന്തയാണ് (അങ്ങേയറ്റം ഒരു മോണോലോഗ്), അല്ലാതെ ഡയലോഗ് അല്ല എന്ന വസ്തുതയും അദ്ദേഹം വിശദീകരിച്ചിട്ടുണ്ട്. "ചിന്താവിഷ്ടയായ സീതയാകട്ടെ, തന്റെ പരിവേദനം നടത്തുന്നത് ആശാന്റെ മനസ്സിലിരുന്നുകൊണ്ട് കവിയോടു തന്നെയാണ്....സീതയുടെ വിചാരധാര സീതയുടേതായിരിക്കുന്നതുപോലെ തന്നെ ആശാന്റേതുമാണ്." തുടർന്ന് അദ്ദേഹം ആശാന്റെ മനസ്സിലേക്കുള്ള പ്രവേശിക എന്ന നിലയ്ക്ക് കവിയുടെ വ്യക്തിത്വത്തെ അപഗ്രഥിച്ചു കാണിച്ചു തരികയും ചെയ്യുന്നു. ജനക മനസ്സിലേക്കു ചെന്നു ജാനകിയെ കണ്ടെത്താൻ സഹായിക്കുന്ന ഈ വ്യക്തിത്വാപഗ്രഥനം വിശേഷിച്ചും അർത്ഥവത്താണ്.

സീതയുമായി സാത്മ്യം പ്രാപിക്കുക എന്നതിനർത്ഥം ആസ്വാദക ചേതസ്സിൽ നിലീനമായ സീതാത്വത്തിന്റെ, സ്ത്രൈണ ചേതനയുടെ, ഉണർച്ചയാണ് എന്ന ചിന്താപദ്ധതി ഭാരതീയാലങ്കാര ശാസ്ത്രത്തിൽ പണ്ടേ രൂഢമൂലമായിട്ടുണ്ട്. മനഃശാസ്ത്രപരമായ സമീപനം നമുക്ക് തീരെ അപരിചിതമല്ല. അലങ്കാരശാസ്ത്രം എന്നത് രൂപകാദ്യലങ്കാരങ്ങളുടെ തലനാരു കീറുന്ന പഠനം മാത്രമാണെന്നു പുച്ഛിച്ചു തള്ളുന്നവർക്കൊഴികെ എല്ലാവർക്കും ആ സമീപനം പരിചിതമായിരിക്കും. രസാനുഭൂതി ചർച്ചയിൽ അതിപ്രസിദ്ധമാണല്ലോ, സാമാന്യവൽക്കരണ സിദ്ധാന്തം. "വിഭാവാദി സാധാരണീകരണാത്മനാ ഭാവകത്വ വ്യാപാരേണ ഭാവ്യമാനഃ എന്ന ഭട്ടനായക സമീപനം തികച്ചും മനഃശാസ്ത്രപരമാണ്. വിഭാവാദികളുടെ സാധാരണീകരണമെന്നു വെച്ചാൽ അവ വ്യക്തിനിഷ്ഠമെന്ന നില വിട്ട് കേവലമായി

ച്ചമയുകയാണ്. ഭാവുകത്വ വ്യാപാരമെന്ന ഈ പ്രക്രിയ സാധിക്കുന്നത് വിഭാവങ്ങൾ ഭാവാത്മാവായി ആസ്വാദക ചേതസ്സിൽ ജീവിക്കുന്നതു കൊണ്ടത്രേ. സീത എന്ന സ്ത്രൈണചേതന, സീതാത്വം, ശോകാരുണമായ ഒരു അഗ്നിജ്വാല, ഭാരതീയ ആത്മാവിൽ ചിരന്തനമായി വിലയിച്ചിരിക്കുന്നു. ആ ചേതനയുടെ സമുന്മീലനമാണ് വിജയിക്കുന്ന ഏതു സീതാകാവ്യവും സാധിക്കുന്നത്. അതുകൊണ്ടാണ് സീതാസങ്കല്പത്തിന്റെ ഉല്പത്തി വികാസചരിത്രത്തെക്കുറിച്ച് ഉപന്യസിച്ചുകൊണ്ട് സ്വാമിജി തന്റെ പഠനം ആരംഭിക്കുന്നതും. അതിലേക്ക് ഉപോൽബലകമായി ചില നൂതന മനഃശാസ്ത്രതത്ത്വങ്ങളും അദ്ദേഹം അവതരിപ്പിച്ചിട്ടുണ്ട്. 'സാമൂഹ്യമായ അവബോധസ്മൃതിയിൽ നിന്നും പൊങ്ങി വരുന്ന ഒരു പ്രാക്തനപ്രതീകം എങ്ങനെ നൂറ്റാണ്ടുകളുടെ ചുവടുവെയ്പ്പുകളിലുള്ള താളക്രമത്തെയും വൈരുദ്ധ്യ പ്രവണതകളെയും ഒരു കവിയുടെ പ്രതിഭയിൽ ഗുപ്തസങ്കേതങ്ങളെ കരുവാക്കിക്കൊണ്ട് സമ്മേളിപ്പിക്കുമെന്നും അദ്ദേഹം വ്യക്തമാക്കിയിട്ടുണ്ട്. യുങ്ങിന്റെ സമൂഹാബോധസങ്കല്പവും മറ്റും വെറും മസ്തിഷ്കനിലാവാണെന്നും വാദിക്കുന്നവരുണ്ട്. സമൂഹാബോധസങ്കല്പത്തെ മനഃശാസ്ത്രപരം എന്നു വിളിക്കുന്നതിനെക്കാൾ മെറ്റാഫിസിക്കൽ (Metaphysical) എന്ന് വിശേഷിപ്പിക്കുന്നതാണ് നല്ലതെന്നു കരുതുന്നവരും ഉണ്ട്. ഇത്തരം സങ്കല്പങ്ങളിലുള്ള വിശ്വാസം ഒരളവോളം ആത്മനിഷ്ഠമാണെന്നു പറയാതെ തരമില്ല. മിസ്റ്റർ ജെ.എ.സി. ബ്രൗൺ പറയുംപോലെ 'ചിലർ ഫ്രോയിഡിയന്മാരായും ചിലർ യുങ്ങിയന്മാരായും ജനിക്കുകയാണ്; ആരും അവരെ അപ്രകാരം രൂപപ്പെടുത്തുന്നില്ല' എന്നു തോന്നിപ്പോകുന്നു. സ്വാന്തഃപ്രവണതകളാണ് മാർഗ്ഗം നിശ്ചയിക്കുന്നത്. സത്യമെന്നംഗീകരിക്കപ്പെടുന്ന സങ്കല്പം ആത്മനിഷ്ഠമാണെങ്കിലും വക്താവിന് അതു സത്യമായി അനുഭൂതമാകുമ്പോൾ അതിനെ ആസ്പദമാക്കി പഠനങ്ങളും മൂല്യവിചിന്തനങ്ങളും ഉണ്ടാവുക തന്നെ ചെയ്യും. മനഃശാസ്ത്ര പദ്ധതികളിൽ ഒന്നിനു മാത്രമല്ല എല്ലാത്തിനുമുണ്ട് ആത്മാനിഷ്ഠതാജന്യമായ ഈ ആർക്കിമിഡിയൻ പരിമിതി. (ഭൂമിക്കു പുറത്ത് ഒരു ബിന്ദുവിൽ നിൽക്കാമെങ്കിൽ ഭൂമിയെ ഒരു ഉത്തോലകംകൊണ്ട് പൊക്കിക്കാണിക്കാമെന്ന് ഉത്തോലകതത്ത്വം വിവരിക്കുമ്പോൾ ആർക്കിമിഡീസ് പറഞ്ഞു. പക്ഷേ ആ ബിന്ദു ലഭ്യമല്ലല്ലോ. അതുപോലെ മനസ്സിൽ നിന്നു പുറത്തുള്ള ഒരു ബിന്ദുവിൽ നിന്നുകൊണ്ട് മനോവിശകലനം സാധ്യമല്ലാത്തതാണ് അതിന്റെ പരിമിതി). സത്യശിവസുന്ദരാദികളെ സംബന്ധിച്ചുള്ള സങ്കല്പങ്ങളും ഇപ്രകാരം ആത്മനിഷ്ഠവും സാപേക്ഷവുമാണ്. വസ്തു

നിഷ്ഠമായ കേവലത അവയ്ക്കുമില്ല. ആ സങ്കല്പങ്ങളനുസരിച്ചും മൂല്യവിചിന്തനങ്ങൾ ഉണ്ടായിക്കൊണ്ടിരിക്കുന്നു. അതിനാൽ ഇത്തരം പഠനങ്ങൾക്കും അവയുടേതായ മൂല്യങ്ങളുണ്ട്. സീത എന്ന ആദിപ്രതീകം നമ്മുടെ അന്തരാത്മാവിൽ രൂപപ്പെട്ടിരിക്കുന്നതിനനുഗുണമായാണ് നാം സീതാകാവ്യത്തെ അറിയുന്നതും ആസ്വദിക്കുന്നതും എന്നു സ്വാമിജി വ്യക്തമാക്കിയിട്ടുണ്ട്. വാല്മീകിയും കാളിദാസനും എഴുത്തച്ഛനും മറ്റും മറ്റും ചേർന്നവതരിപ്പിച്ച സീതയുടെ ചൈതന്യം നാം ഉൾക്കൊണ്ടിരിക്കണമെന്നത് ഈ കാവ്യത്തിന്റെ ആസ്വാദനത്തിനാവശ്യമായ ഒരു ഭൂമികയാണ്. വാസ്തവത്തിൽ ആദികാവ്യത്തിന്റെ അന്ത്യഭാഗവും രഘുവംശം പതിനാലാം സർഗ്ഗവും മറ്റും മനനവിഷയമാക്കിയിട്ടുള്ള കവിയുടെ കാവ്യം പഠിക്കുമ്പോൾ കാവ്യാർത്ഥം ശരിക്ക് ഉൾക്കൊള്ളണമെങ്കിൽ ആസ്വാദകനും അവ വേണ്ടുംപോലെ പഠിച്ചിരിക്കണം. ഇതൊരു പരാധീനതയായിക്കാണുന്നവരുണ്ടെങ്കിൽ ആ കാഴ്ച മൂഢതയിൽ കുറഞ്ഞ ഒന്നുമല്ല. കാവ്യാനുശീലനാഭ്യാസാദികളെക്കൊണ്ടു വിശദീഭൂതമായ മനസ്സോടുകൂടിയവരാണല്ലോ സഹൃദയർ. ഇത്തരം പരാധീനതകൾ ഏതു നല്ല, മഹത്തായ, കാവ്യത്തിന്റെ ആസ്വാദനത്തിലും ഉണ്ടായേക്കും. ഒരു 'റിലേ റെയ്സ്' പോലെ പഴയ തലമുറ ഏല്പിച്ച പന്തങ്ങൾ പുത്തൻ തലമുറ ഏറ്റു വാങ്ങുന്നു. എലിയറ്റിന്റെ 'വേയ്സ്റ്റ് ലാന്റ്' (Waste land) പൂർണ്ണമായി ഗ്രഹിക്കണമെങ്കിൽ ദാന്തേ, ജാക്കൊബിയൻ നാടകം, ബുദ്ധമതം, മിത്തോളജി (Mithology) ജെയ്ംസ് ഫ്രേസറുടെ കൃതികൾ, 'ഫ്രം റിച്വൽ ടു റൊമാൻസ്' (From Ritual to Rommance) പോലുള്ള ഗ്രന്ഥങ്ങൾ എല്ലാം അറിഞ്ഞിരിക്കണമെന്നും പറയാറുണ്ട്. പശ്ചാത്തല സജ്ജീകരണം അപൂർണ്ണമാണെങ്കിൽ കാവ്യാസ്വാദനവും ആനുപാതികമായി അപൂർണ്ണമാകുമെന്ന ദോഷമേയുള്ളൂ. 'ചിന്താവിഷ്ടയായ സീത'യിലെ ചില പ്രയോഗങ്ങളുടെ അർത്ഥവ്യാപ്തി അറിയണമെങ്കിൽ പോലും രാമായണവും രഘുവംശവും പഠിച്ചിരിക്കണം. ഒരു ഉദാഹരണം മുമ്പേ സൂചിപ്പിച്ചു. മറ്റൊരു ചെറിയ ഉദാഹരണം.

കല്യാണ ബുദ്ധേരഥവാ തവായം
ന കാമചാരോ മയി ശങ്കനീയഃ
മമൈവ ജന്മാന്തരപാതകാനാം
വിപാക വിഷ്ഫൂർജ്ജഥുരപ്രസഹ്യഃ

(രഘുവംശം സർഗ്ഗം 7-14) എന്ന ശ്ലോകത്തിലെ വിപാകശബ്ദം.

കടുവാക്കുകൾ കേട്ടു കാനനം
നടുവേയെന്നെ വെടിഞ്ഞു മുമ്പു നീ
വെടിവാൻ തരമായ് മരിച്ചുമേ
കുടിലം കർമ്മവിപാകമോർക്കുകിൽ

എന്ന് ഭാവഭേദങ്ങളോടെ ആശാന്റെ കാവ്യത്തിൽ പുനർജ്ജന്മം കൊണ്ടിരിക്കുന്നതിന്റെ ധ്വനി വ്യാപ്തി അറിയാനും ആസ്വദിക്കാനും പൂർവ്വപ്രയോഗപരിചയം അനിവാര്യമാണ്. തന്റെ തീരാദുഃഖത്തിനു മുജ്ജന്മകർമ്മവിപാകമാകാം ഹേതുവെന്ന് കാളിദാസന്റെ സീത വിചാരിക്കുന്നു. എന്നാൽ, നിഷ്കളങ്കനായ ലക്ഷ്മണനിൽ ദുരുദ്ദേശമാരോപിച്ച തന്റെ വാക്കുകളുടെ കൊടും പാപം തിരിഞ്ഞു കുത്തിയതാണ് ഒടുവിൽ തനിക്ക് അനുഭവിക്കേണ്ടി വന്ന വ്യഥയ്ക്ക് ഹേതുവെന്ന സങ്കല്പത്താൽ കർമ്മവിപാകത്തെ പൂർവ്വ ജന്മത്തിലേക്കു തള്ളി നീക്കാതിരിക്കുകയാണ് ആശാന്റെ സീത. ആത്മാവിൽ ഒരു തീമുള്ളുപോലെ തറച്ചു കയറുന്ന ഈ അനുശയം ഭാവഗൗരവത്തിന് ഒരു പുതിയ മാനം നൽകുന്നു.

അത്യുത്ക്കടൈഃ പുണ്യപാപൈഃ
സദ്യൈവ ഫലമശ്നുതേ

എന്ന ആദികവിവാക്യം ആത്മാവിൽ മുഴങ്ങുന്ന ഒരു കവിഹൃദയത്തെയും ഈ ആശയത്തിനുള്ളിൽ നാം കണ്ടെത്തുന്നു, ആ വാക്യം നമുക്കും പരിചിതമാണെങ്കിൽ. ഇത്തരം കണ്ടെത്തലുകളാകട്ടെ കാവ്യാസ്വാദനത്തിന്റെ അവശ്യഘടകങ്ങളാണ്. ഇക്കാര്യവും ഈ പഠനത്തിന്റെ ആരംഭത്തിൽത്തന്നെ സ്വാമിജി വ്യക്തമാക്കിയിട്ടുണ്ട്.

രക്തിയും വിരക്തിയും തമ്മിലുള്ള സംഘട്ടനം എന്ന പ്രമേയം ആശാന്റെ കാവ്യങ്ങളിൽ ആവർത്തിച്ചു വരുന്നു. അക്കാരണം കൊണ്ടു തന്നെ അത് യാദൃച്ഛികമോ അകാരണമോ അല്ലെന്നും അർത്ഥവത്താണെന്നും ആത്മാംശത്തിന്റെ ബഹിഃക്ഷേപമാണെന്നും മനോവിജ്ഞന്മാർ പറയും. രാമന്റെ ക്ഷതിപാലകപട്ടമാണ് അദ്ദേഹത്തിന്റെ ആർദ്രമൃദുലമായ മനസ്സിന് ഒരു കഠോരമായ പുറംതൊലിയുണ്ടാക്കിക്കൊടുത്തതെന്ന് സീത കരുതി.

(അതികോമളമാകുമമ്മന
സ്ഥിതി കാട്ടിൽത്തളിർ പോലുദിച്ചതാം
ക്ഷിതിപാലകപട്ടബദ്ധമാം
മതിയോ ചർമ്മകഠോരമെന്നു മാം.) 115

കർത്തവ്യമെന്നു താൻ തീവ്രമായി വിശ്വസിച്ച ഒന്നിന്റെ വേദിയിൽ രാമൻ തന്റെ വ്യക്തി സ്നേഹത്തെ ബലിയർപ്പിച്ചു.

ഈ ബലിയർപ്പിക്കൽ മറ്റൊരു പോംവഴിയുമില്ലാത്ത ഒരേയൊരു കൃത്യമല്ലെന്നു സീതയ്ക്കറിയാം. അദ്ദേഹത്തിന്റെ ഒരു പ്രപിതാമഹനാണ്.

ക്ഷതാൽകില ത്രായത ഇത്യുദഗ്രഃ
ക്ഷത്രസ്യ ശബ്ദോ ഭുവനേഷു രൂഢഃ
രാജ്യേന കിം തദ്വിപരീതവൃത്തേ
പ്രാണൈരുപക്രോശമലീമസൈർവാ?

(രഘുവംശം രണ്ടാം സർഗ്ഗം)

എന്ന് തന്നാൽ സംരക്ഷ്യയായ ഒരു ഗോവിനെ മുൻനിർത്തി ചോദിച്ചത്. അവിടെ പഞ്ചാസ്യന്റെ പിടിയിൽപ്പെട്ട പശു. ഇവിടെ സഹസ്രാസ്യമായ അപവാദത്തിന്റെ കരാളദംഷ്ട്രങ്ങളുടെ പിടിയിൽപ്പെട്ട സാധ്വി. 'ക്ഷതാത്ത്രായതേ' എന്ന ക്ഷത്രിയധർമ്മം അവിടെ പ്രസക്തമെങ്കിൽ ഇവിടെ അപ്രസക്തമെന്നു വരുമോ? ഈ രാമനായാലും മഹർഷിയുടെ ധേനുവിനെ സംരക്ഷിക്കാൻ വേണ്ടി ദിലീപൻ പറഞ്ഞതുതന്നെ പറയും. അതിനാൽ ഇവിടെ സംരക്ഷ്യയാകേണ്ടിയിരുന്ന വ്യക്തി സ്വകളത്രമായിപ്പോയി, സ്വന്തം 'ഇന്ദ്രിയാർത്ഥമായിപ്പോയി, എന്നതാണ് പ്രതിബന്ധം' അല്പസ്യ ഹേതോർ ബഹുഹാതുമിച്ഛൻ' എന്നു പരിഹസിക്കപ്പെടാവുന്ന വിചാരമൂഢതയല്ല ദിലീപന്റേത്. പത്നിക്കുവേണ്ടി രാജ്യം വെടിഞ്ഞാൽ താനങ്ങനെ പരിഹസിക്കപ്പെടുമെന്നു രാമൻ കരുതി. പത്നി 'അല്പ'മാണെന്നും (ഇന്ദ്രിയാർത്ഥമായതിനാൽ) രാജ്യം അനല്പമാണെന്നുമുള്ള വിശ്വാസമാണ്.

അപി സ്വദേഹാത് കിമുതേന്ദ്രിയാർത്ഥാദ്
യശോധനാനാം ഹി യശോ ഗരീയഃ

എന്ന രഘുവംശത്തിലെ രാമനെക്കൊണ്ടു പറയിച്ചത്. അയോദ്ധ്യാരാജ്യം ഭരിക്കാൻ, രാമൻ പോയാൽ വേറെ ആളുണ്ടാവും. ഒരു ഭരണാധിപതി കൈവിട്ടതുകൊണ്ട് ഒരു രാജ്യവും ഇന്നേവരെ കടലിൽ ആണ്ടുപോയിട്ടില്ല. അപവാദശരവ്യമായിത്തീർന്ന പത്നിയോടൊപ്പം സിംഹാസനത്തിൽ ചടഞ്ഞു കൂടുന്നത് മഹാനായ ഒരു ഭരണാധിപന് ഉചിതമല്ല എന്ന് സീതയ്ക്കുമറിയാം. അപവാദം നിരാസ്പദമാണെന്നറിയാമെങ്കിലും അതു ബഹുജനത്തെ ബോധ്യപ്പെടുത്താൻ ഒരൊറ്റ വഴിയേയുള്ളൂ. അയോദ്ധ്യയിലെ സിംഹാസനത്തെ ഒരിക്കൽകൂടി ധീരതയോടെ കൈവെടിയുക. എന്തുകൊണ്ട് രാമൻ സിംഹാസനം ശക്തന്മാരായ അനുജന്മാരെ ഏല്പിച്ച് തന്നോടൊപ്പം വീണ്ടും കാട്ടിലേക്കു പോന്നില്ല എന്ന സീതയുടെ ചോദ്യം രാമനുണ്ടായിരുന്ന ഇതരകരണീയത്തെ സുസ്പഷ്ടമാക്കി അവതരിപ്പിക്കുന്നു. ആശാനൊഴികെ മറ്റൊരു കവിയും അതിനെ ഇത്ര സുസ്പഷ്ടമാക്കിയിട്ടില്ല.

നിഹതാരികൾ ഭൂഭരിക്കുവാൻ
സഹജന്മാർ നൃപനില്ലി യോഗ്യരായ്?
സഹധർമ്മിണിയൊത്തു വാഴുവാൻ
ഗഹനത്തിൽ സ്ഥലമില്ലി വേണ്ട പോൽ?
പരിശുദ്ധ വനാശ്രമം നൃപൻ
പരിശീലിച്ചറിവുള്ളതല്ലയോ
തിരിയുന്നവയല്ലോ നൃപ-
ന്നരിയോരാത്മ വിചാരശൈലികൾ? (130, 131)

ആ ഇതരകരണീയം സ്വീകരിക്കുവാൻ രാമൻ മുതിരാഞ്ഞതെന്തു കൊണ്ട് എന്ന ചോദ്യത്തിന് ആശാന്റെ സീത കണ്ടെത്തുന്ന ഉത്തരം കാളിദാസന്റെ സീത കണ്ടെത്തിയതു തന്നെ.

ഉപസ്ഥിതാം പൂർവ്വമപാസ്യ ലക്ഷ്മീം
വനം മയാസാർദ്ധമസി പ്രപന്നഃ
ത്വയ്യാസ്പദം പ്രാപ്യതയാതിരോഷാൽ
സോഢാസ്മി നത്വദ്ഭവനേ വസന്തി.

(രഘുവംശം 14)

രാജ്യലക്ഷ്മിയോട് മമതയുറച്ചുപോയ രാജാവിന് ഒന്നുകിൽ അവൾ അല്ലെങ്കിൽ ഇവൾ എന്ന തെരഞ്ഞെടുപ്പ് അനിവാര്യമായിത്തീർന്നപ്പോൾ ഏറെക്കാലം ആറ്റുനോററു കാത്തിരുന്നതിനുശേഷം വന്നുചേർന്ന രാജ്യലക്ഷ്മീരാഗസാഫല്യത്തെ പെട്ടെന്നു തട്ടിക്കളയാൻ കഴിഞ്ഞില്ല. ആ അനുരക്തിയുടെ മറുവശമാണ് സീതയോടുണ്ടായ താത്ക്കാലിക വിരക്തി. രാജഭോഗത്തിന്റെ പ്രലോഭനങ്ങൾക്കു പെട്ടെന്നു വശംവദനായതിനൊരു കാരണം പരമ്പരയായി ആ വംശത്തിൽ നിലനിന്നുപോന്ന സാഹസികത കൂടിയായിരിക്കാമെന്നും ആശാന്റെ സീത കരുതുന്നു. സാഹസികതയെക്കുറിച്ചുള്ള ആ ഉപദർശനം സീത തന്റെ ഭാരമിറക്കി വെയ്ക്കാൻ കണ്ടെത്തിയ അത്താണികളിലൊന്നാണ്. പ്രിയതമ വ്യക്തിയിൽ ധർമ്മലോപം കാണേണ്ടി വരുന്നതിനെക്കാൾ കൊടിയൊരു ദുഃഖം ധർമ്മാത്മക്കൾക്ക് എന്തുള്ളൂ? പ്രിയതമ വ്യക്തിയുടെ ധർമ്മലോപങ്ങൾ കാണാൻ കഴിവില്ലാതെ അന്ധമായി ആരാധിക്കുന്നത് ബുദ്ധിയും പ്രതിഭയും വിവേചനശക്തിയും കുറഞ്ഞവർക്കുമാത്രം നല്കപ്പെട്ടിട്ടുള്ള അനുഗ്രഹമാണ്. ബുദ്ധിമതിയും പ്രതിഭാശാലിനിയും വിവേചനശീലയുമായ സീതയ്ക്ക് വിഡ്ഢികളുടെ സ്വർഗ്ഗസുഖം വിധിക്കപ്പെട്ടിട്ടില്ല. രാമന്റെ ധർമ്മലോപം സീത കാണുന്നു; അറിയുന്നു; അതു സീതയെ നിതാന്തദുഃഖിതയാക്കുന്നു. പരിത്യാഗേതരമായ ധർമ്മലോപങ്ങളെക്കുറിച്ചും സീത ചിന്തിക്കാതിരിക്കുന്നില്ല.

നിരൂപിക്കിൽ മയക്കി ഭൂപനെ-
ത്തരുണീ പാദജ ഗർഹിണീ ശ്രുതി

എന്ന് അതിന്റെ ചുമതല മുഴുവൻ ശ്രുതിവിധേയതയിൽ അർപ്പിച്ച് ആശ്വാസം കണ്ടെത്താൻ ശ്രമിക്കയും ചെയ്യുന്നു. സീതയുടെ ആത്മാവിൽ തറച്ച അമ്പ് രാമന്റെ ധർമ്മലോപത്തെക്കുറിച്ചുള്ള അവബോധമാണ്. ശരീരത്തിൽ തറച്ച അമ്പ് പറിച്ചെടുക്കുന്നതുവരെ പ്രാണൻ പോകാതെ കിടന്നു പിടയുന്ന ഒരു വ്യക്തിയുടെ ശരശയനയാതന പോലെയാണ് സീതയുടെ ദുഃഖം. ആത്മാവിൽ നിന്നു തന്നെ ഉറന്നൊഴുകിയ അമ്പിന്റെ മസൃണത ഒടുവിൽ ആ അമ്പ് വലിച്ചൂരിയെടുക്കാൻ സഹായിക്കുന്നു. പ്രിയതമ വ്യക്തിയെ ആരും അയാളുടെ കുറ്റങ്ങളോടും കുറവുകളോടും കൂടിത്തന്നെയാണ് സനേഹിക്കുക. മമത്വദാർഢ്യം ആ കുറ്റങ്ങൾക്കും കുറവുകൾക്കും ബാഹ്യഹേതുക്കളാരാഞ്ഞ്, ഉത്തരവാദിത്തം അവയിൽ സമർപ്പിച്ച് ആശ്വസിക്കുന്നു. ആ ബാഹ്യഹേതുക്കൾ ആത്മാവിലെ ഭാരം ഇറക്കിവെയ്ക്കാനുള്ള അത്താണികളാണ്. രാമനു ക്ഷിതിപാലക പട്ടബദ്ധത്വം കൊണ്ട് വന്നു കൂടിയ ബാദ്ധ്യതകളാണ്, കാട്ടിലായിരുന്ന കാലത്ത് രാമന്റെ മനസ്സിൽ കാട്ടുമരങ്ങളുടെ തളിർപോലെ സ്വാഭാവീകമായും സമൃദ്ധമായും വിരിയുമായിരുന്ന ആർദ്രതയെ മുരടിപ്പിച്ചത് എന്നതാണ് സീത കണ്ടെത്തുന്ന ബാഹ്യഹേതുക്കളിലൊന്ന്. ശ്രുതിവിധേയത, പാരമ്പര്യ സ്വഭാവമായ സാഹസികത, മനസ്സിനെ മുരടിപ്പിച്ച കർത്തവ്യപരതന്ത്രത, കൊട്ടാരത്തിലെ ഉപജാപനിർഭരമായ സാഹചര്യങ്ങൾ മുതലായവയ്ക്കെല്ലാംകൂടി രാമന്റെ ധർമ്മലോപത്തിനുള്ള ഉത്തരവാദിത്വത്തെ സീത പങ്കു വെച്ചു കൊടുക്കുന്നു. (പൗരിമാരെപ്പറ്റിയുള്ള ഉപാലംഭവും പഠിക്കേണ്ടത് ഈ വെളിച്ചത്തിൽത്തന്നെയാണ്. രാജ്ഞി ഗർഭിണിയായപ്പോഴാണ് അപവാദങ്ങൾ ഉയർന്നതെന്ന വസ്തുതയുടെ രഹസ്യം എന്തായിരിക്കാമെന്ന് സീത ചിന്തിക്കുന്നതിലും അസ്വാഭാവികതയൊന്നുമില്ല). അങ്ങനെ തന്റെ ഭാരങ്ങൾ ഇറക്കി വെയ്ക്കാനുള്ള അത്താണികൾ കണ്ടെത്തുകയും രാമന്റെ സ്നേഹാർഹമായ ഹൃദയത്തെ മോചിപ്പിക്കാൻ കഴിയുകയും ചെയ്തപ്പോൾ സീതയ്ക്ക് ആശ്വാസം ലഭിക്കുന്നു. തന്റെ ഏക കർത്തവ്യമെന്ന് താൻ പൂർണ്ണമായി വിശ്വസിച്ച ഒന്നിന്റെ ബലിവേദിയിൽ രാമൻ തന്റെ രക്തിയെ ബലിയർപ്പിക്കുകയാണുണ്ടായതെന്നും, ആ ബലിദാനത്തിൽ രാമനോടു അനുകമ്പയേ വേണ്ടൂ എന്നുമുള്ള ഉപദർശനം സീതാചിന്തയുടെ പുരോഗതിയിലെ ഒരു ശ്രദ്ധേയമായ ഘട്ടമാണ്. ആ സാഹസികതയെപ്പറ്റി രാമൻ പശ്ചാത്തപിക്കുന്നുണ്ടെന്ന അറിവും സീതയുടെ പൊള്ളുന്ന

ആത്മാവിന് മൃദുശീതളമായ ഇളംകാറ്റിന്റെ തലോടൽ കൊണ്ടുള്ള സുഖം നൽകുന്നു. പശ്ചാത്താപദഗ്ധമായ രാമഹൃദയം സീതയുടെ ചിന്തയിൽ പ്രതിഫലിക്കുന്നതിന്റെ ചിത്രം 'ചിന്താവിഷ്ടയായ സീത'യിലെ ഏറ്റവും ഹൃദയസ്പർശിയായ ഭാഗങ്ങളിലൊന്നാണ്.

> അറിയുന്നിതു ഹന്ത ഞാൻ വിഭോ!
> പുറമേ വമ്പൊടു തന്റെ കൈയിനാൽ
>
> മുറിവമ്പഹമേറ്റു നീതിത-
> ന്നറയിൽപ്പാർപ്പു തടങ്ങലിൽ ഭവാൻ!
>
> ഉരപേറിയ കീഴ്നടപ്പിലായ്
> മറയാം മാനവനാത്മവൈഭവം
>
> ചിരബന്ധനമാർന്ന പക്ഷിതൻ
> ചിറകിൻ ശക്തി മറന്നുപോയിടാം
>
> പ്രിയയും ചെറുപൊൻകിടാങ്ങളും
> നിയതാം കാട്ടിലെഴുന്ന ചേക്കുകൾ
> സ്വയമോർത്തുടനുദ്ഗളാന്തനായ്
> പ്രിയതൻ കൂട്ടിലുഴന്നിടാം ഭവാൻ
>
> ചിലതിന്നൊലി കേട്ടുമന്തരാ
> ചിലതിൻ ഛായകൾ കണ്ടുമാർത്തനായ്
> നിലയിൽ ചിറകാട്ടിയും ഭവാൻ
> മലയാം ചഞ്ചുപുടങ്ങൾ നീട്ടിയും.
>
> തനിയേ നിജശയ്യയിൽ ഭവാ-
> നനിവാര്യാർത്തി കലർന്നുരുണ്ടിടാം
> കനിവാർന്നു പുലമ്പിടാം കിട-
> ന്നനിശം ഹന്ത! കിനാവുകണ്ടിടാം.
>
> മരുവാം ദയിതാവിരക്തനായ്
> മരുവാം ദുർവ്വിധിയാൽ വിയുക്തനായ്
> വരുവാൻ പണി കൃത്യനിഷ്ഠയാൽ
> പെരുതാം ത്യാഗമിവണ്ണമാർക്കുമേ. (151-156)

രാമനോട് അനുകമ്പാർദ്രതയല്ലാതെ മറ്റൊരു വികാരവും ഉളവാകാൻ തരമില്ലാതിരിക്കത്തക്കവണ്ണം, കൃത്യനിഷ്ഠയെ മുൻനിർത്തി സ്വന്തം തടവറ സ്വയം നിർമ്മിച്ച രാമന്റെ ദയനീയതയും നിസ്സഹായതയും മാത്രം സീതയുടെ ഉള്ളിൽ നിറഞ്ഞുനിൽക്കുന്നു. മമത്വത്തിന്റെയും അനുകമ്പയുടെയും ഉറവകളുണരുമ്പോൾ സ്ത്രീഹൃദയത്തിന്റെ കെട്ടുകളെല്ലാം അഴിഞ്ഞു

പോകുന്നു. രാമോപാലംഭത്തിൽനിന്ന് രാമപ്രകീർത്തനത്തിലേക്ക് സീതയുടെ മനസ്സ് തിരിയുന്നത് വർണ്ണിക്കുന്ന കവി കെട്ടുകളുടെ ഓരോ ഇഴയും സ്വാഭാവികമായി അഴിഞ്ഞഴിഞ്ഞു പോകുന്നത് അനുഭവപ്പെടുത്തിത്തരുന്നു. അസുലഭമായ ആ വൈദഗ്ദ്ധ്യം അന്തരാത്മാവിൽ വിലീനമായ സ്ത്രൈണചേതനയുടെ ഉയിർത്തെഴുന്നേല്പുകൊണ്ടാണ് നേടാൻ കഴിഞ്ഞിട്ടുള്ളതെന്ന് സ്വാമിജിയുടെ പഠനത്തിൽ ധ്വനിപ്പിച്ചിട്ടുണ്ട്. ആർദ്രതയുടെ ദിവ്യമായ ചിറക് ലഭിക്കുമ്പോൾ സ്വർഗ്ഗീയമായ ഔന്നത്യത്തിലേക്ക് സീത സ്വയം പറന്നേറുകയും ഭജമാനൈക വിഭാവ്യമായ ആ പദത്തിലേക്കുതന്നെ പിൻതുടർന്നെത്താൻ രാമനെ അനുഗ്രഹിക്കുകയും ചെയ്യുന്നു.

ആ നിലയ്ക്ക് 'ചിന്താവിഷ്ടയായ സീത' എന്ന കാവ്യം രാമന്റെ ദുര്യശസ്സ് മായ്ച്ചു കളയാനുള്ള ഒരു ശ്രമമാണ്. ശ്രീ. എം.ആർ. ചന്ദ്രശേഖരൻ ഈ അഭിപ്രായം ഒരിക്കൽ പ്രകടിപ്പിക്കുകയുണ്ടായിട്ടുണ്ട്. 'യശോധനാനാം ഹി യശോ ഗരീയഃ" എന്ന വിചാരത്തോടെ ചെയ്ത ഒരു കൃത്യം ശാശ്വതമായ ദുര്യയശസ്സ് നേടിക്കൊടുക്കുക എന്നതും ശോച്യങ്ങളിൽ വെച്ച് ശോച്യമായ അഭവന്മതയോഗങ്ങളിലൊന്നത്രേ. രാമൻ നേടിയത് അതാണ്. അക്കാര്യത്തിൽ രാമനോട് ഏറ്റവുമധികം അനുകമ്പ കൊള്ളാൻ കഴിയുന്ന മനസ്വിതയാകട്ടെ സീതയ്ക്കു മാത്രമേയുള്ളൂ. രാമന്റെ ധർമ്മലോപത്തിന് മാപ്പു കൊടുക്കാവുന്ന കോടതി സീതയുടെ ഹൃദയം മാത്രമാണ്. ആ കോടതിയിൽ നടന്ന പുനർവിചാരണയുടെ വിശദാംശങ്ങൾ പരിശോധിക്കുമ്പോൾ ഒരു വലിയ തിരുഹൃദയത്തെ നാം കണ്ടെത്തുന്നു. സ്നേഹിക്കുന്ന വ്യക്തികളുടെ പാപഭാരങ്ങളെ തന്നിലേക്കേറ്റെടുക്കുന്ന തിരുഹൃദയത്തെ പ്രോജ്ജ്വലമായി ചിത്രണം ചെയ്യുന്നതിൽ

> സാഹം തപഃസൂര്യനിവിഷ്ടദൃഷ്ടി-
> രൂർദ്ധ്വം പ്രസൂതേശ്ചരിതും യതിഷ്യേ
> ഭൂയോ യഥാ മേ ജനനാന്തരേപി
> ത്വമേവ ഭർത്താ, ന ച വിപ്രയോഗഃ (രഘുവംശം 14)

എന്ന് പ്രഖ്യാപിക്കുന്ന സീതയെ സൃഷ്ടിച്ച കാളിദാസഭാവനയുടെ ധവളശൃംഗങ്ങൾക്കുള്ള ഔന്നത്യം ആശാന്റെ ഭാവനയ്ക്കും സിദ്ധിച്ചിരിക്കുന്നു. മഹത്തായ ഈ പരിസമാപ്തിയുടെ ജാജ്വല്യമാനത അനുഭവിക്കാൻ മനോമണ്ഡലരഹസ്യങ്ങളെക്കുറിച്ചുള്ള അറിവ് സഹായകമാകയേയുള്ളൂ. നിത്യചൈതന്യയതിയുടെ ഈ നൂതന സംരംഭം ഇരുട്ടിലുഴലുന്നവർക്ക് ഒരു വഴികാട്ടിയായിരിക്കും.

■

www.ingramcontent.com/pod-product-compliance
Lightning Source LLC
LaVergne TN
LVHW040101080526
838202LV00045B/3731